வள்ளலாரும் நாவலரும்
அருட்பா x மருட்பா போராட்ட வரலாறு

வள்ளலாரும் நாவலரும்
அருட்பா x மருட்பா போராட்ட வரலாறு

ப. சரவணன் (பி. 1973)

செஞ்சியை அடுத்த மேல்மலையனூர் கிராமத்தில் பிறந்த சரவணன், சென்னைப் பல்கலைகழகத்தில் தமிழில் முதுகலைப்பட்டமும் முனைவர் பட்டமும் பெற்றார். 2001இல் வெளியான அருட்பா x மருட்பா போராட்ட வரலாறு என்ற ஆய்வு நூல்வழியாக பரவலாக அறியப்பட்ட அவர் தமிழ்ச் சமூகம் குறித்து ஆவணப்படுத்துதலில் தொடர்ந்து ஆய்வு நிகழ்த்தி வருகிறார். சிறந்த நூலுக்கான திருப்பூர் தமிழ்ச் சங்க விருது (2002), தொடர்ச்சியான தமிழ் ஆய்வுக்கான தமிழ்ப் பரிதி விருது (2005), இளம்படைப்பாளிகளுக்கான சுந்தர ராமசாமி விருது (2013), கம்பன் கழக விருது (2016), வா.செ. குழந்தைசாமி தமிழ் மேம்பாட்டு விருது (2021) உள்ளிட்ட விருதுகள் பெற்றவர். தற்போது தமிழ்நாடு பாடநூல் மற்றும் கல்வியியல் பணிகள் கழகத்தில் உதவி இயக்குநராகப் பணியாற்றுகிறார்.

ப. சரவணனின் பிற நூல்கள்

எழுதியவை

- அருட்பா x மருட்பா (2001)
- கானல்வரி ஒரு கேள்விக்குறி (2004)
- வாழையடி வாழையென... (2009)
- நவீன நோக்கில் வள்ளலார் (2010)

பதிப்பித்தவை

- ஔவையார் கவிதைக் களஞ்சியம் (2001)
- மயிலை சீனி. வேங்கடசாமி ஆய்வுக் கட்டுரைகள் (6 தொகுதிகள்) (2001)
- நாலடியார் (1892) (2004)
- மநு முறைகண்ட வாசகம் (1854) (2005)
- வேங்கடம் முதல் குமரி வரை (2009)
- அருட்பா மருட்பா கண்டனத் திரட்டு (2010)
- கமலாம்பாள் சரித்திரம் (2011)
- சாமிநாதம்: உ.வே.சா. முன்னுரைகள் (2014)
- உ.வே.சா. கட்டுரைகள் (பொருண்மை அடிப்படையில் 5 தொகுதிகள் (2016)
- தாமோதரம்: சி.வை.தா. பதிப்புரைகள் (2017)
- என் சரித்திரம் (2017)

உரையெழுதியவை

- வேமன நீதி வெண்பா (1892) (2008)
- சிலப்பதிகாரம் (2008)
- கலிங்கத்துப் பரணி (2013)
- தமிழ்விடு தூது (2016)
- திருவாசகம் (2021)

அகராதி

- திருஅருட்பா அகராதி (2017)

ப. சரவணன்

வள்ளலாரும் நாவலரும்
அருட்பா X மருட்பா போராட்ட வரலாறு

காலச்சுவடு பதிப்பகம்

அன்பார்ந்த வாசகருக்கு,

வணக்கம்.

காலச்சுவடு நூலை வாங்கியமைக்கு நன்றி.

நூலின் உள்ளடக்கம், உருவாக்கம், அட்டைப்படம் இன்ன பிற அம்சங்கள் பற்றிய உங்கள் கருத்துகளையும் ஆலோசனைகளையும் காலச்சுவடு வரவேற்கிறது. தகவல், எழுத்து, வாக்கியப் பிழைகள் தென்பட்டால் கட்டாயம் தெரிவித்து உதவுங்கள். நூல் தயாரிப்பில் கடும் குறைபாடு இருப்பின் மாற்றுப் பிரதி உங்களுக்குக் கிடைக்கக் காலச்சுவடு ஏற்பாடு செய்யும்.

மின்னஞ்சல்: publisher@kalachuvadu.com

காலச்சுவடு நாகர்கோவில் தலைமையகத்துக்கும் கடிதம் அனுப்பலாம்.

தங்கள்

எஸ்.ஆர். சுந்தரம் (கண்ணன்)

பதிப்பாளர் – நிர்வாக இயக்குநர்

வள்ளலாரும் நாவலரும் அருட்பா x மருட்பா போராட்ட வரலாறு ✻ ஆய்வு நூல் ✻ ஆசிரியர்: ப. சரவணன் ✻ © ப. சரவணன் ✻ முதல் பதிப்பு: டிசம்பர் 2001 ✻ மேம்படுத்தப்பட்ட காலச்சுவடு முதல் பதிப்பு: பிப்ரவரி 2022, மூன்றாம் பதிப்பு: ஜூலை 2023 ✻ வெளியீடு: காலச்சுவடு பப்ளிகேஷன்ஸ் (பி) லிட்., 669, கே.பி. சாலை, நாகர்கோவில் 629001

vaLLalaarum naavalarum aruTpaa x maruTpaa poraatta varalaaru ✻ Research Essays ✻ Author: P. Saravanan ✻ © P. Saravanan ✻ Language: Tamil ✻ First Edition: December 2001 ✻ Kalachuvadu First Edition: February 2022, Third Edition: July 2023 ✻ Size: Demy 1 x 8 ✻ Paper: 18.6 kg maplitho ✻ Pages: 200

Published by Kalachuvadu Publications Pvt. Ltd., 669 K.P. Road, Nagercoil 629001, India ✻ Phone: 91-4652-278525 ✻ e-mail: publications @kalachuvadu.com ✻ Printed at Clicto Print, Jaleel Towers, 42 KB Dasan Road, Teynampet Chennai 600018

ISBN: 978-93-5523-085-0

07/2023/S.No. 1048, kcp 4545, 18.6 (3) rss

தாய்ப்பாலோடு தமிழ்ப்பாலும்
சேர்த்துப் புகட்டிய அன்னைக்கும்
அவையத்து முந்திவைத்த தந்தைக்கும்

பொருளடக்கம்

முன்னுரை		11
1.	அறிமுகம்	15
2.	திருஅருட்பாப் பதிப்பு வரலாறு	19
3.	ஆறுமுக நாவலரும் அருட்பா மறுப்பும்	46
4.	கதிரைவேற் பிள்ளையும் அருட்பா மறுப்பும்	88
5.	இறுதியாக . . .	135
சான்றுப் பட்டியல்		139
பின்னிணைப்புகள்		143
1.	திருஅருட்பா வரலாறு	145
2.	திருஅருட்பா முதல் பதிப்பு – முதல் ஏடு	154
3.	நாவலர் தொடர்ந்த வழக்கு விளக்கம்	155
4.	துமிலன் எழுதிய புகழ்பெற்ற விவாதங்கள்	159
5.	அருட்பாச் சிறப்பு	164
6.	இராமலிங்கப் பிள்ளை அங்கதப்பாட்டு	165
7.	அவுட் பீரங்கி	167
8.	பாசுபதாஸ்திரப் பிரயோக பிரசண்டமாருதக் கோடையிடி	169
9.	திரிகோணமலை இலங்கணிப் பிள்ளைக்குச் சஞ்சீவிராயன் விடுத்த வெரிநகர் தகனம்	173

10. திரிகோணமலை இலங்கணிப் பிள்ளைக் கெரிகோணமலை இராமபாணம்	179
11. நா. கதிரைவேலன் கடைச்சிரார்த்தமும் மருட்பா புத்தகம் அரங்கேற்றின மூடசிகாமணிகளுக் கறிக்கையும்	181
11-a. வருடாப்த விண்ணப்பம்	184
12. வள்ளலாரின் கடிதம்	185
13. அருட்பா மருட்பாக் கண்டன நூல்கள்	187
14. அருட்பா மருட்பாக் கண்டனத்தில் பங்குபெற்றோர்	191
படங்கள்	195

முன்னுரை

வள்ளலாரிடம் நான் ஈடுபாடு கொண்டது தற்செயலான நிகழ்ச்சிதான் என்றாலும் ஒரு சைவக் குடும்பத்தில் வந்த – "ஒருமையுடன் நினது திருமலரடி நினைக்கின்ற உத்தமர் தம் உறவு வேண்டும்" என்னும் பாடலைத் தினமும் இறைவன் முன் எனது தாத்தா பாடுவதைக் கேட்டுப் பழக்கப்பட்ட நான் வள்ளலாரிடம் ஈர்க்கப்பட்டதில் ஆச்சர்யம் ஏதும் இல்லை. இதற்கு மேலும் தூபம் போட்டவர் எனது தமிழாசான் வடலூர் சீனி. சட்டையப்பன்.

சென்னைப் பல்கலைக்கழகத்தில் ஆய்வியல் நிறைஞர் பட்டத்திற்காக நான் எழுதிய ஆய்வேடு பல்வேறு மாற்றங்களுடன் நூலுருவம் பெற்றது. எந்த ஒரு செயலும் கூட்டுழைப்பினாலேயே முழுமை பெறுகிறது என்பதற்கேற்ப எனது இந்தச் செயலுக்கும் பலரும் பல விதங்களில் உதவியுள்ளார்கள். அவர்களை எல்லாம் நன்றியோடு நினைத்துப் பார்க்கிறேன்.

ஆய்வு மாணவனாக இருந்தபோது இந்தத் தலைப்பைத் தெரிவு செய்து தன்னிச்சையாகச் செயல்பட உரிமையளித்து நெறிப்படுத்தியவர் பேரா. வீ. அரசு. ஈழத்திலிருந்து சில தகவல்களைப் பெறுவதற்குப் பரிந்துரைக் கடிதம் அளித்தவர் பேரா. இ. சுந்தர மூர்த்தி. நாவலரைப் பற்றிச் சமூகவியல் நோக்கிலும் பிற தளங்களிலும் விவாதங்களின் மூலமாக இந்த ஆய்வைச் செழுமைப்படுத்தியவர் பேரா. கா. சிவத்தம்பி.

நாவலர் தொடர்ந்த வழக்கு விடயங்களைப் பற்றிய துண்டுப் பிரசுரத்தையும் சில தகவல்களையும் யாழ்ப்பாணத்திலிருந்து அனுப்பி உதவியவர் வித்துவான் க. சொக்கலிங்கம் (சொக்கன்). கட்டுரைகள் சிலவற்றைக் கொடுத்துதவியவர் செ. யோகராசா.

தொழுவூர் வேலாயுத முதலியாரின் *குதர்க்காரணிய நாசமஹாபரசு* என்னும் நூலைச் செல்லரித்துப் போன நிலையிலும் நகல் எடுக்க அனுமதித்தவர் மு. பாலசுப்பிரமணியம். இந்த நூலை எனக்குக் கொடுத்துதவும்படி பரிந்துரை செய்தவர் இராம. பாண்டுரங்கன்.

வருணசிந்தாமணி நூலை அருட்பா மருட்பாப் பிரச்சினையோடு இணைத்துப் பார்க்கும்படிக் கூறியவர் பொ. வேல்சாமி. அந்த நூலைக் கொடுத்துதவியவர் ஆவணக் காப்பக ஆய்வு அலுவலர் எம். செந்தூர் பாண்டியன். இதைப் போல வள்ளலார் தொடர்பான பல நூல்களைக் கொடுத்துதவியவர்கள் எனது பள்ளிப்பருவத்துத் தலைமையாசிரியர் அ. அரங்கநாதன், தினமணி பொன். தனசேகரன், பேரா. மா.சு. அண்ணாமலை ஆகியோர்.

தெ. மதுசூதனன், எஸ். சண்முகம் ஆகியோர் இந்த ஆய்வின் கோணத்தை மாற்றியமைத்தவர்கள். நண்பர் து. இலட்சுமிபதி நூல் எப்போது வெளிவரும் என்று நேரிலும் தொலைபேசியிலும் என்னை இம்சித்தவர். அவரது தொந்தரவு என்னை விரைவாக எழுதவைத்தது.

அருட்பா மருட்பாப் பிரச்சினை வழி உருவான வழக்குப் பற்றிய சிக்கல்களை எனக்குத் தெளிவுபடுத்தியவர் எனது மாமா வழக்கறிஞர் அ. திரவியநாதன். வழக்கு பற்றிய தாற்பரியத்தை அவர் வாயிலாகவே நான் அறிந்தேன்.

ஆய்வேட்டை நூலாக்கம் செய்வதில் ஏற்படும் சிரமம் கொஞ்ச நஞ்சமன்று. இந்தச் சிரமத்தைப் பகிர்ந்துகொண்டு இந்த நூலைச் சரியான முறையில் வடிவமைக்க உதவியவர் அண்ணன் ஆ.இரா. வேங்கடாசலபதி.

என்னுடைய அவசரப்புத்தி பலவற்றிற்கு அணைபோட்டு இன்று வரை என்னை நெறிப்படுத்தி வருபவர் எனது பள்ளிப்பருவத்து ஆசிரியை இரா. இந்துமதி. எனது மன உளைச்சல்களையும் பொருளாதாரப் பிரச்சினைகளையும் பல நேரங்களில் நான் அவரிடமே பகிர்ந்து கொண்டிருக்கிறேன். அவருடைய அரவணைப்பே, எனது செயல்களுக்கு முழுமை.

நூலுக்கு மெய்ப்புத் திருத்துவதிலும் நகல் எடுப்பதிலும் எனக்கு உதவியவர் எனது ஒருசாலைத் தோழி க. பிரீதா.

முதல்பதிப்பை (அருட்பா x மருட்பா) வெளியிட்டவர் தமிழினி வசந்தகுமார். இதற்கு முதன்மையான காரணகர்த்தா ‘தினமணி கதிர்’ அண்ணன் எஸ். சிவக்குமார். அவரது உதவிகளை விரிப்பின் பெருகும்.

இவர்கள் அனைவருக்கும் என் நன்றி.

இப்போது இந்நூல் புதிய புகைப்படங்களும் ஒரு தரவும் சேர்க்கப்பட்டு மேம்பட்ட வடிவில் காலச்சுவடு வெளியீடாக வருகிறது. ‘அருட்பா மருட்பா கண்டனத் திரட்டு’ என்னும் பென்னம் பெரிய நூலை வெளியிட்டு என்னைக் கவுரவப்படுத்திய காலச்சுவடு இந்த நூலையும் வெளியிடுவதில் எனக்கு இரட்டிப்பு மகிழ்ச்சி. இப்பதிப்பிற்கான பிரதியை முழுவதும் படித்துப்பார்த்து சில கருத்துத் தெளிவுகளை வழங்கிய தி.அ. ஸ்ரீனிவாஸனுக்கு நன்றி.

சரன்

‘கவிப்பொழில்’
17/33 சி, திரு.வி.க. 4ஆம் தெரு
வில்லிவாக்கம், சென்னை *600 049*
பேசி *9941278810*
psharanvarma@gmail.com

1

அறிமுகம்

பத்தொன்பதாம் நூற்றாண்டுத் தமிழக – யாழ்ப்பாணச் சமூக வரலாற்றில் ஆறுமுக நாவலருக்கு முக்கிய இடமுண்டு. கிறித்துவ மிஷனரிமார்கள் தங்களது சமயத்தைப் பரப்ப என்னென்ன உத்திகளைக் கைக்கொண்டார்களோ அவற்றை அப்படியே கையிலெடுத்துச் சைவத்தைப் பரப்பியவர் நாவலர். நவீனகாலத் தேவைகளை எதிர்கொண்டு, அவற்றிற்கேற்பச் சைவத்தை மறுவரையறை செய்ய முற்பட்ட பெருமையும் அவருக்கு உண்டு. ஆனால் அது அழுத்தமான 'வெறி'யாகவே அவரிடம் இருந்தது.

சைவர்கள் சாதி சமய ஆசாரங்களைக் கூடியமட்டில் முறைபிறழாது பின்பற்றவேண்டும்; எழுதக் கூடிய விடயங்கள்கூடச் சைவத்தை யொட்டியே இருக்கவேண்டும்; கிறித்துவர்களுடன் இந்து மதத்தினர், குறிப்பாகச் சைவர்கள் எவ்வித உறவும் வைத்துக் கொள்ளக்கூடாது – கிறித்துவ மதம் மாறிய சுதேசிகளை நாவலர் 'போலி பிரபுக்கள்' என்றே அழைத்தார் – என்பன போன்ற வரையறை களைக் கறாராகப் பிரகடனம் செய்தவர் நாவலர். இதனை அவரது விக்கியாபனங்கள் பலவற்றிலும் பரக்கக் காணலாம்.

நாவலர் இப்படியெல்லாம் நடந்து கொண்டதற்குக் காரணம் மிஷனரிமார்கள் சைவத்தை அழிக்க எத்தனிக்கிறார்கள் என்று அவர் தமது சிறுபிராயத்திலிருந்தே கருதியதுதான். தமது பதின்மூன்றாவது வயதிலேயே சைவசமயம்

குன்றுவதாக எண்ணிச் சிவபெருமானை நோக்கி ஒரு வெண்பாகூடப் பாடியுள்ளார் அவர். மேலும், *பெரியபுராணத்தை* அளவிற்கு அதிகமாக நேசித்துவரும் காலத்தில், அவற்றிலுள்ள கதைகள் 'கட்டுக்கதைகள்' என்று அவரது தமையன் விளையாட்டாகக் கூறியமைக்கே அவரைக் கொல்ல கத்தியெடுத்தவர் நாவலர். இத்தகு குணாம்சங்களைக் கொண்ட நாவலர், அவரது காலகட்டத்தில் சைவத்திற்குள் தனியானதொரு சமரசப் போக்கைப் புதியதாக முன்வைத்த வள்ளலாரோடு முரண்படுவது என்பது நாம் எதிர்பார்க்கக்கூடியதே.

~ ~

அருட்பா x மருட்பாப் போராட்டம் என்பது யாழ்ப்பாணம் ஆறுமுக நாவலருக்கும் சிதம்பரம் இராமலிங்க அடிகளாருக்கும் இடையே ஏற்பட்ட தனிமனித முரண்பாடு என்று பொத்தாம்பொதுவாகக் கூறப்படினும், மேலே சுட்டப் பட்ட கருத்தியல் முரண்பாடு இப்போராட்டத்தினுள் பொதிந்திருப்பதைப் பெரிதுங் காணலாம். இத்துடன் சைவ நிறுவனங்களான மடங்களின் தலையீடு, சாதியக் காழ்ப்பு, குழுவாதம், தனிமனித ஆளுமை முனைப்பு போன்றன அருட்பா மருட்பாப் போரைப் பெரிய அளவுக்கு வளர்த்துவிட்டன.

தமிழக வரலாற்றில் சமயப் போர்கள் புதியனவல்ல. சமணம் x பௌத்தம், சைவம் x சமணம், சைவம் x பௌத்தம் சைவம் x வைணவம், (வைணவத்துக்குள்) வடகலை x தென்கலை என்று சமய முரண்பாடுகள் இலக்கியத்திலும் தமது சுவடுகளை விட்டுச் சென்றுள்ளன. காலனியாதிக்கத்தில், கிறித்துவத்திற்கும் புதிதாகக் கட்டமைக்கப்பட்ட ஒற்றைத் தன்மைத்தான இந்து மதத்திற்கும் மோதல்கள் ஏற்பட்டன. இந்த மோதலுக்கும் காலனியாதிக்கக் காலத்திற்கு முற்பட்ட மோதல்களுக்கும் இடையே இருந்த முக்கிய வேறுபாடு, நவீன ஊடகங்கள் கருத்து மோதல்களை வெளிப்படுத்தும் முக்கியக் கருவியாக அமைந்தன என்பதே. இந்து–கிறித்துவ சமயங்களின் மோதலில் ஏராளமான துண்டுப் பிரசுரங்கள் *(Tracts)* வெளியாகியிருந்தன என்பதையும் இங்குக் கவனத்தில் கொள்ளவேண்டும்.

சைவ சமயத்திற்குள்ளும் சில முரண்பாடுகள் காலந்தோறும் இருந்துதான் வந்துள்ளன. ஆனால், பத்தொன்பதாம் நூற்றாண்டில் வள்ளலார், நாவலர் ஆகியோருக்கிடையே ஏற்பட்ட கருத்தியல் முரண்பாடு, அச்சு ஊடகத்தின் காரணமாகத் **'துண்டுப் பிரசுரப் போர்'** *(Polemics of Tract)* என்ற வடிவத்தை எடுத்துவிட்டது. மரபு சார்ந்த அறிவாளிகளும் இதில் கலந்துகொண்டு, அச்சுச்

சாதனம் மூலமாகத் தமது கருத்துக்களை முன்வைத்துச் சமரிட்டனர். ஒரு நிலையில், எளிமைப்படுத்திச் சொல்வதென்றால், 'மரபான தமிழறிஞர்களிடையே நிலவிய புலமைக் காய்ச்சலின் அச்சு ஊடக வடிவம்' என்று அருட்பா x மருட்பாப் போரைக் கொள்ளலாம். இதற்கு, அவர்களுக்கு அடிப்படையாக அமைந்தது சமயம்.

19ஆம் நூற்றாண்டின் இறுதிக் காற்பகுதியும் 20ஆம் நூற்றாண்டின் முதல் காற்பகுதியும் சமயக் கண்டனங்கள் மிகுந்திருந்த காலகட்டம். இதற்கு வெகுசன ஊடகங்களின் வளர்ச்சியே அடிப்படையாக அமைந்தது. இவ்வூடகங்களைக் கொண்டு சமய நிறுவனங்களும் சமயவாதிகளும் தத்தம் சமய உண்மைகளை நிறுவ முயன்றனர். சமய உண்மைகளை நிறுவுதல் என்பது இந்து சமய நிறுவனங்களின் உடனடித் தேவையாகவும் இருந்தது.

ஆரம்பத்தில் சமயப் பிரசாரம் என்பது பிரசங்க வடிவிலேயே அமைந்திருந்தது. இந்தப் பிரசங்கம் பொதுசனங்கள் எல்லோரையும் சென்றடையும் ஆற்றலைப் பெற்றிருக்கவில்லை, அது ஒரு குறிப்பிட்ட தொகுதியினரையே திருப்திப்படுத்துவதாய் அமைந்தது. ஆனால், தொடர்பு சாதனங்களான பத்திரிகைகள், துண்டுப் பிரசுரங்கள், நூல்கள் முதலானவை பொதுமக்களைச் சென்றடையும் வலுவான சாதனங்களாக இருந்தமையினால் எல்லாச் சமயவாதிகளும் இவற்றைப் பயன்படுத்தித் தத்தம் சமய உண்மைகளை நிறுவ முயன்றனர். சமய உண்மைகளை நிறுவ முயன்றபோது அதனூடே கண்டனங்கள் தோன்றலாயின. இவை நாளடைவில்(முன்பு குறிப்பிட்டபடி) தனிமனித ஆளுமையை நிறுவும் பொருட்டும் வலுப்பெற்றுவிட்டன. அருட்பா மருட்பாப் போராட்டத்தில் யாழ்ப்பாணத்தவரின் ஆளுமைத் திறன் பெரிதா? தமிழகத்தவரின் ஆளுமைத் திறன் பெரிதா? என்பதை நிரூபிக்கவே கண்டனங்கள் பல வெளியாகி இருப்பதை இங்கு நினைவில் கொள்ளலாம்.

~ ~

பத்தொன்பதாம் நுற்றாண்டை, தமிழகச் சூழலின் கண்டனக் காலம் என்றே கூறலாம். அந்த அளவிற்குப் புலவர்களிடையே வாதப் பிரதிவாதங்கள் பல்கிப் பெருகி இருந்தன. எந்த ஒரு நூல் வெளி வந்தாலும் அதற்கு உடனடியாக ஒரு கண்டனத்தைத் தெரிவிப்பது என்னும் மனப்பான்மையில் இந்நூற்றாண்டுப் புலவர்கள் வாழ்ந்திருந்தார்கள். இதற்கு முன்பும் இந்த நிலை இருந்தது. வீரமாமுனிவர் எழுதிய *வேத விளக்கம்* என்னும்

நூலுக்கு எதிராகத் *திருச்சபை போதகம்* என்னும் நூல் வெளியானதும் இதனை மறுத்து மீண்டும் அவரே *பேதம் மறுத்தல், லூத்தர் இனத்தியல்பு* ஆகிய இரு நூல்களையும் வெளியிட்டிருப்பது மனங்கொள்ளத்தக்கது.

வள்ளலாரது பாடல்கள் தொகுக்கப் பெற்று, 'திருவருட்பா' என்ற பெயரில் 1867இல் வெளியாயின. பழைமைப்பிடிப்புள்ள சைவர்களோ தேவாரம், திருவாசகம், திருவிசைப்பா, திருப்பல்லாண்டு, பெரியபுராணம் ஆகிய பஞ்சபுராணங்களே அருட்பாக்கள் என்றும் – பன்னிரு திருமுறைகளே அருட்பாக்கள் என்றும் கூறி வள்ளலாரது பாடல்களைக் 'குற்றமுடைய மருட்பாக்கள்' என்று கண்டித்தனர். பிரச்சினை தலைதூக்க ஆரம்பித்தது. வள்ளலாரது பாடல்களை அருட்பா என்று நிரூபிக்கும் பொருட்டு வள்ளலாரது குழுவினரும்; மருட்பா என்று நிரூபிக்கும் பொருட்டு நாவலரும் அவரது குழுவினரும் கண்டனப் போர்க் கொடிகளைத் தூக்கினர். இதனால் ஏற்பட்ட பிரச்சினை, நீதிமன்றம்வரைகூட சென்றது.

இன்று தமிழ் இலக்கிய, சமய வரலாற்றில் வள்ளலாரின் இடம் உறுதிப்படுத்தப்பட்டுவிட்டது. நாவலருக்கும் உரிய இடம் அமைந்துவிட்டது. ஆயினும் இவ்விருவர் பற்றிப் பேசப்படும் போதெல்லாம் ஏதோ ஒருவகையில் அருட்பா x மருட்பா விவகாரம் இடைப்பிறவரலாகவேனும் குறிப்பிடப்படுவதைக் காணலாம். 'பெருமக்கள் இருவருக்கும் சிறப்புச் செய்யாத வீண்வாதம்' என்று அறிஞர் சிலர் இதனைப் புறந்தள்ளுவதும் உண்டு. எழுதியவர்களும் நிகழ்ச்சியை மேலோட்டமாகத் தொட்டுக் காட்டியுள்ளனரேயன்றி விரிவான ஆய்வை நிகழ்த்தவில்லை. சொல்லப்படும் கருத்துக்களும் செய்திகளும் உண்மைக்கு மாறாகவும் குழம்பியும் அமைந்திருப்பதைக் காண முடிகிறது. இந்நிகழ்வு நடந்து ஒரு நூற்றாண்டுக்கு மேல் ஆகிவிட்டதால் புனைவுகள் சிலவும் ஊடுருவிவிட்டன.

இப்பின்னணியில் அருட்பா x மருட்பா போரைப் பற்றி விரிவான தனி ஆய்வாக இந்த நூல் அமைகிறது. இலக்கியச் சான்றுகளையும் வரலாற்று ஆவணங்களையும் அடிப்படையாகக் கொண்டு இந்த நூலை எழுதியிருக்கிறேன். சட்டத் தரவுகளையும் நூலினுள் காணலாம்.

'பேரம்பலப் பிரசங்கம்' என்னும் துண்டுப் பிரசுரம் மட்டும் கிடைத்திருந்தால் இன்னும் சில கேள்விகளுக்குப் பதில் கண்டிருக்க முடியும். ஆனால் ஊழின் பெருவலி . . .

2

திருஅருட்பாப் பதிப்பு வரலாறு

அச்சுக்கலை – ஒரு பார்வை

சுவடி, கற்கள், செப்புத்தகடு, தோல் ஆகியவற்றில் எழுத்துக்களைப் பொறித்துவந்த இந்தியர்கள் மேலை நாட்டாரின் வருகைக்குப் பின்பே காகிதத்தில் செய்திகளை அச்சிடத் தொடங்கினர்.

சீனர்களால் கண்டுபிடிக்கப்பட்ட காகிதம் கி.பி. 11ஆம் நுற்றாண்டில் இந்தியாவிற்குள் சில அரேபியர்களால் அறிமுகப்படுத்தப்பட்டது. காகித உற்பத்தி அந்நூற்றாண்டில் தோன்றினாலுங்கூட அச்சுக்கலை தோன்றிய பின்புதான் அவை ஆலைகள் மூலம் அதிகமாக உற்பத்தி செய்யப்பட்டன. ‘மரக்கட்டைகளாலான செதுக்கு அச்சுக்களைக் கொண்டு கி.பி. 770இல் சீனாவில் பௌத்த சமய நூல்கள் அச்சிடப்பட்டன. பின், தனித்தனி அச்சு எழுத்துக்களைக் கோத்து அச்சிடும் முறை அங்கு 11ஆம் நூற்றாண்டில் உருவாயிற்று. இம்முறையில் கொரியாவில் 15ஆம் நூற்றாண்டில் அச்சிட்டனர். ஐரோப்பாவில் 15ஆம் நூற்றாண்டின் முற்பாதியில் ‘ஜான் கூட்டன்பர்க்’ இக்கலைக்கு வடிவம் கொடுத்தார் (அ. விநாயகமூர்த்தி, 1983:107). இந்தியாவிற்குள் போர்ச்சுகீசியர்கள் மதமாற்றம் செய்யும் பணிக்கு வசதியாக அச்சு எந்திரங்களைக் கொண்டுவந்து அறிமுகப்படுத்தினர். பாதிரிமார்கள் அச்சுக்கலையினைச் சமயப் பணிக்காகவே பயன்படுத்தினர். விவிலிய மொழிபெயர்ப்புகள், சமயபோதனைகள், வினா விடைகள், சமயத் துண்டுப் பிரசுரங்கள், அடியார் வரலாறுகள்,

பாடபோதனைகள், ஒழுக்க விளக்கங்கள் என்று இப்படியாக மதம் சார்ந்த நூல்களையே அவர்கள் அச்சிட்டு வெளியிட்டு வந்தனர்.

ஐரோப்பிய வணிகக் குழுமங்களின் ஆதரவும் அன்னிய ஆட்சியில் இந்தியர் எவரும் அச்சுக்கூடம் வைக்கக் கூடாது என்ற சட்டமும் பாதிரிமார்களுக்குச் சாதகமாக அமைந்ததால் இந்தியர் எவரும் தங்களின் பண்பாட்டு அடையாளங்களை வெளிப்படுத்த இயலாத நிலைக்குத் தள்ளப்பட்டனர். அதனால்தான் 'இத்தகைய கருவிகளின் அறிமுகத்தையும் இலக்கியப் பங்களிப்பையும் கிறித்துவர்கள் தமிழுக்கு ஆற்றிய தொண்டு எனக் கொள்ளும் அறியாமையை விட்டுவிடுதல் வேண்டும்' என்பர். தமிழரிடையே கிறித்துவம் பரவுவதற்குத் தமிழ் தேவையாக இருந்தது. தமிழ் இல்லாது தமிழரைக் கிறித்துவராக்க முடியாது. எனவே தமிழிலேயே அவை யாவும் செய்யப்பட வேண்டியிருந்தது என்பதை இவ்விடத்தில் மீண்டும் வலியுறுத்துதல் அத்தியாவசியமாகிறது.

'கிறித்துவர்கள் அகராதிகளை அறிமுகம் செய்து வைத்தனர்; பாடப் புத்தகத்தினைப் புகுத்தினர்; உரைநடையை வளர்த்தனர். சஞ்சிகைகள், பத்திரிகைகளை அறிமுகம் செய்தனர் என்று கூறி இவற்றையே கிறித்துவப் பங்களிப்பின் அம்சங்களாகக் கொள்ள முனைதல் இலக்கியத்தையும் வரலாற்றையும் ஒரே நேரத்தில் மலினப்படுத்தும் ஒரு முயற்சியாகும் ... அன்னிய ஆட்சி காரணமாகவே முதலில் பல நவீன சாதனங்கள் அறிமுகப்படுத்தப்பட்டன என்பதற்காக, அந்த ஆட்சியில்லாதிருந்தால் அவை வந்திருக்காது என்றும் கூறிவிட முடியாது' (கா. சிவத்தம்பி, 1994:80-82).

பத்தொன்பதாம் நூற்றாண்டிலே சார்லஸ் மெட்காபின் சட்டத்திற்குப் பிறகு 'கி.பி.1835ஆம் ஆண்டில் உள்நாட்டு மக்களும் அச்சிடும் உரிமையைப் பெற்றனர். அந்த ஆண்டு முதல், தமிழகமெங்கும் அச்சுயந்திரங்கள் பரவின. பழந்தமிழ் நூல்கள் அச்சேறின. அச்சு எழுத்துக்களை அக்காலத் தமிழ்ப் புலவர்கள் 'எழுதா எழுத்து' என்றனர். கி.பி. 1835ஆம் ஆண்டிற்கு முன்னரே, ஆங்கிலேயர்கள் தமிழ் கற்க ஏற்படுத்தப்பட்ட 'சென்னைக் கல்விச் சங்க'த்தின் சார்பில் நூல்கள் பதிப்பிக்கப்பட்டன (மு.வை. அரவிந்தன், 1995: 713-714). அச்சுயந்திரமோ உரைநடையோ புதிய சட்டம் வழங்கிய வாய்ப்பின்கீழ் தமிழ்நிலைப்படுத்தப் பட்ட பொழுதே தமிழ் மறுமலர்ச்சி புதிய உருவம், புதிய வேகம் கொண்டது. இக்காலகட்டத்தில்தான் திருவருட்பிரகாச வள்ளலார் என்னும் இராமலிங்கம் பிள்ளை (1823-1874)யின் பாடல்களும் அச்சேறின.

வள்ளலாரின் படைப்புகளும் நூலாக்கமும்

படைப்பாளன் என்பவன் தனது அனுபவங்களைச் சமூகத்திற்கு வெளிப்படுத்த விரும்புபவன். அந்த அனுபவம் கவிதையாகவோ உரைநடையாகவோ இருக்கலாம். இவை 'இலக்கியம்' என்னும் பொதுப்பெயரால் அழைக்கப்படும். வள்ளலாரும் தமது காலத்தில் (இலக்கியப்)படைப்புப் பெருஞ்சுடராய்த் திகழ்ந்தார்.

'முத்தமிழ் வல்ல ஞானாசாரியார்' என்று அக்காலத்துப் புலவர்கள் வள்ளலாரை அழைத்தனர். தம்முடைய ஆன்ம ஈடேற்ற முயற்சிக்காகவும் சமூகத் தொண்டிற்காவும் பாடல்கள் பல புனைந்தும் அறிவுரைகள் சில புகட்டியும் தம் வாழ்நாளில் பெரும் பகுதியைக் கழித்தார் என்பதை அவரது வரலாறும் காட்டுகிறது. உரைநடையில் இவர் எழுதியதையும் பார்க்க, பாடல்களே மக்களிடையில் பிரசித்தி பெற்றவை. இவரது படைப்புகளில் பாடல் வடிவம் பெற்றவையே 'திருவருட்பாப் பாடல்கள்' என்று அழைக்கப்படுகின்றன.

இந்த நூலில் திருவருட்பா பல கண்டனங்களுக்கு உள்ளானது விவரிக்கப்படுகிறது. எனவே, அருட்பா X மருட்பா பற்றிய முரண்பாட்டை விளங்கிக் கொள்ள வள்ளலாரின் ஒட்டுமொத்த படைப்புகள் குறித்த பார்வையும் அவசியமாகிறது. ஏனெனில், இப்பிரச்சினைக்கான பல தரவுகள் பாடல்களில் மட்டுமின்றி அவரது பிற படைப்புகளிலும் ஆங்காங்கே சிதறிக் கிடக்கின்றன. உதாரணமாக, 'திருவருட் பிரகாச வள்ளலார்' என்னும் பெயரைக் கண்டிக்கும் நாவலருக்கு விடையிறுக்க வேண்டுமானால் அப்பெயருக்கும் இராமலிங்கருக்கும் எவ்விதத் தொடர்பும் இல்லை என்பதை அவரது கடிதப் பகுதியின் வாயிலாகவே நிரூபிக்க வேண்டியுள்ளது.

அதே போல, தொண்டமண்டலமா? தொண்டை மண்டலமா? என்னும் பிரச்சினைக்கான விடை அவரது வியாக்கியானப் பகுதியில் உள்ளது. எனவே தேவை கருதி வள்ளலாரின் படைப்புகள் முழுவதையும் படிக்க வேண்டியது அவசியம். எல்லாவற்றையும் விளக்குவதற்கு இது இடமின்மை யால் அதனை வாசகர்களிடத்திலேயே விட்டுவிட்டு மேலே தொடர்கிறேன்.

இராமலிங்கரின் படைப்புகளை ஆய்வு செய்யப் புகுங்கால் இருவேறு அணுகுமுறைகள் உள்ளன. ஒன்று **'பொருளடிப்படை ஆய்வு'**; மற்றொன்று **'கால அடிப்படை ஆய்வு'**. பொருளடிப்படை ஆய்வில் இவர் தாமே கைப்பட எழுதியவை; இவரது உபதேசத்தைக் கேட்டோர் எழுதி வைத்தவை என்பவை அடங்கும் (பாடல்

வடிவம் பெற்றவை; உரைநடை வடிவம் பெற்றவை எனவும் கொண்டு இவற்றை ஆய்வு செய்யலாம்). கால அடிப்படை ஆய்வில் ஒன்பது வயதில் பாடத்தொடங்கியது முதல் சித்தியடைந்ததுவரை படைத்த படைப்புகள் அடங்கும். 'இராமலிங்கரின் படைப்புகளில் காணப்படும் சிந்தனை வளர்ச்சியினை அடிப்படையாகக் கொண்டு, அவருடைய படைப்புகளைச் சென்னையில் வாழ்ந்த காலத்தில் இயற்றப்பட்டவை; சென்னையை விட்டு அகன்ற காலத்தில் எழுதப்பட்டவை என இருவகையாகவும் பாகுபாடு செய்து ஆராய வழியுண்டு' (பா. அருள்செல்வி, *1991:37*).

இவ்வாறு பல்வேறு வகையில் வள்ளலாரின் படைப்புகளை ஆராய வழியுண்டு என்றாலும், அருட்பா X மருட்பாப் போர் இரண்டு கட்டமாக நடந்தேறியதால் அவற்றை விளக்க, கால அடிப்படை ஆய்வே சிறந்தது என்பதால் அந்த அடிப்படையிலேயே இந்நூலில் ஆய்வு மேற்கொள்ளப்படுகிறது.

'வாழையடி வாழையென வந்த திருக்கூட்ட மரபில்' நானும் ஒருவன் என்று வள்ளலார் தம்மைக் கூறிக் கொள்வதால் அவருக்கு முன் வாழ்ந்த தாயுமானவர், குமரகுருபரர், பட்டினத்தார் போன்ற ஞானிகளின் தாக்கம் இவரது படைப்புகளில் வெளிப்படுகின்றன எனலாம்.

அதாவது, தமது ஆன்ம ஈடேற்ற முயற்சிக்காகப் பாடிய பாடல்களில் பொதுவாக 'இறையருளை விழைதல்', 'சைவத்தை விளக்குதல்' என்னும் இருவகையான நோக்கங்களைக் காண முடிகிறது.

இறையருள் விழைதலில் தம்முடைய குறைகளை எடுத்தியம்பித் தம்மைத் தூய்மை செய்து கொள்ளுதலும், தமக்கு வேண்டியவற்றை விண்ணப்பித்துப் பெற முயற்சித்தலும், இறைவனின் திறம் இயம்பலும் ஆகிய மூன்று பண்புகளைக் காண முடிகிறது என்பர். குறைகளை எடுத்துக் கூறி தம்மைத் தூய்மை செய்துகொள்வதற்குச் சான்றாக 'நெஞ்சறிவுறுத்தல்' பகுதியையும், விழைந்ததைப் பெற முயற்சித்தலுக்குச் சான்றாக 'ஒருமையுடன் நினது திருமலரடி நினைக்கின்ற'(தெய்வ மணிமாலை, பா.எண்.*8*) என்று தொடங்கும் பாடலையும், பல்வேறு தன்மைகளைக் கொண்ட இறைவனின் திறம் இயம்பலுக்குச் சான்றாக 'உலகநிலை முழுதாகி ஆங்காங்குள்ள, உயிராகி உயிர்க்குயிராம் ஒளிதானாகி'(மகாதேவமாலை, பா.எண்.*2071*) என்று தொடங்கும் பாடலையும் காட்டுகளாகக் கூறலாம்.

வள்ளலார் பிறப்பால் சைவ சமயத்தவர்; சிவத்தலங்களை வழிபட்டு இச்சமயத்தைப் போற்றியவர். இவரது ஆன்மிக வாழ்வின் தொடக்கத்தில் சைவசமயச் சின்னமான திருநீற்றின்

மகிமை, ஆறெழுத்தின் பெருமை ஆகியவற்றைச் சில பகுதிகளில் விளக்குகிறார். முதல் ஐந்து திருமுறைப் பாடல்களில் இறையடியார்களைச் சிறப்பித்துப் பாடியுள்ளார். நான்காம் திருமுறையில் நால்வரைச் சிறப்பித்து நான்கு பதிகங்கள் பாடியுள்ளமை இவர் சைவ அடியார்களிடம் கொண்டிருந்த மதிப்பினைக் காட்டுகிறது. இவ்வாறு இறையடியார்களைச் சிறப்பித்தல் என்பது சைவசமய மரபாகும். இறையடியார் களுக்குத் தொண்டு செய்தலும் போற்றலும் இறைவனுக்குத் தொண்டாற்றியதற்கு ஒப்பாகும் என்பதால் அடியவரைச் சிறப்பித்தலை இராமலிங்கரும் மேற்கொண்டிருக்கிறார் (பா. அருள்செல்வி, 1991:45–46). எனவே, திருவருட்பா எழுந்த நோக்கம் இறையருளைப் பெறவும் சைவத்தை விளக்கவுமே என்பது உறுதியாகிறது.

'திருஅருட்பா' என்று பெயரிட்டு வள்ளலாரின் பாடல் களை வெளியிடுவதற்கு முன்னமே அவை மக்களிடத்தில் பெருத்த செல்வாக்குப் பெற்றிருந்தன. பாடல்களைத் தொகுத்து முறைப்படி வெளியிட்டபோது அதன் செல்வாக்கு உச்சநிலையை அடைந்ததை அவதானிக்கலாம்.

ஆலயம் சென்று, தெய்வச்சிலை முன்பு சிரந்தாழ்த்தி கரங்கூப்பி கண்மூடி நின்று வழிபடும் பக்தரெல்லாம், 'ஒருமையுடன் நினது திருமலரடி நினைக்கின்ற உத்தமர்தம் உறவு வேண்டும்' என்று தொடங்கும் பாடலைப் பாடிப் பரமனைத் துதித்தனர். 'கோடையிலே இளைப்பாற்றிக் கொள்ளும் வகைகிடைத்த குளிர்தருவே' என்ற பாடலைப் பாடாத பக்தரில்லை எனலாம்.

ஆலயம் சென்று தொழும் பக்தர்களேயன்றி, 'அன்னக்காவடி' பிச்சை என்று இல்லந்தோறும் குரல் கொடுக்கும் பண்டாரங் களும் 'அம்பலத்தரசே அருமருந்தே ஆனந்தத் தேனே அருள் விருந்தே' எனத் தொடங்கும் இசையோடமைந்த நாமாவளிகளை இல்லந்தோறும் வழங்கி வந்தனர். வயது வந்தாரேயன்றி பள்ளியில் படிக்கும் சிறார்களும், 'கல்லார்க்கும் கற்றவர்க்கும் களிப்பருளும் களிப்பே, காணார்க்கும் கண்டவர்க்கும் கண்ணளிக்கும் கண்ணே' என்னும் பக்திப் பாடல்களைப் பாடி பள்ளித் தலமனைத்தை யும் கோயிலாக்கினர்.

ஔவை, ஆண்டாள், புனிதவதி போன்ற அருளாளர் வழிவந்த தமிழ்ப் பெண்களெல்லாம், 'கொம்மியடிப் பெண்கள் கொம்மியடி' எனத் தொடங்கும் கொம்மிப் பாடலையும் பிற

---

* இராமலிங்க பரதேசி என்னும் அன்னக்காவடி ஒருவராலேயே தாம் வள்ளலாரது திருவருட்பாவின்மீது பற்று கொண்டதாக எழுத்தாளர் ஜெயகாந்தன் 1-3-2000 அன்று சென்னைப் பல்கலைக்கழகத்தில் நடந்த விழாவொன்றில் பேசினார்.

இசைப் பாடல்களையும் பாடிப் பாடி வீடுகளையெல்லாம் கோயில்களாக்கினர்.

திருமண இல்லங்களிலும் பிறவிடங்களிலும் அமையும் இசையரங்குகளில் எல்லாம், 'தெண்டனிட்டேனென்று சொல்லடி சுவாமிக்கு நான், தெண்டனிட்டேனென்று சொல்லடி' என்று தொடங்கும் இசைப் பாடல்கள் பாடப்பட்டன.

பிண ஊர்வலத்தின் போது சங்கு முழங்கி சேமக்கலம் கொட்டிச் செல்லும் பணியாளரும், 'அருட்சோதித் தெய்வம் எனை ஆண்டுகொண்ட தெய்வம், அம்பலத்தே ஆடுகின்ற ஆனந்த தெய்வம்' என்ற பாடலைப் பாடுவதைச் சமயச் சடங்காகக் கடைப்பிடித்தனர். ஒருவர்க்கு மேற்பட்ட சிவபக்தர்கள் கூடிவிட்டால், 'அருட்பெருஞ்சோதி தனிப்பெருங்கருணை' என்று சமரச சுத்த சன்மார்க்க மந்திரம் ஒலிக்கும்.

சைவர்களேயன்றி வைணவ பக்தர்களும் வள்ளலாரின் அருட்பாவை வாய்மணக்கப் பாடலாயினர். 'அறம் பழுக்குந் தருவேயென் குருவேயென்றன், திறம் பழுக்கும் ஸ்ரீராம வள்ளலேநின் திருவருளேயன்றி மற்றோர் செயலி லேனே' என்பது போன்ற ஸ்ரீராம நாம திருப்பதிகங்களாகிய வாடா மாலைகளைத் தாம் வழிபடும் திருமாலுக்குச் சூட்டாத வைணவரே இல்லை (ம.பொ. சிவஞானம், 1963:231–33).

வள்ளலாரின் பாடல்களுக்கு இருந்த செல்வாக்கைப் பற்றி மாவண்டூர் தியாகேச முதலியார் பெயரில் நாவலர் எழுதி விடுத்த துண்டுப் பிரசுரத்தில் ". . . சிலர் தேவார முதலிய அருட்பாவைந்தனோடும் இராமலிங்க பிள்ளைப் பாடலைச் சமமாகப் பாராட்டியும், சிலர் அப்பாடலைக் கைவிட்டு இப்பாடலையே பாராட்டித் துரபிமானத்தினாலே தேவாராதிகளைத் தூஷித்தும், எரிவாய் நரகத்துக்கு இரையாகுகின்றார்கள்" (போலியருட்பா மறுப்பு, 1868:18) என்று கூறப்பட்டுள்ளது. இவற்றை எல்லாம் ஒப்பிட்டுப் பார்க்கும் போது 19ஆம் நூற்றாண்டில் வள்ளலாரின் பாடல்கள் மக்களிடத்தில் செல்வாக்குப் பெற்றிருந்தன என்று கருதலாம்.

1857ஆம் ஆண்டு வள்ளலார் சென்னையைவிட்டு வடலூர் சென்றபின் அவரது சீடர் இறுக்கம் இரத்தின முதலியாருக்கு அடிகளின் பாடல்களைத் தொகுத்து வெளியிட வேண்டுமென்ற எண்ணம் உண்டாயிற்று. 1860களில் அவர் பாடல் ஏடுகளைத் தொகுக்கும் முயற்சியில் ஈடுபட்டார். காரணம், ஏற்கனவே சென்னையிலிருந்த சிலர் வணிக நோக்கோடு அச்சுப் பிழையுடன் பாடல்களைச் சிறுசிறு நூல்களாக அச்சிட்டதேயாகும்.

பாடல்களைப் பிழையுடன் அச்சிட்டவர்களை இரத்தின முதலியாரும், செல்வராய முதலியாரும் அணுகி அடிகளது பாடல்களை முறையாகத் தாங்கள் வெளியிட இருப்பதால் இவ்வாறு அச்சிடுவது தகாதெனக் கூறித் தடுத்தனர். அவர்கள் அச்சிடத் தொடங்கிவிட்டதால் அதற்கு இழப்பீடாகப் பொருளும் தந்தனர். அதன் பின்னரும் அவர்கள் அச்சிடுவதை நிறுத்தவில்லை. இந்நிலையில் இறுக்கம் இரத்தின முதலியார் பாடல்களைத் தொகுப்பதிலும் அவற்றை அச்சிடுவதற்கு அடிகளின் இசைவைப் பெறுவதிலும் தீவிரமாக முனைந்தார்.

ஒரு படைப்பாளனது படைப்புகளை வேறொரு தனிநபரோ அல்லது நிறுவனமோ வெளியிட விரும்பினால், படைப்பாளனது ஒத்துழைப்பும் அனுமதியும் அவசியம். அவ்வகையில் திருவருட்பா ஏடுகளைத் தொகுத்தல், அச்சிடுதல் தொடர்பாக இரத்தின முதலியாருக்கும், அடிகளுக்கும் 1860 முதலே கடிதத் தொடர்பு தொடங்கிற்று. திருவருட்பாவை வெளியிடுவதில் ஏழு ஆண்டுகள் இரத்தின முதலியார் முயன்றார். அச்சிட அனுமதி கோரி அடிகளைத் தொடர்ந்து வற்புறுத்தி வந்தார்.

அடிகளிடமுள்ள பாடல் ஏடுகளைத் தம்மிடம் அனுப்பி வைக்குமாறு இறுக்கம் இரத்தின முதலியார் பலமுறை வேண்டியும் அடிகள் பாராமுகமாக இருந்தார். தமது பாடல்கள் அச்சாவதில் அடிகளுக்கு ஆர்வமோ விருப்பமோ இல்லை. அடிகளிடமும் அவர்களை அடுத்துள்ளவர்களிடமும் உள்ள ஏடுகளை அனுப்பி வைக்கும்படியும் பாடல்கள் அடங்கிய தபால்கட்டு வந்து சேரும்வரை தாம் ஒரு வேளையே உணவு கொள்வதென்ற முடிவுக்கு வந்துள்ளதாகவும் இரத்தின முதலியார் அடிகளுக்குக் கடிதம் எழுதினார். இக்கடிதம் கண்ட அடிகள் பாடல் ஏடுகளை இரண்டு திங்களில் அனுப்புவதாகவும் பாடல்களைப் பெறும்வரை ஒருவேளையே உணவுகொள்வ தென்ற நிர்ப்பந்த ஏற்பாட்டைத் தவிர்க்கும்படியும் அங்ஙனம் தவிர்த்துத் தமக்குத் தபாலில் தெரிவிக்கும்வரை தாமும் ஒருவேளையே உண்ணப்போவதாக தம்மீது ஆணையிட்டுத் திருமுகம்(கடிதம்) ஒன்றை இரத்தின முதலியார்க்கு வரைந்தருளினார் (காண்க: பி.இ. 12).

30.12.1860 (ஞாயிறு) அன்று அடிகள் எழுதிய அக்கடிதப் பகுதி வருமாறு:

> நற்குணங்க ளெல்லாவற்றிற்கும் இடனாகிய நன்மனக் கருவியொடு எனது இதயத் திடைவிடாது இருக்கின்ற சிரஞ்சீவி இரத்தின முதலியா ரவர்கட்குச் சிவானுக்கிரகத்தால் தீர்க்காயுளும் சிவஞானமும் சகல சம்பத்து மேன்மேல் உண்டாவதாக.

நாளது வரையில் இவ்விடத்தில் யானும் ம—ா—ா—ஸ்ரீ நாயக்கரவர்களும் க்ஷேமம். தமது சுபசரித்திரங்களைக் கேட்க ஆசையுள்ளவனாக விருக்கின்றேன். எனக்கும் நாயக்கரவர்களுக்கும் தபால் மார்க்கமாகத் தாம் அனுப்பிய கடிதங்கள் வந்து சேர்ந்து சங்கதிகளைத் தெரிந்து கொண்டேன்.

நான் சென்னப்பட்டணம் விட்டு இவ்விடம் வந்த நாள் தொடங்கி நாளது வரையில் பாடிய பாடல்கள் பல. அவைகளை முழுதும் எழுதி வைக்க வேண்டு மென்கிற லக்ஷியம் எனக்கு இல்லாமையால் அப்படி அப்படிச் சிதறிக் கிடக்கின்றன. ஆயினும், அவைகளைச் சேர்ப்பிக்க சுமார் இரண்டு மாதம் பிடிக்கும். ஆகலால் நான் பங்குனி மீ அவசியம் வருகிறேன். வரும்போது கொண்டு வருகிறேன். இது உண்மை. எவ்விதமாவது 2 மாதத்திற்குள் தமது இடத்தில் இருக்கச் செய்கிறேன். குமாரசாமி பிள்ளை, சண்முகப் பிள்ளை, ரெட்டியார் இவாள் இடங்களில் தற்காலம் இருக்கின்ற பாடல்கள் சுமார் 50க்கு உட்பட்டதாகவே இருக்கும். வெளிப்பட்ட பாடல்கள் பலபல. ஆதலால் மன்னிக்க வேண்டும்.

அன்புள்ள என் கண்மணிபோன்ற தாம் இனி இதனடியில் எழுதுகின்ற வண்ணம் செய்யப் பிராத்திக்கிறேன். அதாவது இந்தப் பாடல்கள் பங்கியில் அனுப்பி என்னிடம் சேர்கின்ற பரியந்தம் நான் ஒருவேளை போசனந்தான் செய்வேன் என்று எழுதியதைப் பார்த்த பின்பு நான் சாப்பிடுகிற சாதம் உடம்பில் பொருந்தவில்லை. பட்டினி கிடந்தவனைப் போல இருக்கிறேன். ஆகலால் என்னை நிம்மதியுள்ளவனாக்க எண்ணங் கொண்டு ஒருவேளை போசனம் கொள்ளுகிற நிபந்தனை நீக்கி உடனே தபாலில் எனக்குத் தெரிவித்தால் அல்லது நான் சலிப்பைத் தவிரேன். ஒருவேளை போசனம் உள்ளவனாகவே யிருப்பேன். இது சத்தியம். என்மேல் ஆணை. தாம் மேற்குறித்த நிற்பந்த ஏற்பாட்டைத் தவிர்த்து உடனே யெனக்குத் தெரியப்படுத்த வேண்டும். 2 மாதத்திற்குப் பின்பு பாடல்கள் அவசியம் சேரும்.

சிதம்பரம் இராமலிங்கம்.

மார்கழி மீ – 18

இஃது, சென்னப்பட்டணம் பெத்து நாய்க்கன் பேட்டை ஏழு கிணத்துக்கு அடுத்த வீராசாமிப் பிள்ளைத் தெருவில் கலக்டர் கச்சேரி ம.ா.ா.ஸ்ரீ சுப்பராயப் பிள்ளை யவர்கள் வீட்டிற்கு எதிர்வீட்டில் ம.ா.ா.ஸ்ரீ ரத்தின முதலியார் அவர்களுக்கு வருவது

(திருவருட்பா திருமுகப் பகுதி, 1959:38–39).

ஒன்பது வயதில் இறைவனால் ஆட்கொள்ளப் பெற்றுத் தாம் வாழ்ந்த அந்தந்தக் காலகட்டத்தில் பாடிய பாடல்கள் எல்லாம் பிள்ளை விளையாட்டாகத் தோன்றிய அடிகளுக்கு அவர் பாடிய பாடல்களை வெளியிடுவதில் விருப்பம் இல்லாத போதும், அவரது சீடர்கள் தொடர்ந்து அனுமதி கோரி வற்புறுத்தி வந்துள்ளனர் என்பதை அவதானிக்க முடிகிறது.

இறுக்கம் இரத்தின முதலியார் ஒருவாறு அடிகளது பாடல்களைத் திரட்டினார். ஆண்டுகள் ஐந்து கடந்தன. 1860இல் நாளும் ஒருவேளையே உணவு உட்கொள்வதென நோன்பு கொண்டு திருவருட்பாத் திருப்பணியைத் தொடங்கியபின் ஆண்டுகள் ஐந்தாகியும் பாடல்கள் அனைத்தும் ஒன்று சேர வில்லை. அச்சிடுவதற்கு அடிகளின் இசைவும் கிடைக்கவில்லை. இனித் தாமதிக்க இயலாதென்றும் அச்சிடுவதற்கு இசைவளித்தே ஆகவேண்டுமென்றும் விண்ணப்பித்துக் கடிதம் ஒன்றை 1865 நவம்பர் 13ஆம் தேதி பதிவுத் தபாலில் அடிகட்குஅனுப்பினார். கடிதத்தைக் கண்ணுற்ற அடிகள், "... அக்கடிதத்திற் குறித்த விஷயம் எனக்கத்துணை அவசியமின்றாயினுந் தங்கள் கருத்தின்படி இறைவ னென்னுள்ளிருந்து பாடுவித்தவைகளை மாத்திரம் தாங்களாயினும் ம.஍.஍.ஸ்ரீ செல்வராய முதலியா ரவர்களாயினும் தாங்கள் வரைந்தபடி செய்து கொள்ளலாம். எழுதுவதற்குச் சமயமின்று. ஆகலின் இங்ஙனம் அமைதி செய்தாம்" (திருஅருட்பா திருமுகப்பகுதி, 1959:59) என்று பதில் மடல் எழுதி பாக்களை அச்சிட இசைவளித்தார்.

இராமலிங்கசாமி – பெயர் பொறிப்புக்கு மறுப்பு

பாடல்களை வெளியிட அடிகளின் இசைவைப் பெற்ற இரத்தின முதலியார், புதுவை வேலு முதலியார், சிவாநந்தபுரம் செல்வராய முதலியார், தொழுவூர் வேலாயுத முதலியார் ஆகியோருடன் இணைந்து அருட்பாவை வெளிக்கொணர்வதில் முனைப்புடன் செயல்பட்டார். அத்துடன் நூலின் முகப்பேட்டில் வெறுமனே '**இராமலிங்க பிள்ளை**' என்று பொறிப்பதைக் காட்டிலும், '**இராமலிங்கசாமி**'யெனப் பொறிக்கக் கருதி அதற்கான அனுமதி வேண்டி அடிகளுக்கு 1866 மார்ச் மாதம் கடிதம் ஒன்றை எழுதிவிடுத்தார். மேலும், சிதம்பரம் தொடர்பாக அண்மையிற் பாடிய பாடல்களையும் பாயிரத்தையும் அச்சுக்கு அனுப்புமாறும் குறிப்பிட்டிருந்தார்.

கடிதத்தைக் கண்ட அடிகள் இறுக்கம் இரத்தினத்திற்கு 28.3.1866 (புதன்) அன்று எழுதிய பதில் மடல்:

> அன்புள்ள தங்கட்குச் சிவகடாக்ஷத்தால் தீர்க்காயுளுந் திடதேகமும் சகல சம்பத்தும் மேன்மேலுண்டாகுக. தாங்கள்

வரைந்து விடுத்த கடிதமும் இப்பாடல்களும் இரண்டு தினத்திற்கு முன் என்னிடம் சேர்ந்தன . . . நான் இங்ஙனம் வந்த பின்னர் சிதம்பர விஷயத்தில் தோத்திர மாலைகளுஞ் சாத்திர மாலைகளுமாகச் சுமார் இருநூறு மாலைகள் செய்யப்பட்டிருக்கின்றன. அவைகள் வெளிப்படும்போது வெளிப்படுத்திக் கொள்ளலாம். இது நிற்க. முன்னோர் கடிதத்தில் நான் குறித்த பாயிரத்தை இன்னுஞ் சில தினஞ் சென்ற பின்னர் அனுப்புகிறேன், தற்காலம் என்னினைவு விரிதற்கின்மையால் . . . இது நிற்க. இராமலிங்கசாமி யென்று வழங்குவிப்பது என் சம்மதமன்று. என்னை ? ஆரவாரத்திற்கு அடுத்த பெயராகத் தோன்றுதலில். இனி அங்ஙனம் வழங்காமை வேண்டும்.

ஜீவகாருண்ணியமும் சிவானுபவமும் அன்றி மற்றவைகளை மனத்தின்கண் மதியாதிருத்தல் வேண்டும். சிரஞ்சீவி. சிரஞ்சீவி.

குரோதன ஞு — இங்ஙனம்
பங்குனி – 17 உ — சிதம்பரம் இராமலிங்கம்.

(திருவருட்பா திருமுகப்பகுதி, 1959:61–62)

*அடிகள், அமைதியாக இருக்க விரும்பினாரேயன்றித் தம்மை ஆரவாரத்திற்கு ஆட்படுத்திக்கொள்ள எண்ணவில்லை. பிறர் அங்ஙனம் செய்யக் கருதியபோதும் அதைக் கண்டித்திருக்கிறார் என்பதை அவரது இக்கடிதம் நிரூபிக்கிறது.** *

‘திருஅருட்பா’

இராமலிங்கரின் பாடல்களைத் தொகுத்து நூலாக வெளியிடும்போது அந்நூலுக்குத் ‘திருவருட்பா’ என்று பெயரிட்டவர் அவரது முதன்மைச் சீடர் உபயகலாநிதிப் பெரும் புலவர் தொழுவூர் வேலாயுத முதலியார். திருவருட்பாவினை இவர் வெளியிட்ட காலத்தில் நூலுக்குப் பெயரிடுவதில் அடிகள் எவ்விதக் கருத்தையும் தெரிவிக்கவில்லை. பாடல்களைப் பகுத்துப் பதிப்பித்த தொழுவூராரே இப்பெயரினைத் தேர்வு செய்தார். இதனைத் ‘திருவருட்பா வரலாறு’ என்னும் தலைப்பில் அவர் பாடிய பாடல்களால் அறியலாம் (காண்க: பி.இ.1, பா.எண்.34–35).

திருவருட்பா என்பது திரு + அருள் + பா எனப் பிரிந்து திரு – தெய்வத்தன்மையுடையவை, அருள் – அருளால் பாடப்

* இந்நூலில் மேற்கோளாகக் காட்டப்பட்ட அடிகளின் கடிதப் பகுதியைக்கொண்டே இறுக்கம் இரத்தினம் அடிகளுக்கு எழுதியதை உய்த்துணர முடிகிறது. அவர் அடிகளுக்கு எழுதிய கடிதம் யாதொன்றும் கிடைக்கவில்லை.

பெற்ற, பா- பாக்கள் எனப் பொருள்படும் மூன்றாம் வேற்றுமை உருபும் பயனும் உடன் தொக்கத்தொகை. 'பா' என்பது பாக்களால் ஆன நூலுக்குப் பெயராயிற்று. 'திரு' என்பது அழகு, செல்வம், திருமகள், மேன்மை, சிறப்பு, நல்வினை, தெய்வத்தன்மை எனப் பொருள்படும். ஈண்டு தெய்வத்தன்மை என்பதே பொருந்தும். அருள் நூல்களைத் 'திரு' என்னும் அடைமொழி சார்த்தி வழங்குதல் தமிழ் மரபு. திருக்குறள், திருமந்திரம், திருவாசகம், திருக்கோவையார், திருவாய்மொழி போன்றவற்றை எடுத்துக்காட்டாகக் கூறலாம்.

'திருவென்பது பொருளுடைமையும் பொருள் கொணர்ந்து துய்த்தலுமின்றி எஞ்ஞான்றும் திருத்தகவிற்றாகியதோர் நிகழ்ச்சி' என்பார் பேராசிரியர்.* எனவே, இன்பம் வரினும் துன்பம் வரினும் இரண்டையும் ஒப்பக் கருதும் மனச்செம்மையே திரு என்னும் சொல்லுக்குரிய கருத்தாதல் பெறப்படும். செல்வக் களிப்பால் மையலுறாதும் துன்ப மிகுதியால் சோர்வுறாதும் இன்பம் துன்பம் இரண்டையும் ஒப்பக் கருதுவோரே திருத்தகவிற்றாகிய உள்ளமுடையவராவர். திருத்தகவிற்றாகிய உள்ளமே திருவுள்ளம். அத்தகைய திருவுள்ளமுடைய சான்றோர்களே 'கேடும் ஆக்கமும் கெட்ட திருவினர்'; 'திருநின்ற செம்மையே செம்மையாகக் கொண்டோர்'. திருத்தகவிற்றாகிய உள்ளத்தையும் திருநின்ற செம்மையையும் தந்து சென்றடையாத திருவுடையானாகிய இறைவனது திருவருளின்பத்தைக் கொடுக்கும் நூல்களே திருவுடைய நூல்கள். அத்தகு நூல்களில் திருவருட்பாவும் ஒன்று' (ஊரன் அடிகள், 1972:41).

'திரு என்பது தெய்வத்தன்மை பொருந்திய; அருள் என்பது எல்லையற்ற பரம்பொருளின் எல்லையற்ற பெருங்கருணை; பா என்பது பாடல்; எனப் பொருள் கொண்டு, திருவருட்பா என்பதற்கு எல்லையற்ற பரம்பொருளின் எல்லையற்ற பெருங்கருணையைப் பாடிய பா அல்லது எல்லையற்ற பரம் பொருளின் எல்லையற்ற பெருங்கருணையைப் பெறப் பாடிய பா அல்லது எல்லையற்ற பரம்பொருளின் எல்லையற்ற பெருங் கருணையைப் பெற்றுப் பாடிய பா' (இரா. மாணிக்கவாசகம், 1985:38) என்றும், திருவருட்பாவிற்குப் பொருள் கூறுவர்.

எல்லாவற்றிற்கும் மேலாக அடிகள் பாடிய பாடல்கள் எல்லாம் இறைவனது அருள் தன்மையைப் பெற்றுப் பாடிய அருட்பாக்களே என்பதை அவர் பாடிய முதல் பாடலான 'உலகெலாம் உதிக்கின்ற ஒளிநிலை மெய்யின்பம்' என்பதைக் கொண்டு அறியலாம். எவ்வாறெனில், தமிழ் இலக்கியங்களில் 'திரு' என்னும் அடைமொழியுடன் திகழும் நூல்கள்

---

* தொல்காப்பியம் – பொருளதிகாரம்; மெய்ப்பாட்டியல் 'பிறப்பே குடிமை' என்னும் சூத்திர உரை.

எல்லாம் 'உலகு' என்னும் சொல்லைக் (முதல்–இறுதிச் சீராக) கொண்டிருப்பதைக் காணலாம். திருக்குறள் 'உலகு' என்று முடிவதைக் காண்க. திருமுருகாற்றுப்படையும் 'உலகம் உவப்ப வலனேர்பு திரிதரு' என்று தொடங்குகிறது. திருத்தொண்டர் புராணம் 'உலகெலாம் உணர்ந்து ஓதற்கரியன்' என்று இறைவனே அடியெடுத்துக் கொடுத்துத் தொடங்கப்பட்டதாகக் கூறப்படுகிறது. அவ்வகையில் வள்ளலாரின் பாடல்களும் 'உலகெலாம்' என்று தொடங்கியிருப்பதால் அவரது அருட்பாக்களுக்குத் 'திரு' என்னும் அடைகொடுத்து, 'திரு அருட்பா' எனப் பெயரிட்டமை முற்றிலும் பொருத்தமே.

'உலகெலாம் உதிக்கின்ற ஒளிநிலை மெய்யின்பம்' என்று தொடங்கும் பாடல்தான் வள்ளலார் பாடிய முதல் பாடல் என்பதை எங்ஙனம் ஏற்பது என்ற கேள்வியும் நம் முன் எழுவது நியாயமே. 1867இல் வெளியான முதல் பதிப்பில் தொழுவூரார் 'பரசிவம் சின்மயம் பூரணம்' என்று தொடங்கும் திருவடிப் புகழ்ச்சியை முதலில் வைத்துத் திருமுறை வகுத்துள்ளார். அடுத்து 1896இல் பிருங்கிமாநகரம் இராமசாமி முதலியார் வெளியிட்டதில் 'ஆறுமுகப் பெருங்கருணைக் கடலே' என்னும் பாடல் முதலில் வைக்கப்பட்டுள்ளது. 1924இல் எஸ். கூடலிங்கம் பிள்ளை வெளியிட்டதிலும் இப்பாடலே முதலில் வைக்கப்பட்டது. 1942இல் சென்னை அருட்பெருஞ்சோதி அச்சகத்தாரின் சமரச சுத்த சன்மார்க்கப் பதிப்பில், 'ஈயென்று நானொருவரிடம் நின்று கேளாத' என்னும் பாடல் முதலில் வைத்து வெளியிடப்பட்டது. 1972இல் ஊரன் அடிகள் வெளியிட்டதில் திருமுறைகளின் வரிசையை முன்னுக்குப் பின் மாற்றி ஐந்தாம் திருமுறையை முதல் திருமுறையாகக் கொண்டு 'திரு ஓங்கு' என்னும் பாடலை முதல் பாடலாகக் கொண்டு பதிப்பித்துள்ளார். முதலில் வந்த சில பதிப்புகளில், 'ஆறுமுகப் பெருங்கருணைக் கடலே' எனத் தொடங்கும் பாடலே முதற் பாடலாகக் கொள்ளப்பட்டது. ஊரன் அடிகள் பதிப்பில் இது 'திருவருள் விலாசப் பத்து' என்னும் பதிகத்தின் முதற்பாடலாக உள்ளது. இப்பதிக எண் 42 என்று ஊரன் அடிகள் சுட்டியுள்ளார். அவர் தமது நூலில் குறிப்பிட்டுள்ள மூல ஏடுகளைப் பற்றிய குறிப்பில் 'திருத்தணிகைப் பதிகங்களில் முதலாவது பிரார்த்தனை மாலை முதல் 36 ஆவது தரிசன வேட்கை ஈறாக 36 பதிகங்களும் ஒரு சுவடியில் வேலாயுதனாரால் பதிப்பிக்கப்பட்ட வரிசையிலேயே எழுதப்பட்டுள்ளன. இச்சுவடியின் ஏடெண்கள் 232–298. ஏனைய பதிகங்கட்கு மூலம் சில சிறிய சுவடிகளும் தனி ஏடுகளுமாம்' (ஊரன் அடிகள், 1972:61) என்று எழுதியுள்ளார்.

'தணிகைப் பதிகத்தின் முதல் பதிகமே ஏடெண் 232இல் எழுதப்பட்டுள்ளதென்றால் ஏடெண் 1 முதல் 231 வரை உள்ள

பாடல்கள் மூன்றாம் திருமுறை—இரண்டாம் திருமுறைச் சிவபெருமான் பற்றிய பாடல்கள் என அறியப்படுகிறது. இதனால் வள்ளலார் முதலில் முருக உபாசனை செய்யவில்லை என்பதும் தெளிவாகிறது. எனவே 'ஆறுமுகப் பெருங்கருணைக் கடலே' என்ற பாடல் வள்ளலாரால் பாடப்பட்ட முதற்பாடலாகாது. 'ஈயென்று நானொருவரிடம்' எனத் தொடங்கும் பாடல் முதற்பாடல் என்ற செய்தியும் தவறானதே' (மு. பாலசுப்பிரமணியம், *1999:21–22*).

ஊரன் அடிகள் கூற்றுப்படி 'திருவோங்கு'எனத் தொடங்கும் தெய்வமணி மாலைப் பாடலும் முதல் பாடல் அன்று. எவ்வாறெனில், தெய்வமணி மாலையின் முதற் பதிப்பு முகப்பேட்டைக் காணும் போது, "இவை பாளையம் முத்துச் செட்டியாரவர்கள் கேட்டுக் கொண்டபடி சிதம்பரம் இராமலிங்கப் பிள்ளை அவர்களா லியற்றப்பட்டுக் காயாறு ஞானசுந்திர ஐயர் அவர்களால் சென்னை சாஸ்த்திர விளக்கச் சங்கத்தைச் சார்ந்த வித்தியானந்த அச்சுக்கூடத்தில் பதிப்பிக்கப்பட்டன" என்று அச்சிடப்பட்டுள்ளது.

இவ்வாசகத்தை நோக்கும் போது, முத்துச் செட்டியார் இதற்கு முன்பே அடிகளது பாடல்களைக் கேட்டு மகிழ்ந்ததாலேயே கந்தகோட்டத்தைப் பற்றியும் பாடித் தரும்படி கேட்டிருக்கக்கூடும் என்று அனுமானிக்கலாம். அன்பர் ஒருவருக்காகத் துலுக்காணத்து இரேணுகை மீது பதிகமும், கொந்தமூர் சீனிவாச வரதாச்சார்ய சுவாமிகள் கேட்டுக் கொண்டதன் பேரில் 'இராமநாமப் பதிகமும்' இன்னுமொருவருக்காகத் 'திருப்பள்ளித் தாமம் தாங்கலும்' தன் தமையனார் பரசுராமப் பிள்ளைக்காகச் 'சிங்கபுரி கந்தர் பதிகமும்' பாடிக் கொடுத்திருப்பதைப் போல முத்துச் செட்டியாரின் வேண்டுகோளுக்கிணங்கி அடிகள் பாடியுள்ளார் என்பதே நிதர்சனமான உண்மை. முத்துச் செட்டியார் கந்தகோட்டக் கோயிலைப் புதுப்பித்துக் கும்பாபிஷேகம் செய்யும்போது அடிகளை அணுகி பாப்புனைந்து தருமாறு கேட்டதாகவும் அதுவரை முத்துக்குமாரசாமி திருக்கோயில் என்று வழங்கப்பட்டு வந்ததை மாற்றி கந்தகோட்டம் எனப் புதுப்பெயரிட்டு அடிகள் பாடிக் கொடுத்ததாகவும் ஒரு செவிவழிச் செய்தியுண்டு. எனவே, 'பாளையம் முத்துச் செட்டியாரின் வேண்டுகோளுக்கிணங்கி' என்றதால் வள்ளலார் அத்தலத்தைத் தானாக வழிபடவில்லை என்பதும், 'திரு ஓங்கு புண்ணிய செயலோங்கி' என்னும் அடி அச்செட்டியாரை வாழ்த்திப் பாடல் தொடங்குவது என்பதும் வெளிப்படை.

'திருவருட்பா வரலாற்றிலும்' திருஞானசம்பந்தராக வந்த காலத்துத் 'தோடுடைய செவியன்' என்னும் தொடையால் நாடுடைய பொருளாகிய சிவனை விளக்கினீர்கள். இன்று

அருட்பிரகாச வள்ளலாய் வந்து 'உலகமெலாம் உதிக்கின்ற', என்னும் தொடையால் இறை உண்மையை விளக்கினீர்கள் என்று கூறப்பட்டுள்ளது (காண்க: பி.இ.1, பா.எண்.26).

மருட்பாக் குழுவினரும், 'திருஞானசம்பந்தப் பெருமான் தோடுடைய செவியன்' என்று முதலில் அருளியது போலப் பிள்ளையும், 'உலகெலாம் உதிக்கின்ற' என்ற செய்யுளைப் பாடினார் எனத் தொழுவூர் வேலாயுத முதலியார் தாம் பாடிய வரலாற்றில் 26ஆவது செய்யுளிற் கூறினார் ... ஆனால், 'பரசிவம் சின்மயம் என்ற வேறோர் பாடல் முதற்கண்ணும் வைக்கப்பட்டமையால் வழுவென்க' (பு. பாலசுந்தர நாயக்கர், 1904:118) என்று திருவருட்பா வைப்புமுறையில் குற்றம் கூறினர்.

திருஞானசம்பந்தர் முதலில் பாடிய 'தோடுடைய செவியன்' என்னும் பாடலைத் திருமுறையில் முதலில் வைத்துப் பதிப்பிக்காதது குற்றம் அன்று எனில் திருவருட்பாவில் 'உலகமெலாம் உதிக்கின்ற' என்னும் பாடலை முதலில் வைத்துப் பதிப்பிக்காததும் குற்றமன்று என்று அருட்பாக் குழுவினர் பதிலளித்தனர். எனவே, வள்ளலாரின் நேரடிப் பார்வையில் வெளியான திருஅருட்பா நூலில் காணப்படும் திருவருட்பா வரலாற்றிலும், மருட்பாக் குழுவினர் எழுப்பும் கேள்வியாலும் வள்ளலார் பாடிய முதல் பாடல் 'உலகமெலாம் உதிக்கின்ற ஒளிநிலை மெய்யின்பம்' என்பது புலனாகிறது.

திருஅருட்பா பகுப்பு முறை

இராமலிங்கர் பாடிய பாடல்களை எல்லாம் தொகுத்த பின்பு அவை தொழுவூர் வேலாயுத முதலியாரால் ஆறு திருமுறைகளாகப் பகுக்கப் பெற்றன. திருமுறை என்பதை திரு + முறை எனப் பிரிக்கும் போது (திரு என்பதன் பொருள் இந்நூலில் முன்பே விளக்கப்பட்டுள்ளது) 'முறை' என்பது நூல், பழமை, நீதி, கூட்டு, கட்டு, முறைமை எனப் பொருள்படும்.* இவையே அன்றி இடைச் சொல்லாகவும், உறவு, ஒழுக்கம், ஒழுங்கு, வரிசை, தரம் என்னும் பொருள்களிலும் வழங்கும். ஈண்டு முறை என்பது நூலின் பகுதிக்குப் பெயராயிற்று. மூவர் தேவாரத்திற்கு அடங்கன் முறை எனப் பெயர். சைவத் திருமுறைகள் பன்னிரண்டும் திருமுறைகள் எனப் பெயர் பெறும். திருவருட்பாவில் திருமுறை என்பது அதன் பகுதிக்குப் பெயராயிற்று (ஊரன் அடிகள், 1971:43).

அடிகளின் பாடல்களைப் பகுத்துத் திருமுறைகள் ஆறு எனக் கொண்டமைக்குத் தொழுவூர் வேலாயுத முதலியார் மூன்று காரணங்களைக் கூறுகிறார்.

---

* கோசமும் பழைமையும் ஊழும் கூட்டும்
ஆர்ப்பும் முறைமையும் முறையெனல் ஆகும். (பிங்கல நிகண்டு-3983)

- திருவைந்தெழுத்தோடு ஓங்காரத்தைச் சேர்க்க ஓம்சிவாயநம என ஓங்கார பஞ்சாக்கரத்தின் எழுத்து ஆறாகும். அவ்வோங்கார பஞ்சாக்கரத்தின் உண்மையை விளக்குவதாலும்,

- ஆறு சமயத்துள்ளாரும் பிறரும் அறியும் பொருளும் அவர் அறியாப் பொருளும் காட்டுவதாலும்,

- ஆறு அத்துவாக்களின் மேல் உறுபொருளைக் காட்டு வதாலும் ஆறு திருமுறைகள் ஆயின (காண்க: பி.இ.1, பா.எண். 37, 38, 39).

திருவெழுத்து ஆறு, சமயம் ஆறு, அத்துவா ஆறு என்பவற்றை உட்கொண்டு திருமுறைகள் ஆறு எனத் தொழுவூரார் வகுத்துள்ளார்.

திருமுறைகளும் அவற்றின் பதிகங்களும், அவை பாடப் பெற்ற கால வரிசையில் (வரலாற்று முறையில்) வகுக்கவும்-அடைவு செய்யப் பெறவும் இல்லை. பொருளமைதி கருதியும் வகுத்திருப்பதாகக் கூறுவதற்கில்லை. திருமுறைகளின் தொகை ஆறு என உள்ளத்தில் அமைத்துக் கொண்டு திருமுறைகளை வகுக்கத் தொடங்கினார், தொழுவூரார். தமது பாடல்களை வெளியிட முதலில் இசைவளிக்காது மறுத்து வந்த அடிகள் பின்பு ஒருவாறு இசைந்து ஒற்றியூர், சிதம்பரப் பாடல்களை வெளிப்படுத்த அனுமதி அளித்தார். அண்மையில் பாடியவற்றில் அதிதீவிரக் கருத்துக்கள் அடங்கியவைகளைப் பின்னொருசமயம் வெளிப்படுத்திக் கொள்ளலாம் எனவும், தற்போது வெளியிடாது நிறுத்தி வைக்குமாறும் கட்டளையிட்டதால் அதனை நிறுத்தி வைத்து அதனையும், இனி அடிகள் பாடக்கூடியவற்றையும் ஆறாம் திருமுறையாக வகுத்தார் (காண்க: பி.இ.1, பா.எண்.45). ஆறாம் திருமுறையாக நிறுத்திக் கொண்டவை தவிர எஞ்சியவற்றை ஐந்து திருமுறைகளாக வகுத்தார். இளமையில் சென்னையில் இருந்த காலத்தில் பாடப் பெற்ற திருத்தணிகைப் பதிகங்கள் கைக்குக் கிடைக்கப் பெறாது அச்சுக்குச் சித்தமாய் இன்மையின் அவற்றையும் பின்னர் வெளியிடக் கருதி ஐந்தாம் திருமுறையாகக் கொண்டார். இவ்வாறு நிறுத்திவைத்த ஆறாம் திருமுறையும்–சித்தமாகாத ஐந்தாம் திருமுறையும் நிற்க எஞ்சியவற்றை முதல் நான்கு திருமுறைகளாக வகுத்தார் (ஊரன் அடிகள், 1971:44).

திருவடிப் புகழ்ச்சி (128 அடி விருத்தப்பா), விண்ணப்பக் கலிவெண்பா (417 கண்ணிகள்), நெஞ்சறிவுறுத்தல் (703 கண்ணிகள்), சிவநேச வெண்பா (104 வெண்பாக்கள்), மகாதேவ மாலை (100 எண்சீர் விருத்தம்), திருவருள் முறையீடு (232 கட்டளைக்

கலித்துறை), வடிவுடை மாணிக்க மாலை (101 கட்டளைக் கலித்துறை), இங்கித மாலை (167 அறுசீர் கழிநெடிலடி ஆசிரிய விருத்தம்) ஆகிய எட்டும் முதல் திருமுறையாக வகுக்கப் பெற்றன.

சென்னையிலிருந்த போது திருவொற்றியூர் வழிபாட்டுக் காலத்தில் திருவொற்றியூரைக் குறித்தும் தில்லையைக் குறித்தும் பாடிய பதிகங்களும்; திருமுல்லைவாயில், திருவலிதாயம், புள்ளிருக்கு வேளூர், திருஆரூர், திருஅண்ணாமலைப் பதிகங்களும்; பொதுப் பதிகங்களும், கீர்த்தனைகளும்; ஆகியவை இரண்டாவது திருமுறையாக வகுக்கப் பெற்றன. இத்திருமுறையின் பெரும்பகுதி திருவொற்றியூர் பற்றிய பாடல்களைக் கொண்டதால் இப்பகுதிக்குத் 'திருவொற்றியூர் பகுதி' என்றே பெயரிடப்பட்டது. 14.12.1866இல் அடிகள், இறுக்கம் இரத்தினத்திற்கு எழுதிய கடிதம் ஒன்றில் 'திருவொற்றியூர் பாடல்கள்' என்று குறிப்பிட்டு எழுதியிருப்பதும் இங்கு நோக்குதற்குரியது.

திருவொற்றியூரைக் குறித்துப் பாடப்பெற்ற அறுசீர் கழிநெடிலடி ஆசிரிய விருத்தத்தாலான 'அகத்துறைப் பதிகங்கள்' பத்தொன்பதும் மூன்றாம் திருமுறையாக வகுக்கப்பட்டன.

கருங்குழிக்கு வந்தபின் சிதம்பர வழிபாட்டுக் காலத்தில் சிதம்பரத்தைக் குறித்துப் பாடப்பெற்ற எட்டு மாலைகள், ஆளுடைய நால்வர் அருள்மாலைகள் நான்கு, ஆகப் பன்னிரண்டு நூற்பகுதிகளைக் கொண்ட 238 பாடல்கள் அடங்கியன நான்காம் திருமுறையாக வகுக்கப்பெற்றன.

திருத்தணிகைப் பாடல்கள் ஐந்தாம் திருமுறையாக வைக்கப்பெற்றன. 'முருகன் பாசுரங்கள்' என்னும் வேறு பெயரும் இத்திருமுறைக்கு உண்டு. 604 பாடல்களைக் கொண்ட 56 பதிகங்கள் இத்திருமுறையில் உள்ளன.

அடிகளின் ஆணைப்படி தற்போது வெளியிட வேண்டா மென நிறுத்தி வைக்கப்பட்ட பாடல்கள் ஆறாம் திருமுறையின் பாற்பட்டன. இது 3 பகுதிகளை உடையது. முதல் பகுதி 'கருங்குழிப் பாசுரங்கள்' என்றும் 'பூர்வஞான சிதம்பரப் பகுதி' என்றும் அழைக்கப்படும். இது 476 பாடல்களைக் கொண்ட 24 நூற்பகுதிகளைக் கொண்டது. இரண்டாம் பகுதி 'வடலூர் பகுதி' என்றும் 'உத்திர ஞான சிதம்பரப் பகுதி' என்றும் வழங்கப் பெறும். இதில் 635 பாடல்களைக் கொண்ட 40 நூல்கள் உள்ளன. மூன்றாம் பகுதி 'சித்திவளாகப் பகுதி' என்று குறிக்கப்படும். இதில் 44 நூற்பகுதிகள் உள்ளன.

அடிகளது பாடல்களை எல்லாம் தொகுத்து வகைப்படுத்தி ஆறு திருமுறைகளாகத் தொகுக்கப்பட்டுள்ள விதம் ஏதோ ஒரு முறையின் அடிப்படையிலாகும் என்பது விளங்குகிறது.

திருவொற்றியூர் பற்றிய பாடல்கள் அனைத்தும் 1, 3 ஆகிய திருமுறையிலும்; தில்லை பற்றிய பாடல்கள் 4, 6 ஆகிய திருமுறையிலும்; தில்லை – திருவொற்றியூர் பற்றிக் கலந்து பாடிய பாடல்கள் 2ஆம் திருமுறையிலும்; முருகன் பற்றிய பாடல்கள் 5ஆம் திருமுறையிலும் அடங்குமாறு பகுத்துத் தொகுக்கப் பெற்றுள்ளன (இரா. மாணிக்கவாசகம், 1985:56).

திருஅருட்பா முதல் வெளியீடும் பதிப்பு விவரமும்

இராமலிங்க அடிகள் தமது பாடல்களைத் தாமே தம் கைப்பட எழுதி வைத்தாரே அன்றி, நூலாக வெளியிட விரும்பவில்லை. திருவருட்பாஅச்சிட்டு நூலாக வெளிவந்தவுடன் அதனைக் கண்ணுற்ற அடிகள், இறுக்கம் இரத்தின முதலியாருக்கு எழுதிய கடிதத்தில்,

> . . . தாங்கள் வரவிட்ட பங்கி தபாலிலடங்கிய புத்தகமும் கடிதமும் முன்னும் பின்னுமாக வரப்பெற்றேன். இவற்றுள் பங்கி தபாலிலடங்கிய புத்தகத்தைக் கண்டபோது பசியில்லாதவன் பழஞ்சோறு கண்டாற்போலும் குறிப்பில்லாதவனாக விருந்தேன். ஏனெனில் திருவருள் சாட்சியாகத் திருவடிக் கண்ணன்றி வேறொன்றையும் என் மனம் விரும்புகிறதாகத் தோன்றவில்லை என்றால், இந்தப் பனை ஏட்டையும் அதில் வரைந்த சிறுபிள்ளை விளையாட்டையுந் தானோ விரும்பும். விரும்பாது; விரும்பாது. யாரோ தங்களுக்கு வீணாக அலுப்புண்டு பண்ணினார்கள். அது குறித்து வியசன மடைந்தேன்
>
> (திருவருட்பா திருமுகப் பகுதி, 1959:58)

என்று எழுதியிருப்பதைப் பார்க்கும்போது இது உறுதியாகிறது.

திருவருட்பா வெளியீட்டுப் பணி 1860இல் தொடங்கி 1867இல் முடிவடைந்தது. இக்காலகட்டத்தில்தான் திருவருட்பா முதல் நான்கு திருமுறைகள் வெளியாயின. திருவருட்பாவின் முதல் நான்கு திருமுறைகள் அடிகளின் ஒத்துழைப்போடு அவரது மேற்பார்வையில் வெளியானதை அவரது கடிதப் பகுதி சுட்டுகிறது.

> . . . ஒற்றியூர் பாடல்களையும் மற்றவைகளையும் அச்சிடத் தொடங்குகிறதாய்க் கேள்விப் படுகிறேன். அவைகளைத் தற்காலம் நிறுத்தி வைத்தால் நான் அவ்விடம் வந்தவுடன் இவ்விடத்தி லிருக்கின்ற இன்னுஞ் சில பாடல்களையுஞ் சேர்த்து அச்சிட்டுக் கொள்ளலாம். பின்பு தங்களிஷ்டம்
>
> (திருவருட்பா திருமுகப் பகுதி, 1959:60)

என்று இரத்தின முதலியாருக்கும்,

> ... செட்டியா ரவர்கட்குத் தாங்கள் வரைந்த கடிதத்திற் குறித்த வண்ணம் சிதம்பர விஷயமான பாடல்களைத் தங்கள் கருத்தின்படி அச்சிட்டுக் கொள்ளுங்கள்

(திருவருட்பா திருமுகப் பகுதி, 1959:68)

என்று அப்பாசாமி செட்டியாருக்கும் அடிகள் கடிதம் எழுதி யுள்ளார். அத்துடன் "விண்ணப்பக் கலி வெண்பா, நெஞ்சறிவுறுத்தல் இவைகளை அங்கிருந்து இங்கு வந்திருந்து பிரயாணப் பட்டங்கு வருகின்ற பெரிய தமக்கையார் வசத்தில் கொடுத்தனுப்பினேன்" (திருவருட்பா திருமுகப் பகுதி, 1959:40) என்னும் இவரது கடிதப் பகுதி தம்மிடமிருந்த பாடல்களைக் கொடுத்தனுப்பியதை நிரூபிக்கிறது. மேலும் நூலுக்குச் சிறப்புப் பாயிரம் எழுதிய 'பொன்னேரி சுந்தரப் பிள்ளை', 'சிதம்பர சுவாமிகள்' ஆகியோரது பாயிரங்களையும் நூலில் சேர்க்கும்படி அடிகள் தெரிவித்திருப்பது இவர் திருவருட்பா வெளியீட்டில் ஒத்துழைப்பு நல்கியதை அறிய முடிகிறது.

ஓரிடத்தில், "... தங்கள் கருத்தின்படி இறைவ னென்னுள் ளிருந்து பாடுவித்தவைகளை மாத்திரம் தாங்களாயினும் அல்லது மகா ராஜ ராஜ செல்வராய முதலியா ரவர்களாயினும் தாங்கள் வரைந்தபடி செய்து கொள்ளலாம்" (திருவருட்பா திருமுகப் பகுதி, 1959:59) எனக் குறிப்பிடுகிறார். இங்கே இவர் சுட்டும் பாடல் களில் 'இறைவன் உள்ளிருந்து பாடுவித்தவை'யென எவற்றைச் சுட்டுகிறார் என்பது ஆய்வுக்குரிய ஒன்றாக உள்ளது என்று கூறுவர்.

தொடக்கத்தில் இராமலிங்கர் நூல் வெளியீட்டில் ஆர்வம் காட்டவில்லை யெனினும் காலப்போக்கில் முழுவதையும் புறக்கணிக்காமல் தம்மாலியன்ற உதவிகளைச் செய்து நூல் வெளிவருவதற்கு உறுதுணையாய் இருந்துள்ளார். அத்துடன் தாம் இன்னும் சில நூல்களை வெளியிடப் போவதாக அறிவித்து அப்புத்தகத்தின் இறுதியில் நாற்பத்து மூன்று நூல்களின் பெயர்களைக் கொண்ட நூற்பட்டியல் ஒன்றையும் இணைத்துள்ளார். பட்டியலில் குறிப்பிட்டவற்றில் 'உலகெலாம் என்னும் மெய் மொழிப் பொருள் விளக்கம்', 'குடும்பகோரம்' என்னும் இரண்டு நூல்கள் மட்டுமே வெளிவந்தன.

அடிகளின் அனுமதியும் ஒத்துழைப்பும் சரிவர கிடைத்த பின்பு முதன்முதலில் திருவருட்பாவின் முதல் நான்கு திருமுறைகள் அடங்கிய ஒரே நூல் 1867இல் தொழுவூர் வேலாயுத முதலியா ரால் பதிப்பிக்கப்பட்டது. வெளியீட்டிற்குப் பொருளுதவி அளித்தவர் மயிலை சிக்கிட்டி சோமசுந்தரம் செட்டியார். இதன் இரண்டாவது பதிப்பு 1887இல் மீண்டும் அவராலேயே பதிப்பிக்கப் பெற்றது. நூலின் முகப்பேட்டில், "திருச்சிற்றம்பலம்.

திருவருட்பிரகாச வள்ளலாரென்னும் சிதம்பரம் இராமலிங்க பிள்ளையவர்கள் திருவாய் மலர்ந்தருளிய திருவருட்பா. முதற் புத்தகம். இஃது சமரச வேத சன்மார்க்க சங்கத்தை யபிமானித்த புதுவை—வேலு முதலியார் சிவாநந்தபுரம்—செல்வராய முதலியார் இறுக்கம்—இரத்தின முதலியார் வேண்டுகோளின்படி இவ்வாசிரியர் மாணாக்கரும் மேற்படி சமரச வேத சன்மார்க்க சங்க வித்துவான்களி லொருவருமாகிய தொழூவூர் வேலாயுத முதலியாரால் அச்சிற் பதிப்பிக்கப்பட்டது. கலியுகாதி வருடம் *1867*இல் நிகழும் அக்ஷய வருடம், மகரரவி. *Asiatic Press, 292 Lingee Chetty Street, Madras, February 1867, Registered Copy-right* என்று பொறிக்கப்பட்டு *(காண்க: பி.இ.2)* நூலின் இறுதியில் 'திருவருட்பா வரலாறு' என்பதைத் தொழூவூராரே இயற்றி இணைத்து நூலினை அடிகளிடம் சமர்ப்பித்தனர். (இப்புத்தகம் வேண்டுவோர்க்கான விளம்பரமும் நூலினுள் உண்டு.)

இராமலிங்க சுவாமிகள் என்று வழங்கப்படாமை வேண்டும் என்று அடிகள் தடுத்து விட்டபடியால் முகப்பேட்டில் 'அருட்பிரகாச வள்ளலார்' என்று அடிகள் சிறப்பிக்கப் பெற்றார். அடிகளுக்கு இப்பெயரைச் சூட்டியவர் தொழூவூர் வேலாயுதனாரே யாவார். நூல் முகப்பேட்டில் மட்டுமன்றித் தாம் பாடிய திருவருட்பா வரலாற்றின் சில பாடல்களிலும் இப்பெயரைச் சூட்டியுள்ளார் *(காண்க: பி.இ.1, பா.எண்.28, 33, 34, 42, 56, 60, 61).*

நூலைக் கண்ட அடிகள் அதில் தமது பெயருக்குமுன் **திருவருட்பிரகாச வள்ளலார் என்று பொறிக்கப்பட்டிருப்பதைக் கண்டு அதிர்ச்சியடைந்து**, 'அந்த உபயகலாநிதிப் பெரும்புலவரை நோக்கி, 'பிச்' ஏங்காணும்! திருவருட்பிரகாச வள்ளலார் என்று உம்மை யார் போடச் சொன்னது' என்று அதட்டிக் கேட்க, முதலியார் நடுநடுங்கியவராய் வாய்புதைத்து, வள்ளலாரது திருவடிகளைச் சிந்தித்த வண்ணமாய் நின்றிருந்தார். சிறிது நேர மௌனத்திற்குப் பின்னர் நமது அடிகளாரே உண்மை விளக்கம் தந்து அமைதி பெறச் செய்தருளினார்கள். அதாவது திருவருட்பிரகாச வள்ளலார் என்ற பெயரைத் 'திருவருட் பிரகாச வள்ளல் + ஆர்' எனப் பிரித்து வினாவாகக் கொண்டு, அதற்கு விடையாகக் 'கடவுள் அல்லது பதியேதான் திருவருட் பிரகாச வள்ளல்' என்று உண்மையைச் சுட்டுவதாகக் கூறிவிட்டுத் தன்னை அப் பதியின் திருவடியிற் கிடக்கும் சிற்றணுவாகக் குறித்திட்டார். யாதெனில், 'திருவருட்பிரகாச வள்ளல் ஆர் என்ற சிதம்பரம் இராமலிங்கம் பிள்ளை' எனக் குறித்திட்டார் (சரவணானந்தா, *1974:38*). தமது மாணவர் தமக்குச் சூட்டிய பட்டப் பெயரைத் தம் புலமைத் திறம் கொண்டு தெய்வத்துக்குச் சூட்டினார் அடிகள்.

அத்துடன் தமது பாடல்களில் பலவிடங்களில் இறைவனை 'வள்ளல்' என்று குறித்திருப்பதும் இங்கு அவதானிக்கத்தக்கது.

திருவருட்பா முதல் நான்கு திருமுறைகள் வெளியான 13 ஆண்டுகள் கழித்து 1880இல் (வள்ளலாரின் மறைவுக்குப் பின்) ஐந்தாம் திருமுறை வெளிவந்தது. அடிகள் 'கருங்குழியிலிருந்த காலத்தில் பாடிய மூத்த பிள்ளையார் திருப்பதிகங்கள்-4, சென்னையிலிருந்த போது ஒற்றியூர்வழிபாட்டுக் காலத்தில் பாடிய திருத்தணிகைப் பதிகங்கள்-47, இளம்போதில்-7, எட்டாண்டுப் பருவத்தில் பாடிய கந்தகோட்டப் பதிகங்கள்-2 ஆகியவற்றையும் ஐந்தாம் திருமுறையாகத் தொகுத்துத் தொழுவூர் வேலாயுத முதலியார் வெளியிட்டார்.இவ்வைந்தாம் திருமுறை திருவருட்பா – திருத்தணிகைப் பதிகம் – இரண்டாம் புத்தகம் எனப் பெயரிடப் பெற்றது' (ஊரன் அடிகள், 1972:52). இந்நூலும் சோமசுந்தரச் செட்டியாரின் பொருளுதவியால், தொழுவூராரின் வாயுறை வாழ்த்தோடு அவராலேயே பதிப்பிக்கப் பட்டது (இதன் இராண்டாம் பதிப்பை 1882இல் வெளியிட்ட வரும் அவரே). இது சென்னை தம்புச் செட்டித் தெருவிலிருந்த மெமோரியல் அச்சகத்தில் அச்சிடப்பெற்றது.

முதல் நான்கு திருமுறைகளையும் – அடுத்து ஐந்தாம் திருமுறையையும் பதிப்பித்த தொழுவூர் வேலாயுத முதலியார் ஆறாம் திருமுறையை வெளியிடுவதில் அக்கறை காட்டவில்லை. ஏனெனில், வள்ளலாரின் ஆறாம் திருமுறைப் பாடல்கள் சமயம் கடந்த புரட்சிகரமான சமூக சீர்திருத்தப் பாடல்கள். இவரோ சைவத்தில் ஆழ்ந்த புலமையும் பற்றும் உடையவர். இவரது தோற்றமே இதற்குப் போதுமான சான்று. எனவே ஆறாம் திருமுறையை வெளியிட அவர் முன்வராததில் வியப்பொன்றும் இல்லை. இவரேயன்றி இறுக்கம் இரத்தின முதலியார், புதுவை வேலு முதலியார், சிவாநந்தபுரம் செல்வராய முதலியார், பொருளுதவி செய்த சோமசுந்தரம் செட்டியார் ஆகியோரும் அமைதியாகவே இருந்தனர். இவர்கள் அனைவரும் சைவத்தில் மிக்க ஈடுபாடுடையவர்கள் என்பது குறிப்பிடத்தக்கது. ஆனால் 'அடிகளாரின் ஆணைக்கு அஞ்சித் தம் வாழ்நாளில் ஆறாம் திருமுறையை தொழுவூர் வேலாயுத முதலியார் அச்சிடவில்லை. அவரது காலத்திற்குப் பிறகே அச்சிடப் பட்டது' என்று கூறுவார் ம.பொ.சி. (ம.பொ. சிவஞானம், 1963:234). இக்கருத்து உண்மையன்று. தொழுவூராரின் காலகட்டம் 1832-1889. திருவருட்பா ஆறாம் திருமுறை வெளியானதோ 1885. எனவே, தொழுவூராரின் காலத்திலேயே ஆறாம் திருமுறை வெளியானது என்பதும், சைவப்பற்றே அவரை ஆறாம் திருமுறையை வெளியிடாது தடுத்தது என்பதும் நிரூபணமாகிறது.

திருவருட்பாவின் தொடக்க காலப் பதிப்பாளர்கள் அமைதியாக இருந்ததினால், இனியும் காலம் தாழ்த்தாது ஆறாம் திமுருமுறையை அச்சிட வேண்டும் என்ற எண்ணம் உடையவராய் வேலூர் பத்மநாப முதலியார் அதனை அச்சிட முன்வந்தார். பெங்களூர் இராகவலு நாயகர் அவருக்குத் துணை நின்றார். இவ்விருவரின் வேண்டுகோளுக்கு இணங்கி சென்னை மாநகர் அரசாங்க நார்மல் பாடசாலைத் தமிழ்ப்புலவரும் மகாவித்துவான் மீனாட்சிசுந்தரம் பிள்ளை யவர்களின் மாணாக்கருமான சோடசாவதானம் தி.க. சுப்பராய செட்டியாரால் பார்வையிடப் பெற்றுத் திரிசிபுரம் ம. லோகநாத செட்டியாரின் பொருளுதவியால் 1885ஆம் ஆண்டு ஆறாம் திருமுறை ஆதிகலாநிதி அச்சகத்தில் அச்சிடப்பட்டு வெளியிடப் பெற்றது.

இதுவரை விவாதித்த தகவல்களின் அடிப்படையிலிருந்து திருவருட்பாத் திருமுறைகள் ஆறும் ஒன்றாகச் சேர்த்துப் பதிப்பிக்கப்பெறவில்லை என்பது தெளிவு. எனவே ஆறு திருமுறைகளையும் ஒருங்கே சேர்த்து ஒரே நூலாக வெளியிட ஒரு குழு முடிவுசெய்தது. முன் பதிப்புகளில் சேராத சில பாடல்களெல்லாம் பொன்னேரி சுந்தரம் பிள்ளையால் திரட்டப்பெற்றுப் பூவை. கலியாணசுந்தர முதலியாரால் பார்வையிடப்பெற்றுப் பிருங்கி மாநகரம் இராமசாமி முதலியாரால் 1892இல் ஆறு திருமுறைகளும் சேர்ந்த முதல் பதிப்பை அக்குழு வெளியிட்டது.

இப்பதிப்பில்தான் அடிகளின் திருவுருவப் படமும் பிருங்கியார் 26 பக்கங்களில் எழுதிய வள்ளலாரின் வரலாறும் முதன்முதலில் அச்சிடப்பெற்றன (இவ்வரலாறு பின்னர் வெளிவந்த பி.வே. நமசிவாய முதலியார், ஓ. ஆதிமூல முதலியார் ஆகியோர் பதிப்பித்த பதிப்புகளில் தொடர்ந்து இடம்பெற்றது). இவற்றுடன் தொழூவூரார் பாடிய திருவருட்பா வரலாறு, பொன்னேரியார் பாடிய திருவருட்பிரகாச வள்ளல் ஞான சிங்காதன பீடத் திருவருட் செங்கோலாட்சி, தண்டபாணி சுவாமிகள் பாடிய அனுபவப் பதிகம் மற்றும் வினாப் பதிகம், பிருங்கியார் எழுதிய திருவருட் பிரகாச வள்ளல் திருவுருத் தன்மை விண்ணப்பம் ஆகியவை நூலிறுதியில் சேர்க்கப் பட்டன (ஊரன் அடிகள் (ப.ஆ), திருஅருட்பா, 1972, ப. 56). 1891இல் ஆடூர் சபாபதி சிவாசாரியாரால் பதிப்பிக்கப்பட்ட வள்ளலாரின் குடும்பகோரம் என்னும் சிறு பிரசுரமும் இப்பதிப்பில் சேர்க்கப்பட்டது குறிப்பிடத்தக்கது.

பொன்னேரி சுந்தரம் பிள்ளையின் பதிப்பைத் தொடர்ந்து பிருங்கியார், முன்பதிப்புகளில் விடுபட்ட சில பாடல்களைச் சேர்த்துத் தமது சொந்த அச்சகமான இந்து யூனியன் அச்சியந்திர

சாலையில் 1896இல் ஒரு பதிப்பை வெளியிட்டார். இதே ஆண்டில் ஆறு திருமுறைகளும் சேர்ந்த ஒரு பதிப்பை வே. நமசிவாய முதலியார் தமது சொந்த அச்சகமான நிரஞ்சனி விலாச அச்சியந்திர சாலையிலிருந்து வெளியிட்டார். இது பொன்னேரியாரின் பதிப்பை அப்படியே வழிமொழிதலாக உள்ளது.

இதனைத் தொடர்ந்து ஆநூர் எதிராஜ முதலியார் 1903இல் தனது பிரின்ஸ் ஆப் வேல்ஸ் அச்சியந்திர சாலையில் திருவருட்பா ஆறு திருமுறைகளையும் (998 பக்கங்களில்) பதிப்பித்தார்.

1906இல் திருப்போரூர் துளசிங்க நாயகர் குமாரர் கோபால் நாயகர் தமது சூளை கோல்டன் அச்சியந்திர சாலையில் திருஅருட்பாத் திருமுறை மூலப்பதிப்பு என்னும் பெயரில் ஆறு திருமுறைகளையும் பதிப்பித்தார். இதே ஆண்டில் வாணியம்பாடி கோவிந்தபுரம் கு. அக்கீம் அப்துல் வக்காப் சாயபு என்பவர் ஆறாவது திருமுறையை மட்டும் உரையுடன் வெளியிட்டிருப்பது குறிப்பிடத்தக்கது. திருவருட்பா சமயம் கடந்து திகழ்வதற்கு இது நல்ல உதாரணம்.

அடுத்து 1908இல் திருவேங்கட முதலியார் திருவருட்பா திருமுறை என்னும் பெயரில் ஒரு பதிப்பை வெளியிட்டார். இது வே. நமசிவாய முதலியாரின் அச்சகத்திலிருந்து வெளி வந்தது. பிருங்கியாரின் திருவருட்பா திருமுறையும் இதே ஆண்டில் மறுபதிப்பைக் கண்டது.

அதன் பின்பு, 1929இல் ஓ. ஆதிமூலம் என்பவர் ஆறு திருமுறைகளும் சேர்ந்த ஒரு பதிப்பைக் கொண்டு வந்தார். இதனுள் பற்பல பதிகங்களும், நித்தியவிதி என்னும் உலகியல் நாமாவளிகளும், அடிகளின் சரித்திரச் சுருக்கமும் சேர்க்கப் பட்டுள்ளன. இதில் பிருங்கியார் பதிப்பில் உள்ள பதிகங்கள், உரைநடைகள், விண்ணப்பங்கள், நாமாவளிகள் போன்றவை அப்படியே அமைக்கப்பட்டுள்ளன.

இவர்களைத் தொடர்ந்து 1924இல் புதுக்கோட்டை தி.நா. முத்தையா செட்டியார் என்பவர் வள்ளலாரின் மாணவர்களில் ஒருவரான ச.மு. கந்தசாமிப் பிள்ளையைக் கொண்டு ஆறு திருமுறைகளும் அடங்கிய ஓர் இலவசப் பதிப்பை வெளியிட்டார். வள்ளலாரோடு பழகிய அன்பர்கள் பலரை நேரில் சந்தித்து வள்ளலாரின் வாழ்க்கை வரலாற்றை எழுதி இப்பதிப்பில் சேர்த்தார் ச.மு.க. (இதுவே இன்றளவும் உண்மையான வரலாறாக எல்லோராலும் ஏற்றுக் கொள்ளப் பட்டுள்ளது). சென்னை பச்சையப்பன் கல்லூரிப் பேராசிரியர்

மோசூர் கந்தசாமி முதலியார் இப்பதிப்புக்கு ஒரு முன்னுரை வரைந்துள்ளார். ஆறாம் திருமுறை முதல் பதிப்பில் (1885) நூலின் முன்பகுதியில் 'சீவகாருணிய ஒழுக்கம்' சேர்க்கப்பட்டு, பின்வந்த எல்லாப் பதிப்புகளிலும் இம்முறையே பின்பற்றப் பட்டது. ஆனால், இந்த இலவசப் பதிப்பில் சீவகாருணிய ஒழுக்கத்துடன் மநு முறைக்கண்ட வாசகம், ஒழிவிலொடுக்கப் பாயிர விருத்தி, தொண்டமண்டல சதகத்தின் நூற்பெயர் இலக்கணம், வழிபடு கடவுள் வணக்கப் பாட்டுரை, தமிழ் என்பதன் உரை, அடிகள் உபதேசித்தருளிய உண்மை நெறி ஆகியனவும் நூலின் முன்பகுதியில் சேர்க்கப்பட்டுள்ளன. இத்துடன் முன்பதிப்புகளில் சேராது விடுபட்ட பாடல்கள் சிலவும் குடும்பகோரம், ஓஷதியின் குணாநுபவம், சில கடிதங்கள் முதலியனவும் இப்பதிப்பில் புதியனவாகச் சேர்க்கப்பெற்றன.

எல்லாவற்றிற்கும் மேலாகச் 'சிதம்பரம் இராமலிங்கம் பிள்ளை' என்பதை நீக்கி 'சிதம்பரம் இராமலிங்க சுவாமி' என்று முதன்முதலில் இப்பதிப்பில்தான் காணப்படுகிறது. வடலூர் சத்தியஞான சபையின் படமும் முதன்முதலாக இதில் அச்சிடப்பெற்றது.

இவற்றைத் தொடர்ந்து, 1925இல் எஸ். கூடலிங்கம் பிள்ளை பதிப்பித்த திருவருட்பா ஆறு திருமுறைகளும், 1928இல் முறையே மணி. திருநாவுக்கரசு முதலியார் (1212 பக்கங்களில்) பதிப்பித்த 'திருவருட்பா மூலம் – ஆறு திருமுறைகள்' என்னும் நூலும், இராகவலு நாயுடு (1167 பக்கங்களில்) பதிப்பித்த 'ஆறு திருமுறைகளுடன் கூடிய திருவருட்பா திருமுறை' என்னும் நூலும் முக்கியமானவை.

~~

இதுவரை வெளிவந்த பதிப்புகளில் பொருள் குறித்தோ வைப்புமுறை குறித்தோ எந்த மாற்றத்தையும் காண முடிய வில்லை. ஆனால் திருவருட்பா பதிப்பு வரலாற்றில் இவற்றை யெல்லாம் அமைத்து விரிவான ஆய்வுக் கூறுகளுடன் ஒரு செம்பதிப்பைக் கொண்டுவந்த பெருமை ஆ. பாலகிருஷ்ண பிள்ளையைச் (1890–1960) சாரும். திருவருட்பா கொடுமுடிப் பதிப்பு என்று ஆ.பா.வின் பதிப்பைச் சுட்டலாம். எனவேதான், "அருட்பாவின் பிழையற்ற வெளியீட்டுக்கென்றே கடவுள் உங்களை இவ்வுலகிற்கு அனுப்பியுள்ளார்" எனத் தணிகைமணி வ.சு. செங்கல்வராயப் பிள்ளை இவரைப் பாராட்டுகிறார். (ஆ. பாலகிருஷ்ணப் பிள்ளை பதிப்பித்த ஐந்தாம் திருமுறை அல்லது திருத்தணிகைப் பகுதிக்கு வ.சு.செ. எழுதிய முன்னுரை.)

பல்வேறு பதவிகளோடு இந்து அறநிலையத் துறை ஆணையராகவும் பதவி வகித்த ஆ.பா. தனது உத்தியோகச் செல்வாக்கைப் பயன்படுத்தியும் நட்பு பூண்டும் வடலூர் சத்தியஞான சபையின் பூசகராயிருந்த உ.ப. பாலசுப்பிரமணிய சிவாசாரியாரிடமிருந்து திருவருட்பா மூல ஏடுகள், வள்ளலாரின் அன்பர்கள் நேரிடையாக எழுதிவைத்த நோட்டுப் புத்தகங்கள் ஆகியவற்றைக் கைப்பற்றி எழுத்தெண்ணிப் பதிப்பித்தார் (இப்பதிப்பிற்காக ஆ.பா.வும் சிவாசாரியாரும் செய்து கொண்ட ஒப்பந்தம் ஒன்று உண்டு. எனினும் சிவாசாரியாரின் பெயரைத் தமது பதிப்பின் ஓரிடத்திலும் ஆ.பா. குறிக்காமல் இருட்டடிப்பு செய்தது தனிக்கதை).

1931இல் தொடங்கி 1958 வரை திருவருட்பா பதிப்பிற்காகவே தன்னை அர்ப்பணித்துக்கொண்டு மொத்தம் பன்னிரண்டு நூல்களைப் பகுதி பகுதியாக, அதேசமயத்தில் முழுமையாக வெளியிட்டவர் ஆ.பா. திருமுறைகள் பன்னிரண்டு என்பதை மனத்தில் கொண்டே அவர் இவ்வாறு வெளியிட்டார்போலும். அவை:

கீர்த்தனைப் பகுதி (1.2.1931), வசனப் பகுதி (23.5.1931), வியாக்கியானப் பகுதி (9.10.1931), உபதேசப் பகுதி (23.1.1932), திருமுகப் பகுதி (12.5.1932), தனிப்பாசுரப் பகுதி (2.2.1933), முதல் திருமுறை அல்லது பெருநூல் பகுதி (13.1.1956), இரண்டாம் திருமுறையும் மூன்றாம் திருமுறையும் அல்லது திருஒற்றியூர்ப் பகுதி (28.12.1956), ஐந்தாம் திருமுறை அல்லது திருத்தணிகைப் பகுதி (25.9.1957), நான்காம் திருமுறையும் ஆறாம் திருமுறை முன்பகுதியும் அல்லது பூர்வஞான சிதம்பரப் பகுதி (5.1.1958), ஆறாம் திருமுறை இடைப்பகுதி அல்லது உத்தரஞான சிதம்பரப் பகுதி (14.7.1958), ஆறாம் திருமுறை முடிந்த பகுதி அல்லது சித்திவளாகப் பகுதி (20.10.1958).

ஆ.பா.வின் பன்னிரண்டு புத்தகங்களில் முதல் ஆறு புத்தகங்கள் மட்டுமே அடுத்தடுத்து ஓரிரு பதிப்புகளைக் கண்டன. அதிலும் அதிகப் பதிப்புகளைக் கண்டது வசனப் பகுதி மட்டுமே (ஐந்து பதிப்புகள்). அடுத்த ஆறு புத்தகங்கள் முதல் பதிப்போடு நின்றுவிட்டன. இவை மறுபதிப்பு காணாதது தமிழர்களுக்குப் பெருத்த இழப்பே. (தற்போது இரு பதிப்பகங்கள் இவற்றை முழுமையாக வெளியிட்டுள்ளன. இது ஆ.பா.வின் வாரிசுதாரர்களுக்குத் தெரியுமோ என்னவோ!)

தொழுவூராரின் பதிப்பை அடுத்துச் சில புதிய செய்திகளைச் சேர்த்துப் பதிப்பித்தவர் ச.மு. கந்தசாமி பிள்ளை. ஆனால் அதையும் தாண்டி வள்ளலாரின் கடிதங்கள், வள்ளலார்

தமது அன்பர்கட்கு இட்ட கட்டளைகள், அழைப்பிதழ்கள், உபதேசங்கள், உரைகள் மற்றும் சிறுகுறிப்புகள் என்று அரிய பல செய்திகளை வெளிக்கொணர்ந்தவர் ஆ.பா. அத்துடன் பதிப்பு விடயங்களிலும் பல நுணுக்கங்களைக் கையாண்டவர் அவர். 1867–1824 வரை வெளிவந்த திருவருட்பா பதிப்பு களிலிருந்து முற்றிலும் மாறுபட்டது இப்பதிப்பு. அதனைப் பின்வருமாறு மதிப்பிடலாம்.

- தலைப்பின்றி இருந்த திருமுறைகளுக்குத் தலைப்புகள் இட்டமை.

- தலைப்புகள் இல்லாத பதிகங்கள் சிலவற்றிற்குத் தலைப்புகள் கொடுத்தும் சில தலைப்புகளை மாற்றியும் பதிப்பித்தமை.

- நான்காம் திருமுறையை ஆறாம் திருமுறையுடன் சேர்த்துப் பதிப்பித்தமை.

- ஆறாம் திருமுறையை மூன்று நூல்களாகப் பகுத்துப் பதிப்பித்தமை. பொருளடிப்படையிலும் கால அடிப் படையிலும் நுணுகி ஆய்ந்து பதிப்பித்தமை.

- ஏறக்குறைய 3443க்கும் மேற்பட்ட அடிக்குறிப்புகளைத் தந்துள்ளமை.

ஆ. பாலகிருஷ்ணப் பிள்ளையின் பதிப்புப் பணி நடைபெற்று வந்த அதே நேரத்தில் இராசமாணிக்கம் பிள்ளை என்பவர் சென்னை *சமசர சுத்த சன்மார்க்கத்தின்* வாயிலாக 1932இல் திருவருட்பா முதல் ஐந்து திருமுறைகளை ஒரு நூலாகவும் ஆறாம் திருமுறையை ஒரு நூலாகவும் தனித் தனியே வெளி யிட்டார் (இதன் அடுத்த பதிப்பு 1942இல் வெளி வந்தது). இதே காலகட்டத்தில் 'திருவருட்பா திரு ஆயிரம்' என்னும் நூலையும் (24.1.1932) இச்சங்கம் வெளியிட்டது. இதன் மறுபதிப்பு 1969இல் வெளிவந்தது. இந்த வரிசையில் திருவொற்றியூர் இராமலிங்கசாமி மடாலயம் 1964இல் வேப்பேரி அச்சகத்திலிருந்து வெளியிட்ட திருவருட்பா நூலும் குறிப்பிடத்தக்கது. இது முதல் ஐந்து திருமுறைகள் ஒரு நூலாகவும் ஆறாம் திருமுறை ஒரு நூலாகவும் தனித்தனியே வெளியானது.

ஆ. பாலகிருஷ்ணப் பிள்ளையின் பதிப்பை அடியொற்றி 1972இல் வரலாற்று முறைப் பதிப்பாகத் திருவருட்பா ஆறு திருமுறைகளையும் ஒரே நூலாகப் பதிப்பித்தவர் ஊரன் அடிகளார். ஆ.பா.விற்குக் கிடைக்காத மூல ஏடுகள் சில இவருக்குக் கிடைத்ததால் மேலும் 29 பாடல்களைச் சேர்த்து

5818 பாடல்களை அவர் வெளியிட்டார். சன்மார்க்க உலகிலும் ஆய்வுலகிலும் பரவலாகப் பயன்படுத்தப்படுவது இவரது பதிப்பே. இப்பதிப்பில் நான்கு உரைநடை விண்ணப்பங்கள் மட்டுமே இடம்பெற்றுள்ளன. மற்றவை இடம்பெறாமைக்குக் காரணம், திருவருட்பா – உரைநடைப்பகுதி (1978) என்னும் நூலைத் தனியே வெளியிட்டதே (ஆ. பாலகிருஷ்ணப் பிள்ளை வெளியிட்ட வசனபாகம், வியாக்கியானப் பகுதி, உபதேசப் பகுதி, திருமுகப் பகுதி ஆகிய நான்கு நூல்களையும் ஒன்று சேர்த்து இவ்வுரைநடைப் பகுதி வெளியிடப்பட்டுள்ளது. இதன் மறுபதிப்புகள் 1981இல் பொள்ளாச்சி நா. மகாலிங்கம் அவர்களாலும் 1997இல் சென்னை வர்த்தமானன் பதிப்பகத் தாலும் 2001இல் வடலூர் தெய்வநிலையத்தாலும் வெளியிடப் பட்டுள்ளன).

பதிப்பில் ஊரன் அடிகள் செய்துள்ள மாற்றங்களாகப் பின்வருவனவற்றைச் சுட்டலாம்.

- திருவருட்பாவின் பாடல்தொகை இதுவரை சரியாகக் கணிக்கப்படாதபோதும் அதனை 5818 எனக் காரணத்தோடு நிறுவியமை.
- பாடல்களுக்குத் தொடர் எண்கள் கொடுக்கப் பட்டுள்ளமை.
- திருமுறைகளும் பதிகங்களும் அவை எழுதப்பட்ட கால அடிப்படையில் வரிசையாகப் பதிப்பிக்கப்பட்டுள்ளமை.
- நூல் முழுவதும் பாவினம் குறித்தும் சந்தி பிரித்தும் பதிப்பித்துள்ளமை.
- பாட்டு முதற்குறிப்பு அகராதி தந்துள்ளமை.

வடலூர் வள்ளலார் தெய்வ நிலைய வெளியீடாகப் பதிப்பிக்கப்பட்டுள்ள திருவருட்பா பதிப்புகளும் தனித்துக் குறிப்பிடப்பட வேண்டியவை. இப்பதிப்பை மரபு முறைப் பதிப்பு என்பர்.

தொழூவூர் வேலாயுத முதலியார் 1867இல் பதிப்பித்த முதல் பதிப்பை அடியொற்றி அதில் உள்ளவாறே முதல் நான்கு திருமுறைகளை ஒரு நூலாகவும் (23.1.1997), அவரே 1885இல் பதிப்பித்த திருத்தணிகைப் பதிகத்தை அடியொற்றி ஐந்தாம் திருமுறையையும் (10.2.1998), ஊரன் அடிகள் பதிப்பை அடியொற்றி ஆறாம் திரு முறையையும் (5.10.1999) இந்நிலையம் வெளியிட்டுள்ளது. இதன் பதிப்பாசிரியர்கள் யார் என்பது நூலில் இல்லையாயினும் சீனி. சட்டையப்பன், இராம.

பாண்டுரங்கன் ஆகியோர் முதன்மைப் பதிப்பாசிரியர்கள் என்பது கள ஆய்வில் தெரியவந்தது.

~~

திருவருட்பா மூலப் பதிப்பு மட்டுமின்றி அவற்றின் உரைப் பதிப்புகளும் கவனத்தில் கொள்ளத்தக்கன. அந்த வகையில் உரைவேந்தர் ஔவை. துரைசாமிப் பிள்ளை உரை எழுதிப் பதிப்பித்து அண்ணாமலைப் பல்கலைக்கழக வெளியீடாக வந்த திருவருட்பாப் பத்துத் தொகுதிகள் தனி முத்திரை கொண்டவை. (இவ்வுரைப் பதிப்பை அடியொற்றிப் பேரா. சு. மாணிக்கம் வர்த்தமானன் பதிப்பகத்தின் வாயிலாக 'திருவருட்பா மூலமும் உரையும்' என்னும் நூலை எட்டுத் தொகுதிகளில் இதுவரை வெளியிட்டுள்ளார்).

இதுவரை சுட்டிக்காட்டப்பட்ட பதிப்புகள் தவிரச் சில தனிநபர்களும் நிறுவனங்களும் திருவருட்பாவை முழுவதுமாக / பகுதியாக வெளியிட்டுள்ளனர். அவையெல்லாம் மறு அச்சுகளாகவே பெரும்பாலும் உள்ளன. எனினும் அவை குறித்துத் தனி ஆய்வு தேவை. அப்போதுதான் சமூகம் சார்ந்த வெளிப்பாடு புலப்படும்.

படைப்பாளர் ஒருவரின் படைப்பு, இருக்கிற சமூகத்தை அப்படியே அடியோடு புரட்டிப்போடும் வல்லமையுடன் திகழுமானால் அது குறித்த பதிவுகள் வரலாற்றில் மிக முக்கியம். அந்த வகையில் தமிழ்ச் சிந்தனை மரபில் வள்ளலாரின் பாடல்களுக்குத் தனியொரு இடம் உண்டு என்பதில் இருவேறு கருத்துகளுக்கு இடமில்லை. எனவேதான் மதம் கடந்தும் அவை பதிப்பிக்கப்பட்டுள்ளன. படைப்பாளனின் படைப்புப் பணியைவிட பதிப்பாளரின் பதிப்புப் பணி அதி சிரமத்தைக் கொண்டது. அவன் தனக்கான அடையாளத்தை விட்டுச் செல்வதும் இதனூடேதான் நிகழ்கிறது. திருவருட்பாப் பதிப்பாசிரியர்கள் ஒவ்வொருவரும் தங்கள் அடையாளத்தை இவ்வாறுதான் நிலைநிறுத்திக் கொண்டுள்ளார்கள். ஆனால், நிலைநிறுத்தப்பட வேண்டிய அடையாளங்கள் இன்னும் ஏராளமாக உள்ளன. எந்த ஒரு முழுமையான பதிப்பும் அடுத்த பதிப்புக்குத் தொடக்கமே!

திரு அருட்பா வெளியான இந்தச் செய்திகளை மனத்தில் கொண்டு, அதனையொட்டி நடந்த பிரச்சினைகளை இனி நோக்குவோம்.

3

ஆறுமுக நாவலரும் அருட்பா மறுப்பும்

19ஆம் நூற்றாண்டில் யாழ்ப்பாணம்

1815இல் செய்யப்பட்ட கண்டி ஒப்பந்தத்துடன் இலங்கைத் தீவு முழுவதும் பிரித்தானியர் ஆட்சியின் கீழ் வந்தது. பிரித்தானியர் தாம் கைப்பற்றிய நாடுகளில் தமது அதிகாரத்தையும், பொருளாதாரத்தையும் மேம்படுத்தக் கூடியவாறு எவ்வாறு செயல்பட வேண்டும் என்பதைக் கவனத்தில் கொண்டே ஆட்சிமுறைகளை அமைத்தார்கள். அத்துடன் பிரித்தானிய ஆட்சிமுறையே உலகில் சிறந்த ஆட்சிமுறை என எண்ணிய ஆங்கிலேயர் தமது முறையைத் தாம் கைப்பற்றிய நாடுகளிலும் திணித்தார்கள்.

இலங்கையில் பிரித்தானிய ஆட்சிமுறையை நடைமுறைப் படுத்தக் கூடிய வழிவகைகளை ஆராயவென ஜோர்ஜ் மன்னர், எம்.ஜீ. கோல்புறுக் தலைமையில் ஓர் ஆணைக்குழுவை நியமித்தார். கோல்புறுக் ஆணைக்குழு 1832இல் நான்காம் வில்லியம் மன்னரிடம் தமது அறிக்கையினைச் சமர்ப்பித்தது.

கோல்புறுக்கின் அறிக்கையின் மூலம் இலங்கைத் தீவில் இருந்த மூன்று தனிநாடுகளும் மொழி, கலை,

பண்பாடு, மதம், நிர்வாகம், நீதிபரிபாலனம் என்பவற்றால் வேறுபட்டிருந்த இரு இனங்களும் 1833ஆம் ஆண்டு பிப்ரவரி மாதம் 18ஆம் திகதியில் இருந்து ஒன்றிணைக்கப்பட்டன. இலங்கைத் தீவின் சரித்திரத்தில் முதன்முதலாக, ஒன்றிணைந்த ஓர் அரச நிர்வாகம் உருவானது. எனவே தனித்தனி வேறுபட்ட மூன்று அரசுகள் ஒன்றிணைந்து கோல்புறுக்கின் சிபாரிசின்படி வடமாகாணம், கிழக்குமாகாணம், மேல்மாகாணம், தென்மாகாணம், மத்தியமாகாணம் என ஐந்து பிரிவுகளாகப் பிரிக்கப்பட்டன. முறையே யாழ்ப்பாணம், திருகோணமலை, கொழும்பு, காலி, கண்டி என்பன இவற்றின் தலைநகரங்களாக்கப்பட்டு இவற்றின் நிர்வாகம் தொடங்கியது. தமிழ் மாகாணங்களான வடமாகாணம் – யாழ்ப்பாணம், நெடுந்தீவு, மன்னார், வன்னி, அனுராதபுரம் ஆகிய பகுதிகளையும்; கிழக்கு மாகாணம் – திருகோணமலை, தமன்கடுவா (பொலநறுவை), மட்டக்களப்பு, விந்தன் ஆகிய பகுதிகளையும் உள்ளடக்கி இருந்தன.

தமிழ், சிங்கள அரசர்களால் மாறி மாறி ஆளப்பட்டு வந்த இராசரட்டையின் தலைநகரங்களான அநுராதபுரம், பொலநறுவைப் பகுதிகளில் பின்னாளில் திட்டமிடப்பட்ட சிங்களக் குடியேற்றங்கள் நடந்தன. முன்னர், ஆதிகாலம் முதல் அவை தமிழர் வாழும் பிரதேசங்களாக விளங்கின.

மாகாணங்களை உருவாக்கும் போது அங்கு வாழும் மக்களின் வாழ்க்கை முறையை ஆங்கிலேயர் கவனத்திற்கு எடுத்துக் கொள்ளவில்லை. இருப்பினும் புத்தளம், சிலாபம் பகுதிகள் மேல்மாகாணத்துடன் இணைக்கப்பட்டனவே தவிர, ஏனைய தமிழர் இடங்கள் ஒன்றாகவே இருந்தன.

இதனைத் தொடர்ந்து 1845இல் நிர்வாகத்தை இலகுவாக்கும் பொருட்டும் போக்குவரத்து வசதிகளைக் கவனத்திற் கொண்டும் சிலாபம், புத்தளம் என்பவற்றை மேல்மாகாணத்தில் இருந்து பிரித்து குருநாகல் பகுதியையும் இணைத்து வடமேல் மாகாணம் என ஒரு மாகாணத்தை உருவாக்கினர். அதேவேளை இவற்றிற்குப் பதிலாக இரத்தினபுரியை மேல்மாகாணத்துடன் இணைத்தனர். 1845இல் புதிதாக உருவாக்கப்பட்ட சிலாபம், புத்தளம், குருநாகல் என்பவற்றை உள்ளடக்கிய வடமேல் மாகாணத்தில் அப்போது 85 சதவீதத்திற்கு மேற்பட்டோராகத் தமிழரே வாழ்ந்து வந்தனர் என்பது குறிப்பிடத்தக்கது.

வடமாகாணம், கிழக்குமாகாணம் என்பன மிகப் பெரிய மாகாணங்களாக இருந்ததனால் அவற்றைச் செவ்வனே கவனித்துப் பராமரிக்க முடியாது என்று அறிந்த அப்போதைய

தேசாதிபதி 'கிதகரி' அவர்கள் 1873இல் வடமாகாணத்தில் இருந்து அநுராதபுரத்தையும், கிழக்குமாகாணத்தில் இருந்து தம்மங்கடவையும் பிரித்து எடுத்து அநுராதாபுரம், தம்மங்கடவை இரண்டையும் உள்ளடக்கியதாக வடமத்திய மாகாணம் என்ற ஒரு மாகாணத்தை உருவாக்கினார்.

இதேபோன்று சிங்களப் பகுதிகளிலும் தேயிலை, காப்பித் தோட்டங்கள் பெருகியதன் பயனாக அவற்றை இலகுவில் நிர்வகிக்கவென மத்திய மாகாணத்தில் இருந்த வதுளைப் பகுதியையும், வடமேல் மாகாணத்தில் இருந்த புத்தளம், செல்லவாய ஆகிய பகுதிகளையும் ஒன்றிணைத்து 1886இல் ஊவா மாகாணமாக உருவாக்கினர்.

இதேபோன்று 1889இல் கேகாலை, இரத்தினபுரி பகுதிகளை ஒன்றாக்கிச் சப்பிரகமுவா மாகாணத்தை உருவாக்கினர். இவ்வாறு ஆங்கிலேயரால் அவர்களது நிர்வாகப் போக்குவரத்து வசதிகளை மாத்திரம் கவனத்தில் கொண்டு உருவாக்கப்பட்ட இந்த ஒன்பது மாகாணங்களே இன்றுவரை ஸ்ரீலங்கா அரசின் மாகாணங்களாக தொடர்கின்றன.

இம்மாகாணங்களை உருவாக்கும்போது, ஆங்கிலேயர் பாரம்பரியமான தமிழ் அரசின் பிரதேசம், சிங்கள அரசின் பிரதேசம் என்றோ; தமிழர் வாழும் பகுதிகள் சிங்களவர் வாழும் பகுதிகள் என்றோ; கவனத்தில் எடுக்காது உருவாக்கினார்கள் என்பது கருத்தில் கொள்ள வேண்டிய விடயமாகும்.

தமிழீழ அரசுகளும், சிங்களக் கோட்டை, கண்டி அரசுகளும் இணைக்கப் பெற்று ஒரே நிர்வாகத்திற்கு உட்படுத்தப்பட்ட இத்தீவு சிலோன் (Cylon) என ஆங்கிலேயரால் அழைக்கப்பட்டது. எனவே இலங்கை என்பதோ அல்லது பின்னால் ஸ்ரீலங்கா என அழைக்கப்பட்டதோ ஒரே நாடு அல்ல என்ற உண்மையை நாம் மறக்கலாகாது. அத்துடன் ஆங்கிலேயரின் இவ்விணைப்பினால் தமிழீழம் தனக்கே உரித்தான பிரதேசம், நிர்வாகம், நீதிபரிபாலனம் என்பவற்றை இழந்துவிட்டது.

தமிழீழம் என்பது வடமாகாணம், கிழக்கு மாகாணம், வடமத்திய மாகாணத்தின் பெரும்பகுதி, புத்தளம், கற்பிட்டி (ஒல்லாந்தர் காலத்து) ஆட்சி மாவட்டத்தை உள்ளடக்கிய பிரதேசம் என்பது வரலாற்று உண்மை ஆகும்.

இலங்கையானது பிரித்தானிய முடிக்குரிய குடியேற்ற நாடாகப் பிரகடனப்படுத்தி ஆட்சி செய்யப்பட்ட போதும் கோல்புறுக் ஆணைக் குழுவின் சிபாரிசின்படி

இலங்கையின் தேவைகளை அரசிற்கு எடுத்துக் கூற 1835இல் சட்டநிரூபண சபை உருவாக்கப்பட்டது. இதன்படி ஒன்பது உத்தியோக அங்கத்தவர்களும், ஆறு உத்தியோகப் பற்றில்லா அங்கத்தவர்களுமாகப் பதினைந்து அங்கத்தவர்களைக் கொண்ட இச்சபையில் ஒரு தமிழரும் ஒரு சிங்களவரும் பிரதிநிதியாக இலங்கையில் வாழும் இனங்களின் சார்பில் நியமிக்கப்பட்டனர். இவ்வாறு இனஅடிப்படையில், இரு இனங்களிலும் சம எண்ணிக்கையை உடைய இன ரீதியான பிரதிநிதிகள் நியமன முறையுடன் இலங்கையின் அரசு நிர்வாகம் 1910ஆம் ஆண்டு வரை தொடர்ந்தது (சு. இராசரத்தினம், 1995:89–97). இந்தப் பிரித்தானியர், ஒல்லாந்தர் என்று பலதரப்பட்ட இனக்குழுவினரது ஆட்சியினூடேதான் ஆறுமுக நாவலரது பயணம் தொடங்குகிறது.

ஆறுமுக நாவலர் (1822–1879)

ஆறுமுக நாவலர் யாழ்ப்பாணத்து நல்லூரிலே கார்காத்த வேளாளர் மரபிலே 1822 டிசம்பர் 18 அன்று பிறந்தார். ஐந்து வயதிலேயே வித்தியாரம்பஞ் செய்யப் பெற்றுச் சுப்பிரமணிய உபாத்தியாயரிடம் சில வருடம் கல்வி பயின்றார். சரவணமுத்துப் பிள்ளை என்பவரிடம் இலக்கிய இலக்கண, ஞானசாத்திரங்களைக் கற்றார். சைவமே தமிழ்–தமிழே சைவம் என்று வாழ்ந்த இவர் இலக்கியம், இலக்கணம், தருக்கம், வேதாந்தம், சித்தாந்தம் முதலியவற்றைக் கற்ற 'பரசமயக் கோளரி'யாகவும் திகழ்ந்தார்.

சைவ சித்தாந்த சமயத்தைப் பரிபாலிக்கவும், அச்சமய நூல்களைப் பிரசுரிக்கவும், அவற்றைப் போதிப்பதற்கு வித்தியாசாலைகளை நிறுவவும், சித்தாந்த உண்மைகளைப் பிரசங்கிக்கவும், 'புறமத இருள்களை' ஓட்டவும் தமது வாழ்நாளை (திருமணஞ்கூட செய்துகொள்ளாமல்) அர்ப்பணித்துக்கொண்டவர் நாவலர். இருபது வயதில் பாதிரிமார்களால் நாவலருக்கு வேலை கிடைத்த போதும் சைவத்தை வளர்க்கும் பொருட்டு அவர் அதனைத் துறந்தார். அதனால் அவரது சகோதரர்களின் கோபத்திற்கு ஆளாகி அவர்களைவிட்டு நீங்கும் நிலைமையும் ஏற்பட்டது. பின், பெர்ஸிவல் பாதிரியாரின் நன்மதிப்பைப் பெற்றுப் பைபிளை மொழிபெயர்க்கும் பணியை ஏற்றார். தமிழகத்தில் சைவ வித்தியானுபாலன அச்சியந்திர சாலையையும், பாடசாலையையும் நிறுவி தமிழ்ப்பணி ஆற்றி வந்தார். இவர் பதிப்பித்து வெளியிட்ட நூல்கள் 60. பதிப்பிக்கத் தொடங்கி முற்றுப்பெறாதவை 3. பதிப்பிக்கும் பொருட்டு எழுதிமுடித்தவை 12. பதிப்பிக்கும் பொருட்டு எழுதத் தொடங்கியவை 9.

நாவலர் சைவத்திற்கு எதிராக நடக்கும் எதனையும் கண்டிக்கத் தவறியதில்லை. *'கிறிஸ்துவக் கண்டனம்', 'சைவ தூஷண பரிகாரம்'* முதலியன இவரது கண்டனங்களுக்கு உதாரணம். திருவாவடுதுறை ஆதீனம் உட்பட பல ஆதீனங்களோடு இவருக்கு நெருக்கமான உறவு இருந்தது. 'நாவலர்' என்னும் பட்டம், இவரது ஆளுமைமை யைக் கருத்தில் கொண்டு திருவாவடுதுறை ஆதீனம் வழங்கியது. நாவலர் செய்யக் கருதிய சிவபுண்ணியங்களுள் முக்கிய மானது தேவார பாராயணத்தை எல்லாத் தலங்களிலும் நடைமுறைப்படுத்த முயற்சி செய்ததாகும். சைவப் பணியோடு சமூகப் பணியிலும் நாவலர் அக்கறை காட்டியுள்ளார். 'கஞ்சித் தொட்டித் தருமம்' இவரது சமூகப்பணிக்கு உதாரணம். அருட்பா X மருட்பா விவாதங்களுக்குப் பின் தமிழகத்தை விட்டு யாழப்பாணம் சென்ற நாவலர் அங்கு 1879 டிசம்பர் 5இல் மறைந்தார்.

நாவலரும் தமிழகமும்

ஆறுமுக நாவலர் யாழ்ப்பாணத்திலிருந்து 1848, 1849, 1854, 1858, 1869 ஆகிய ஆண்டுகளில் ஐந்து முறை தமிழகம் வந்துள்ளார் (நாவலர் மாநாட்டு மலர், 1969:1–4). இந்தத் தருணங்களில் பரவலாகச் சென்னையிலும் சிதம்பரத்திலும் வாழ்ந்தவர் அவர். என்றாலும், சிதம்பரத்தோடு அவருக்கிருந்த உறவே அதிகம் எனலாம். சிதம்பரத்தோடு அவர் கொண்ட தொடர்பு 1858இல் மேற்கொண்ட இந்தியப் பிரயாணத்தோடே தொடங்கியது என்பர்.

சென்னையில் 'சைவ வித்தியானுபாலன அச்சியந்திர சாலை'யை நிறுவி புத்தக வெளியீட்டில் கவனம் செலுத்திய நாவலருக்குச் சென்னையைவிடச் சிதம்பரமே மேலானதாகத் தோன்றியது. இதற்குக் காரணம் சைவத்தில் அவருக்கிருந்த அதீதப் பற்றே எனலாம். சிவத்தலங்கள் அறுபத்தெட்டில் திருவாரூர், காசி, சிதம்பரம் ஆகிய மூன்று தலங்கள் சிறந்தன; திருவாரூரிலே பிறந்தவர்களும் காசியிலே இறந்தவர்களும் சிதம்பரத்திலே சிவபெருமானின் திருவடிகளைத் தரிசித்தவர்களும் முக்தியை அடைவர் என்பது சைவர்களின் நம்பிக்கை.

> திருவாரூரிலே பிறத்தல், முன்செய்த புண்ணிய மிகுதியினாலே, தானே நேர்படினல்லது, செயற்கையால் அடையத்தக்கதன்று. காசியில் இறக்கலாமெனில், பிறர் பொருள் கொள்ளாது பாவத்துக்குப் பயந்து தருமநெறியினாலே சம்பாதித்த பொருள் கொண்டு, சென்ம தேசத்தை விடுத்து, வழியிலே இறவாது உயிர் தாங்கிச் சென்று, காசியை அடைந்து இறக்கும் வரையும் நல்லொழுக்கத்தோடும் அத்திருப்பதியில் இருந்து,

இறப்பது எளிதில் முடிவதன்று. சிதம்பரத்திலோ வெனிற் சிவபெருமானுடைய திருவடிகளைத் தரிசித்த மாத்திரத்தே முத்தி சித்திக்கும். இன்னும், தக்கிண தேசத்தார் சிதம்பரத்தை நீங்கி முத்தியைத் தேடிக் காசியிலே சென்றால், அது முத்தியைக் கொடுப்பதில்லை. உத்திர தேசத்தார் சிதம்பரம் முத்திதரும் என்று வந்து சேர்ந்தால், இது முத்தியைக் கொடுக்கும். ஆதலினாலே, சிதம்பரமே எல்லாத் தலங்களினுஞ் சிறந்தது (சிதம்பர மான்மியம், 1953:1–3).

என்னும் நாவலரது கூற்று அவரது சிதம்பரப் பற்றை வெளிப்படுத்துகிறது. 'கோயில்' என்ற பொதுப் பெயர் சிதம்பரத்தையே சிறப்புப் பெயராய்க் குறிப்பதும் இங்குக் கவனிக்கத்தக்கது.

சிதம்பரத்திலே நாவலருக்கு இருந்த ஈடுபாடு ஈழத்துச் சைவர்களிடையே பரம்பரை பரம்பரையாக இருந்த ஈடுபாட்டின் அடிப்படையிலே தோன்றியதாதல் வேண்டும். தில்லைக் கூத்தன் மீது தளராத பேரன்பு பூண்ட ஈழத்துச் சைவர் தருமசாசனமாக வழங்கிய நிலபுலன்கள் பெருந்தொகையாக ஈழத்திலுள. ஆரியச் சக்கரவர்த்திகளில் 'பரராச சேகரம்' என்னும் பட்டப் பெயர் தரித்த மன்னனொருவன் சிதம்பர தரிசனம் செய்து, அங்கொரு அறநிலையத்தை ஏற்படுத்தியதாகச் செப்பேடு ஒன்று கூறுகின்றது. சிதம்பரத்திலுள்ள 'பரராசசேகரன் மடம்' அதன் கூற்றை ஆதரிக்கிறது போலும். இம்மடத்திற்கு வன்னிய நாட்டைச் சேர்ந்த கயிலாய வன்னியன் தானமளித்த செய்தியை வேறொரு செப்பேடும் உரைக்கிறது (பொ. பூலோகசிங்கம், 1993: 157). இது தவிரச் சிதம்பரத்தில் ஈழத்தவரால் நிறுவப்பட்ட வேறு சில மடங்கள், ஈழத்துப் புலவர்கள் சிதம்பரம் குறித்துச் செய்த இலக்கியங்கள் முதலியன ஈழத்திற்கும்–சிதம்பரத்திற்கும் உள்ள நெருக்கமான உறவை விளக்குகிறது.

சைவப் பாரம்பரியத்தோடு நெருக்கமான உறவுடைய சிதம்பரத்தை, இந்தப் பின்புலத்தில்தான் நாவலர் மிகவும் நேசித்தார். அதனால்தான் அங்கே இரத்தாக்ஷி வருடம் (1864) ஜனவரி மாதம் 28ஆம் தேதி 'சைவப்பிரகாச வித்தியாசாலை' என்னும் பாடசாலையை அவர் நிறுவினார். இதற்கு முன்பே சிதம்பரத்தில் பெரிய சைவ வித்தியாசாலையையும், மடம் ஒன்றையும் நிறுவ விரும்பி நாவலர் விக்கியாபனம் ஒன்றை வெளியிட்டார் (த. கைலாசபிள்ளை, 1880:39). ஆனால், சிதம்பரத்தில் அவர் நிலைகொள்ள முடியாமல் போனதால் அத்திட்டம் வெற்றி அடையாமல் போனது; சிறிய பாடசாலையை மட்டுமே நிறுவ முடிந்தது.

நாவலர் சிதம்பரத்தில் ஆழமாக வேரூன்ற இயலாமல் போனதற்குப் பின்வருவனவே காரணங்கள்.

- தில்லை தீக்ஷிதர்களின் பகையைத் தேடிக்கொண்டமை.
- வள்ளலாரின் பாடல்களை மருட்பா என்று கண்டனம் செய்தமை.

வேதம்–ஆகமம் என்னும் இரண்டில், ஆகமம் சைவர்களுக்கேயுரிய சிறப்பு நூல். வேதம் உலகோர் பொருட்டும், ஆகமம் சத்திநிபாதம் உடையவர் பொருட்டும் செய்யப்பட்டதால் வேதத்தையும் பார்க்க, ஆகமம் சிறந்தது. சிவாகமத்தில் சொல்லப்பட்டபடியே சைவ ஆலயங்கள் நடத்தப்பட வேண்டும். சிவதீட்சையில்லாத வைதீக பிராமணர்கள் கையால் விபூதி வாங்குதல் கூடாது. சிவதீட்சை பெற்றவர்கள், பெறாதவரை வணங்குதல் கூடாது. ஆகமங்கள்படி பிரதிட்டை செய்த கோயில்களிலே தீட்சை பெறாதவர்களைக் கொண்டு பூசைகள் செய்வித்தல் கூடாது என்று நாவலர் தமிழகம் வருவதற்கு முன்பே யாழப்பாணத்தில் பிரச்சாரம் செய்து வந்தார். அதனால் அங்குள்ள வைதீக பிராமணர்களுக்கும் நாவலருக்கும் பகை ஏற்பட்டது. வேதங்களை உயர்த்தியும் ஆகமங்களைத் தூற்றியும் வைதீக பிராமணர்கள் நாவலருக்கு மறுப்பாக அங்குள்ள போலி குருமார்களின் துணையுடன் பிரச்சாரம் செய்து வந்தனர். இதனைச் சகிக்காத நாவலர் ‘துந்துபி வருடம், மாசி மாதம், பத்தொன்பதாம் தேதி தமது வித்தியாசாலையிலே வேதம் பொது நூலென்றும் ஆகமம் சிறப்பு நூலென்றும் வைதீக மார்க்கத்தி லொழுகுவோர் சாலோகம், சாமீபம், சாரூபம் என்னும் பரமுத்திகளையும் சாயுச்சியமாகிய பரமுத்தியையும் அடைவார்கள் என்று அநேக பிராமணங்கள் காட்டிப் பிரசங்கித்தார்’ (த. கைலாசபிள்ளை, 1880:75). அதன் பிறகு சிவதீட்சை பெற்றவர்களின் மதிப்பு ஈழத்திலே பன்மடங்கு கூடியது.

ஈழத்திலிருந்த இதே நிலை அக்காலகட்டத்தில் சிதம்பரத் திலும் நிலவியது. சிதம்பரத்திலே 1864இல் ‘சைவப் பிரகாச வித்தியாசாலை’யை நிறுவிய நாவலர், அங்கே சிவதரிசனம் செய்துவரும் நாட்களில் அக்கோயிலிலுள்ள தீட்சிதர்களின் பூசா விதிகளையும், அநுட்டான ஆசாரங்களையும் கவனிக்க நேர்ந்தது. அதுபோது அவர்கள் செய்த குறைகள், அவர்கள் சிவ தீட்சைப் பெறாதவர்கள் என்பதை வெளிப்படுத்தின. அதைக் கண்ட நாவலர் தாம் நிறுவிய வித்தியாசாலையிலே கூட்டமொன்றினைக் கூட்டி தீட்சிதர்களின் குறைகளைச் சுட்டிக்காட்டிக் கண்டித்தார். அக்கூட்டத்தின் செய்தியை நாவலர்

தாமெழுதிய 'சிதம்பர சைவப்பிரகாச வித்தியாசாலை முதலாம் ஆவேதன'த்தில் பின்வருமாறு கூறுகிறார்:

> சிதம்பராலய பூசகர்களுக்குள்ளே சிலர் சைவாகமங்கள் பிரமாணமல்ல என்றும், சிவதீக்ஷையினால் உயர்ச்சி இல்லை என்றும், சிவதீக்ஷைப் பெற்றவர்கள் பிரஷ்டர்கள் என்றும், சிதம்பராலயக் கிரியைகள் வைதீகக் கிரியைகளே என்றும், சிதம்பராலயக் கிரியைகளுக்குச் சிவதீக்ஷ யில்லாதவர்களே அருகர் என்றும், துர்ப்போதனை செய்து பலரையும் மயக்கிக் கொண்டு திரிந்தார்கள். மார்கழி மாத ரதோற்சவ தினத்துக்கு முதற்றினமாகிய 27ஆம் தேதி சோம வாரத்திரவிலே, நமது வித்தியாசாலையிலே வெகுஜன சமூகத்திலே, அவர்கள் கூற்றுக்க ளெல்லாவற்றையுங் கண்டித்து, சைவாகமங்கள் முக்கியப் பிரமாணம் என்றும், சிவதீக்ஷையே உயர்வுடையது என்றும், கர்ஷணாதிப் பிரதிஷ்டாந்தம் பிரதிஷ்டாதி யுற்சவாந்தம் உற்சவாதிப் பிராயச் சித்தாந்தம் என்னும் தேவாலயக் கிரியைகள் சிவாகமத்திலன்றி வேதத்தில் இல்லை என்றும், யாவர்க்கும் சிவதீக்ஷையின்றிச் சிவாகமம் படித்தல் கூடாது என்றும், சிதம்பராலயக் கிரியைகளின் பொருட்டுப் பதஞ்சலி மகாமுனிவர் வேதசிவாகம முறைப்படியே பத்ததி செய்தருளினார் என்றும், ஆதியிலிருந்த தில்லை வாழந்தணர்கள் சிவதீக்ஷையும் சிவாகம உணர்ச்சியும் சிவாகமாநுஷ்டானமும் உடையவர்கள் என்றும், தற்காலத்தில் உள்ள பூசகர்கள் சிவதீக்ஷையும் சிவாகமவுணர்ச்சியும் சைவாநுஷ்டானமும் இல்லாதவர்களாய் இருந்தது கொண்டு சிதம்பராலயக் கிரியைகளைச் செய்தல், சிவவாக்குக்கும் நடேசர் திருமேனியுமாகிய சிவாகமத்துக்கும் வியாக்கிரபாத முனிவர் பதஞ்சலி முனிவர் தில்லை மூவாயிர முனிவர் என்பவர்களுடைய அநுஷ்டானத்துக்கும் விரோதமே என்றும் பல சாத்திரப் பிரமாணங்கள் கொண்டு விரித்துப் பிரசங்கித்தேன் (த. கைலாசபிள்ளை, 1880:77–78).

நாவலரின் 'அருட்பா மறுப்பு'

சைவப்பிரகாச வித்தியாசாலையை நிறுவச் சென்ற நாவலர் சிதம்பரத்திலே தீட்சிதர்களின் பகையைத் தேடிக் கொண்டார். ஆத்திரமடைந்த தீட்சிதர்கள் நல்ல தருணம் நோக்கியிருந்தனர். அத்தருணமும் வந்தது.

ஆறுமுக நாவலர் ஐந்தாவது முறையாகத் தமிழகம் வந்தபோதே 'அருட்பா X மருட்பா' விவாதம் நிகழ்ந்தது. இராமலிங்கரின் பாடல்கள் முறையாகத் தொகுக்கப்பட்டு, ஆறு திருமுறைகளாகப் பகுத்து முதல் நான்கு திருமுறைகள் 1867இல் திருவருட்பா என்னும்

பெயரில் அவரது மாணவர் தொழுவூர் வேலாயுத முதலியா ரால் வெளியிடப்பட்டன. இராமலிங்கரின் பாடல்களுக்கு மக்களிடையே இருந்த செல்வாக்கின் காரணமாக அவை சென்னையிலுள்ள சில கோயில்களில் பஞ்ச புராணங்களுக்குப் பதிலாக ஓதப்பட்டு வந்தன. இதனைக் கண்ட நாவலர் அருட்பா என்பது தேவாரம், திருவாசகம், திருவிசைப்பா, திருப்பல்லாண்டு, பெரியபுராணம் என்னும் ஐந்து புராணங்களேயொழிய மற்றவை அல்ல என்று தாம் நிகழ்த்தி வந்த சுக்கிர வாரப் பிரசங்கங்களிலே விளக்கி வந்தார். அருட்பாவிற்கு விளக்கம் தருவதாக மட்டும் அக்கூட்டம் அமையாமல் வள்ளலாரையும் அவரது பாடல்களையும் நேரடியாகக் கண்டனம் செய்வதாக வும் இருந்தது. இதனை,

> ஆறுமுக நாவலரென்னு மபிதானம் பூண்டவர் வீற்றிருந்த பிரசங்கத் தலைவர் இன்று சிவதீட்சாக்கிரம முணர்த்தப்படுமென்று தொடங்கி யொருவாறு பிரசங்கித்துக் கொண்டே வந்து சந்தியில்லாமலே அருட்பிரகாச வள்ளலாராகிய சிதம்பரம் இராமலிங்க சுவாமிகள் திருவாய் மலர்ந்தருளிய திருவருட்பா என்னுஞ் சாத்திரத்தை நிந்திப்பதே யப்பிரசங்கப் பயனென யாருங் கண்டுணருமா றத்தகையப் பிரசங்கஞ்செய்து முடித்தனர் (திருமயிலை சண்முகம் பிள்ளை, 1868:1)

என்னும் வரிகளால் அறியலாம்.

அருட்பா என்பது 'அருளைப் பெற்றுப் பாடிய பா அல்லது அருளைப் பெறப் பாடிய பா' என்று பொருள்படும். அருளைப் பெற்றுப் பாடிய பாக்களுக்குச் சான்று தேவாரம் முதலிய ஐந்து புராணங்கள்; அருளைப் பெறப் பாடிய பாக்களுக்குச் சான்று துண்டி விநாயகர் திருவருட்பா, கதிர்காமவேலர் திருவருட்பா முதலியன என்பது நாவலர் கருத்து. அப்படியானால் திருமந்திரம் அருளைப் பெற்றுப் பாடிய பாவல்லவா எனில், 'அருள் கொண்டு பாடப்பட்டனவேனும் சாத்திரரூபமாகவும்–விக்கினேசுரர் சுப்பிரமணியர் நாயன்மார் முதலியோரது துதிகளமைவுடனும் விளங்குகின்றன வாதலின் அவைகளும் அடைமொழி அமைதியுடன் உரைக்கலாமெனவே துணிந்துரைக்கப்படும்' என்பார் நாவலர். எனவே, திருமந்திரத்தையே அருட்பாப் பட்டியலில் சேர்க்க விரும்பாத நாவலர் வள்ளலாரது பாடல்களை அருட்பா என்று சொல்லுவதை விரும்பவில்லை. பட்டினத்தார் பாடல் திரட்டு, குமரகுருபரர் பாடல் திரட்டு, தாயுமானவர் பாடல் திரட்டு என்று அழைப்பதைப் போல வள்ளலாரது பாடல்களையும் அவரது பெயராலேயே "இராமலிங்கர் பாடல் திரட்டு" என்று அழைக்க வேண்டும் என்பதே நாவலரது வாதமாக இருந்தது.

அருட்பா X மருட்பா பிரச்சினை நூல் வடிவம் பெறுவதற்கு முன்பாகவே அது பற்றிய விவாதம் பலமுறை நிகழ்ந்துள்ளது. ஆனால் அருட்பாக் குழுவினர் எவரும் நாவலருடன் நேருக்கு நேர் வாதிட்டதாகத் தெரியவில்லை. "இவ்விடயத்தைப் பற்றி யாரோ சில ரென்னுடன் வாதித்து வெல்ல வல்லமை யுடையராய், யானஞ்சி வாதிக்க வுடன்படே னென்னு மபிப்பிராயங் கொண்டு சும்மாவிருப்பதாக வுரைத்துத் திருப்தியடைகின்றனர் போலும்" (திருமயிலை சண்முகம் பிள்ளை, 1868:3) என்னும் கூற்று இதனை உறுதி செய்கிறது.

இவ்வாறு நாவலரால் பிரசிங்கிக்கப்பட்டதற்குக் கண்டனம் தெரிவிப்பதற்காக முதன் முதலில் திருமயிலை சண்முகம் பிள்ளையால் 1868இல் *திருவருட்பா தூஷண பரிகாரம்* என்னும் நூல் அச்சிட்டு வெளிப்படுத்தப்பட்டது. அருட்பா மருட்பா பிரச்சினையில் வெளியான கண்டன நூல்களில் இதுவே முதல் நூல்.

அருளைப் பெற்றுப் பாடியவைகளே அருட்பாவெனில் தேவார திருவாசகங்களில் 'தம்மைப் பொய்யனென்றும் புலையனென்றும் பலவாறு நிந்தித்து எப்போது அருட் பரிசு வாய்க்கப் பெறுவேனோ' என்று பாடியிருப்பது சரியா? என்று நாவலருக்கு சண்முகம் பிள்ளையால் கேள்விக்கணை தொடுக்கப்பட்டது. இதற்குச் சான்றாக, "ஆடுகின்ற தில்லை கூத்துடையான்' என்னும் திருவாசகப் பாடலும், 'எண்ணினா னெஞ்சது பகீரெனும்' என்னும் தாயுமானவர் பாடலும் இந்நூலில் எடுத்துக்காட்டப்பட்டுள்ளது. திருமந்திரம் சாத்திர ரூபமாகவும் விக்கினேசுவரர் சுப்பிரமணியர் நாயன்மாராதியர் பரமாகவும் சொல்லப்பட்டிருப்பதால் அது அருட்பா அல்ல என்று கூறிய நாவலருக்கு மறுமொழியாக, பெரியபுராணமும் இந்த அடிப்படையிலேயே அமைந்திருக்கும் போது அதுமட்டும் அருட்பா என்று அழைக்கப்டுவது சரியா? 'அருள் பெற்றுப் பாடிய திருமந்திரம் முதலியனவே அடைமொழியின்றி வழங்கப்படும் போது அருள் பெறாராகிய சிவஞான தேசிகராதியர் சாத்திரங்கட் கெந்த நியாயத்தாற் றுண்டிவிநாயகர் திருவருட்பாவாகிய நாமங்கள் பொருந்துமென்று நாவல ராட்சேபிக்க வேண்டிய தத்தியாவசியமென அவர்க்கு நினைப்பூட்டுகின்றனம்" (திருமயிலை சண்முகம் பிள்ளை, 1868:8) என்று நாவலரின் பல கேள்விகளுக்கு இந்நூலில் பதிலளிக்கப் பட்டது.

'அருட்பா' பற்றிய பிரசங்கத்தை மட்டும் நாவலர் செய்து வந்திருந்தால் பின்னாளில் உருவான இப்பிரச்சினை அவ்வளவு வலுப்பெற்றிருக்காது. அல்லது வள்ளலாரையும்

அவரது பாக்களையும் மறைமுகமாகக் கண்டித்திருந்தாலாவது இப்பிரச்சினை அடங்கிப் போயிருக்கும். ஆனால், எதையும் நேரடியாகவே கண்டனம் செய்யும் நாவலரின் இயல்பு அதனைத் தனிமனித ஆளுமைப் பிரச்சினைக்கு இழுத்துச் சென்றுவிட்டது.

~~

அருட்பா X மருட்பா கண்டனங்கள் நடைபெற்று வந்த இக்காலகட்டத்தில் நாவலரின் சீடர் சி.வை. தாமோதரம் பிள்ளை (1832–1901), 'தொல்காப்பியம் சொல்லதிகாரத்தைச் சேனாவரையர் உரையோடு, நாவலரைக் கொண்டு பரிசோதித்து, அச்சிற் பதிப்பித்தார். 1868ஆம் ஆண்டு அக்டோபர் மாதம் 31ஆம் தேதி முதல் சென்னை *தினவர்த்தமானி*யில் தொடர்ந்து சேனாவரையப் பதிப்பைப் பற்றிய விளம்பரமும் வந்தது' (சி. கணபதிப் பிள்ளை, ஈழகேசரி, 17.9.1950). அவ்விளம்பரத்திலே தாமோதரம் பிள்ளை நாவலரை, "இலக்கண இலக்கியங்களில் மகாவல்லவரும், சென்னை முதல் ஈழமீறாகவுள்ள தமிழ்நாட்டு வித்துவான்களில் தமக்கு இணையில்லாத வருமாகிய . . ." என்று புகழ்ந்திருந்தார். இது தமிழக அறிஞர்களை அவமதிப்பதாக உள்ளதென அருட்பாக் குழுவினர் எண்ணினர்.

இதற்கு முன்பே திருவருட்பாவைப் பற்றி, ஈழத்தவர் குறை கூறுதலும் அதற்கு மறுப்புத் தெரிவித்தல் என்பதும் தொடர்ந்து நிகழ்ந்து வந்துள்ளது என்பதை, "அந்த நூல் இலக்கண விருத்தமாயிருப்பது மன்றி, வேதாகம விருத்தமாய்ச் சாத்திராராய்ச்சியாகிய அபரஞானமு முடைமை பூணாது செய்யப்பட்ட நீர்மையின் விளங்குமாயின் அப் பசுவாக்கைப் பரஞானச் செல்வராய்ச் சிவவாக்குடையாரோடு சமத்துவதெப் பெரும் பாதகத்துக் காளாகவோ" (திருமயிலை சண்முகம் பிள்ளை, 1868:3) என்னும் வரிகள் நிரூபிக்கின்றன.

எனவே, திருவருட்பா நூல்குற்றம் – தமிழக வித்துவான்கள் அவமதிப்பு என்னும் இரு பிரச்சினைகளை முன்னிறுத்தி அதனைக் கண்டிக்கும் பொருட்டு வள்ளலாரின் மாணவர்களுள் ஒருவரான நரசிங்கபுரம் வீராசாமி முதலியார் *விஞ்ஞாபனப் பத்திரிகை* என்பதை எழுதி வெளியிட்டார் (இதன் வெளியீட்டாளர்கள் சிவநேச சங்கத்தார்). *தினவர்த்தமானி*யில் தாமோதரம் பிள்ளை வெளியிட்ட விளம்பரத்தில் இலக்கணப் பிழை இருப்பதை எடுத்துக் காட்டுதல், நாவலரைப் படுமோசமாகக் கிண்டலடித்தல் என்னும் இரு நிலையிலேயே அப்பத்திரிகை இருப்பதை அவதானிக்கலாம்.

'வீராசாமி முதலியார் இந்த விஞ்ஞாபனப் பத்திரிகையை எழுதிவெளியிடுவதற்குத் தூண்டுகோலாக இருந்தவர்கள் கோமளபுரம் ராசகோபாலப் பிள்ளையும், தொழுவூர் வேலாயுத முதலியாரும் ஆவர்' (தாமோதரம்–அநுபந்தம், 1971:134).

விஞ்ஞாபனப் பத்திரிகையின் உள்ளடக்கமாகப் பின்வருவன வற்றைக் குறிப்பிடலாம்.

- *தொண்ட மண்டலத்தையும் அங்கிருக்கும் வித்துவான் களையும் சிறப்பித்துக் கூறல்.*
- *ஈழத்தைக் குறைத்து மதிப்பிடல்.*
- *'தொல்காப்பியம் சொல்லதிகாரம் அச்சிற் பதிப்பித்திருக் கிறேன்' என்று சி.வை.தா. எழுதிய தொடரில் இலக்கணப் பிழை உள்ளதை விளக்குதல்.**

---

* "தொல்காப்பியம் சொல்லதிகாரம் அச்சிற் பதிப்பித்திருக்கிறேன்" என்ற தொடருள் தொல்காப்பியம் சொல்லதிகாரம் சேனாவரைய ருரையோடும் ஆறுமுக நாவலரைக் கொண்டு பல பிரதிகளோடு வழுவறப் பரிசோதிப்பித்திருக்கிறேன், என்று முடிக்கு முடிபில் 'தொல்காப்பியம் – சொல்லதிகாரம்' என்பது, என்ன சந்தி, வேற்றுமையேல் என்ன செய்கையைப் பெறும், அல்வழியேல் என்ன செய்கையைப் பெறும், பின்வருவனவற்றாற் கவர்படுபொருள் படுகின்றது. அது நிற்க. இதனைச் சேனாவரையருரையோடும் பல பிரதிகளோடு வழுவறப் பரிசோதிப்பித்திருக்கிறேன் என்பதனுள் 'அற' என்னும் வினையெச்சத்திற்கு எழுவாய் யாது? செய்வினை செயப்பாட்டு வினை முதலியவற்றுள் என்ன வினை? வழுவென்பரேல் 'அன்று' இத்தொடருள் என்ன சம்பந்தமுடையது.

"சேனாவரைய ருரையோடும் பல பிரதிகளோடு" என்பவற்றுட் போந்த 'ஓடு இரண்டும்' உருபோ? உருபு போன்று வந்த இடைச் சொல்லோ? உருபேல் எப்பொருள்பட வந்தது? உடனிகழ்ச்சியேல் உடனிகழ்வது யாது?

"அச்சிற் பதிப்பித்திருக்கிறேன்" என்னும் வினைமுற்றுக்குச் செயப்படு பொருள் யாது? 'இதனை' என்பீராயின் அச்சுட்டுப் பெயர் எதனைக் குறிக்கிறது? ஆண்டு சொல்லதிகாரம் போலும் வெளியுற்றதாயின் மூலமென்பதில்லாமை குன்றக் கூறுதற்கினமாம்.

சேனாவரையருரை என்பது எதற்கு? பல பிரதிகள் என்பன எவற்றை? சேனாவரையருரையோடு என்பதற்கும் பல பிரதிகளோடு என்பதற்கும் என்ன சம்பந்தம்? பல பிரதிகள் என்பவற்றிற்கும் தொல்காப்பியம் சொல்லதிகாரம் என்பதற்கும் என்ன சம்பந்தம்? 'பல பிரதிக'ளென்று ஒரு நூலுள்ளது போலும். 'கொண்டு' என்கிற வினைச் சொல் இவ்விடத்தில் வினைச் சொல்லாக நின்றதோ, சொல்லுருபாக நின்றதோ, அற்றேல் எப்பொருட்டு அச்சொல் மக்கட் சுட்டை ஏற்கும்? இத்துணையுங் கவர்படு பொருட்கிடனாக எழுந்த வினாக்களில் வெள்ளிடைமலை போன்றவற்றுள்ளுஞ் சிலவே ஈண்டெழுதப்பட்டன. பிற மணற்சோற்றிற் கல்லாய்வது போன்றிருத்தலால் விரிவஞ்சி விடுத்தாம்.

- ‘தமிழக வித்துவான்களில் தமக்கிணை இல்லாதவர்’ என்று புகழப்பட்ட நாவலரைக் கிண்டலடித்தல்.*

இறுதியாக, இனி அச்சிற் பதிப்பிக்கப்படுவன என்னும் விளம்பரத்தில் *தீபாந்திர சைவவிநோத சரிதம்*, *புரளிப்பிரசங்க விநோத சரிதம்* என்னும் இரு நூல்களின் பெயர்களும் குறிப்பிடப் பட்டுள்ளன.

வீராசாமி முதலியாரின் கண்டனத்திற்கு மறுப்புத் தெரிவிக்கும் வகையில் *நல்லறிவுச் சுடர் கொளுத்தல்* என்னும் நூல் சென்னை சிவபாத நேசப் பிள்ளை என்பவரால் எழுதப் பெற்று நாவலரின் சம்மதத்தோடு பதிப்பிக்கப் பெற்றது (ஆறுமுக நாவலர் பிரபந்தத்திரட்டு, 1996:140). ஆனால், இந்நூல் நாவலரால் எழுதப்பட்டது என்று சி. கணபதிப் பிள்ளை கூறுவார் (தாமோதரம்–அனுபந்தம், 1971:135).

நல்லறிவுச் சுடர் கொளுத்தலின் உள்ளுறையைப் பின்வருமாறு பகுக்கலாம்:

- யாழ்ப்பாணம் ஒரு சிறு நூலையேனும் ஒரு சிற்றுரையேனுஞ் செய்குநரில்லாத தேசம் என்று ஈழத்தைக் குறை கூறிய வீராசாமி முதலியாருக்குப் பதிலளித்தல்.

---

* ஆறுமுக நாவலர் சென்னையிற் போந்த நாண்முத லிதுகாறும் இத்தொண்டமண்டல வித்துவான்கள் ஒருவரேனும் அவரை எண்ணிக்கையி லெண்ணா திருத்தலை நோக்கிச் சாதிமானம் சமயமானம் தேசமானம் தேகமானம் முதலியவற்றுள் எதனையோ ஒன்றைக் கடைப்பிடித்து நாமேனும் புகழ வேண்டுமென்றெண்ணங் கொண்டு துணிபு கூர்ந்து தினவர்த்தமானி பத்திரிகையிற் பிரசுரஞ்செய்து வந்தது யாது போலுமெனின், ஒருவன் நல்லம்மானோடு தன்குலமுறை கிளத்தி வருகின்றது போலும்; ஒருத்தி, தாய்வீட்டுப் பெருமையைத் தன்றமையனோடு புகழ்ந்து வருகின்றது போலும், ஒருவன் இரும்புக் கம்மியர்க்கு இழைநுழை யூசியொன்றியற்றி விருப்புக் கோடியால் விலைக்கெனல் போலும்........ நூலாசிரியர் – உரையாசிரியர் – போதகாசிரியர் என்னும் இம்மூவாசிரியருள் நாவலரெவ்வாசிரியரோ, ஏட்டிலெழுதியிருக்கின்ற நூலுரைகளைப் பல்காலாராய்ந்து அச்சொற்களுக்கேற்ற பிரதிபதங்களைச் சேர்த்துத் தாமேயுரை செய்தோமென்று அச்சிட்டு வெளியிடு மாசிரியரென்று கருதியோ இணையில்லை யென்றீர்? நாவலர் தமக்கிணை இல்லையென்றெழுதிய வாக்கியத்தைப் பலகாலாராயுங்கால் தமிழ்த் தேசங்களின் முற்காலத்தும் இக்காலத்துமுள்ள வித்துவான் – புலவர் – பண்டிதர் – கவிராயர் – நாவலர் – உபாத்தியாயர் என்னும் பட்டப் பெயருடையவர்களுக்குத் தந்தங் குலதரும பத்தினிகளாகிய இணை யென்னு மனைவியரிருக்க ஓகோ நாவலருக் கவ்வாறிணையில்லை யென்று கருதி இணை இல்லை யென்றீரோ, அஃதறிகின்றிலேம்.

‘இணை’ என்பதற்குப் பிரதிபதம் துணை; துணை என்பதற்குப் பொருள் மனைவி; துணை மனையாட்டி யென்பது நிகண்டு . . . இணையில்லாதவ ரென்றதனால் மிக்கோருள ரென்பது தானே போதரும். ஆகவே நீர் நாவலரை ஈங்கு புகழத் தொடங்கிய வாசகத்தானே, குறிப்பினிகழ்ச்சி தோன்றுவது கும்பகர்ணன் – நித்தியத்துவங் கேட்கப்போய் நித்திரைத்துவ வரங்கேட்டு வரச்செய்த ஜாலம் ஈண்டு நும்மாட்டு நிகழ்ந்ததாகவே யிருக்கிறது (விஞ்ஞாபனப் பத்திரிகை, 1868:4).

- தினவர்த்தமானியில் வெளியான தொல்காப்பியப் பதிப்பு விளம்பரத்தைக் கண்டனம் செய்த வீராசாமி முதலியாரின் இலக்கணப் புலமையைக் கிண்டலடித்தல்.

- தமிழ் வித்துவான்களில் உயர்ந்தவர் யார்? தாழ்ந்தவர் யார்? என்பதை மடங்களின் வாயிலாக நிரூபித்துக் கொள்ள, நாவலர் சார்பில் வேண்டுகோள் விடுத்தல்.

நாவலர் மனைவியில்லாதவர் என்று தனிப்பட்ட முறையில் கிண்டலுக்குள்ளானதைப் போல அநாகரிகமானவை எதுவும் இந்நூலுள் இல்லை என்பது குறிப்பிடத்தக்கது.

நல்லறிவுச் சுடர் கொளுத்தல் நூலுக்கு மறுப்பு தெரிவிக்கும் வகையில் வள்ளலாரின் சார்பாக வெளியான நூல் *அகங்கார திமிர பானு*. இந்நூல் பற்றிய விவரம், எழுதியவர் பெயர் எதுவும் தற்போது கிடைக்கவில்லை. ஆயினும் இப்படி ஒரு நூல் வெளியானது என்பதை, "... *நல்லறிவுச் சுடர் கொளுத்தலின்* வழுவிவகார மறுப்புப் பத்திரிகையாகிய *அகங்கார திமிர பானு*வில் விரித்துரைத் திருத்தலினாலும் பிறவற்றாலும் சர்வசன வாக்யத்தானு முணர்க" (தொழுவூர் வேலாயுத முதலியார், 1869:28) என்று கூறுவதால் அறியலாம். *அகங்கார திமிர பானு*வின் ஆசிரியர் யார் என்பதை அறிய முடியாதபோதும் அதனை எழுதியவர் தொழுவூர் வோலயுத முதலியாராக இருக்கக்கூடும் என்று அனுமானிக்கலாம். இதனை,

> மகா ராஜ ராஜ தொழுவூர் வேலாயுத முதலியார் நாவலரை லக்ஷியஞ்செய்து இதுவரையிலும் ஒன்றும் எழுதாமலிருந்தார். வீராசாமி வாத்தியார் தொந்திரவைக் குறித்து 'நல்லறிவுச் சுடர் கொளுத்தல்' என்னும் பத்திரிகைக்குப் பதிலெழுத ஆரம்பித்து எழுதிக் கொண்டு வரும்போது பெங்களூரில் முதலியாருடைய மைத்துனர் இறந்துவிட்ட சமாசாரம் கேள்விப்பட்டு மேற்படியாருடைய கர்ம காரியத்திற்கு முதலியார் போயிருக்கிறார். 2–3 தினத்துக்குள் வந்துவிடுவார். வந்துவுடனே அதையெழுதி முடித்து அச்சிட்டு வெளிப்படுத்துவதாக வீராசாமி வாத்தியார் யோசித்திருக்கிறார் (திருவருட்பா உரைநடைப் பகுதி, 1978:483)

என்னும் கடிதப் பகுதி இதனை உறுதிப்படுத்துகிறது.

இதேபோல விபவ வருடம்(1868) மாசி மாதம், கூடலூர் விசுவலிங்க முதலியார் *பிரார்த்தனைப் பத்திரிகை* என்பதை எழுதி வெளியிட்டார். *விஞ்ஞாபனப் பத்திரிகை*யில் நரசிங்கபுரம் வீராசாமி முதலியார் கேட்டிருந்த கேள்விகளை, விஸ்வலிங்க முதலியார் வேறொரு கோணத்தில் கேட்டுள்ளார். விஞ்ஞாபனப் பத்திரிகையைக் கண்ட பின்பே தாமும் இது குறித்துக் கருத்து

கூறுவதாக நூலின் தொடக்கத்தில் இவர் எழுதியுள்ளார் (காண்க: *பிரார்த்தனைப் பத்திரிகை*, ப. 1). தாம் விடுத்த கேள்விகளுக்கே நாவலரும், சி.வை. தாமோதரம் பிள்ளையும் பதில் சொல்ல முடியாத போது, இயற்றமிழ் போதகாசிரியராகிய வீராசாமி முதலியார் இன்னும் கேட்கும் கேள்விகளுக்கு அவர்கள் எவ்வாறு பதில் சொல்லக்கூடும்? எனவே, வீராசாமி முதலியார் இனியும் அவர்களைக் கேள்வி ஏதும் கேட்காதிருக்க அவரைப் பிரார்த்திப்போமாக என்று கிண்டல் தொனியில் விஸ்வலிங்க முதலியார் எழுதியமையே *பிரார்த்தனைப் பத்திரிகையின் சாராம்சமாகும்*.

இக்கண்டனத்தை அடுத்து வெளிவந்தது *போலியருட்பா* என்னும் துண்டுப் பிரசுரமாகும். இப்பிரசுரத்தின் தலைப்பு பின்னாளில் *போலியருட்பா மறுப்பு* என்று பெயர் மாற்றம் செய்யப்பட்டு இன்றுவரை அதே பெயரில் வழங்குகிறது. இப்பெயர் மாற்றம் எப்பதிப்பில் நிகழ்ந்தது என்பது புலனாகவில்லை. இந்நூல், சுக்கில வருடம் (1869) வைகாசி மாதம், தத்துவபோதினி அச்சுக் கூடத்திற் பதிப்பிக்கப்பட்டு மாமண்டூர் தியாகேச முதலியாரால் வெளியிடப்பட்டது. ஆனால், இந்நூலை நாவலரே எழுதினார் என்பதை, "... அது மாமண்டூர் தியாகேச முதலியா ரென்பவரா லியற்றப்பட்டதென அதனது முகபத்திரத்தில் குறிக்கப்பட்டதாயினும் இவரதனை யெழுதியவரல்ல ரென்பதும், இவர் புதிய ஆசிரியராகிய நல்லூர்–நாவல ரெழுதித்தர அவ்வாசிரிய ருரையைத் தமதுரையாகக் கொண்டு வெளிப்படுத்தப் புகுந்தா ரென்பதும், அவ்வாசகத்துட் கிடையானும் மற்றும் சில காரணத்தானும் பிரசித்தமாய்த் தெளியப்படுகின்றது" (தொழுவூர் வேலாயுத முதலியார், 1869:1) என்னும் வரிகளும், "அவரையும் அவருடைய பாடல்களையும் கண்டித்துப் போலியருட்பா மறுப்பென ஒருநூல் எழுதி அதனை மாமண்டூர் தியாகேச முதலியாரைக் கொண்டு வெளிப்படுத்தினார்" (த. கைலாச பிள்ளை, 1880:79) என்னும் வரிகளும் மெய்ப்பிக்கின்றன.

வள்ளலாரின் மாணவர்களுள் மாமண்டூர் தியாகேச முதலியாரும் ஒருவர். இவர் முதலில் வள்ளலாருடன் இருந்து பின்பு அவரை விட்டு நீங்கி நாவலரைச் சரணடைந்தார். அந்தச் சமயத்தில்தான் நாவலர் 'போலியருட்பா மறுப்பு' என்பதை எழுதி அதனைத் தியாகேச முதலியார் பெயரில் வெளிப்படுத்தினார். இதற்கான காரணத்தைப் பின்வருமாறு கூறுவர்:

> தியாகேச முதலியாரின் மருமகள் ஒருத்தி இளமையில் விதவையாயினாள். அவள், தன் கணவன் உடலைக் கட்டிக் கொண்டு என்னையுஞ் சேர்த்துச் சுடுங்கள். இல்லையேல், இராமலிங்க சாமியார் கூட்டத்தில் ஒப்புவித்து

விடுங்கள். செத்த என் கணவனைச் சுவாமி எழுப்பித் தருவார் என்றாள். முதலியார் அவளையும் பிணத்தையும் அக்கூட்டத்திற்கு அனுப்ப வேண்டியவராயினார். கூட்டத்தார் ஏற்றுக் கொண்டார்கள். இளம் விதவையாகிய அவள் அங்கே தங்கினாள். கணவன் உயிர்த்தெழுவான் என்று பூரணமாக நம்பினாள். காலில் அசைவு உண்டாயிருக்கிறது என்று சொல்லப்படுகின்ற தென்றுஞ் சொல்லிக் கொண்டிருந்தாள். தியாகேச முதலியாருக்கு அவள் அங்கே தங்குவது பெரிய அவமானமாயிருந்தது. ஒரு நாள் தம் 'குருவோடு'* சென்று அக்கூட்டத்தாரோடு வாதாடினார். அங்கே பரிபாஷைப் பேச்சுக்கள் நடந்தன. ஒரு முடிவும் வரவில்லை. குரு, 'ஒரு மாசஞ்சென்றாலும் முடிவு வாராது. முதலியாரே, அறிந்ததைச் செய்யும்' என்றார். முதலியாருடன் வந்தவர்கள் பலாத்காரமாக அவளை எடுத்து வண்டியிலேற்றி வீட்டுக்குக் கொண்டு போனார்கள். குருவும் முதலியாரும் நாவலரிடம் சென்று முறையிட்டார்கள்.

நாவலர் அவர்களை நோக்கி, இச்சென்னையில் இது மாத்திரமா எத்தனையோ சாமிக்கூட்டம் உண்டு. அக்கூட்ட விஷயங்களிலே தலையிட்டால் நான் எடுத்த கருமங்கள் சிதறிப்போம் என்று கையை விரித்து விட்டார். இருவரும் வெகு துக்கத்தோடு மீண்டனர். முதலியார் நாவலரை மேலுந் தொடர்ந்து அங்கே நடக்கும் அக்கிரமங்களை முறையிட்டபடி இருந்தார்... இது இப்படியிருக்க பாதிரிமார்கள் ஒரு துண்டுப் பத்திரிகையில் குரவர்கள் நால்வர் செய்த அற்புதங்களும் இராமலிங்கரின் 'செத்தோரை எழுப்புதல்' போன்ற அற்புதங்களே என்று பரிகாசஞ் செய்திருந்தார்கள். அதனைத் தியாகேச முதலியாரும், குருவும் நாவலருக்குக் காட்டி மேலும் வேண்டுதல் செய்தனர். அதனாலே, 'போலி அருட்பா மறுப்பு' என்ற ஒரு கண்டனம் எழுதித் தியாகேச முதலியாரையே வெளியிடும்படி கொடுத்தார். அது தியாகேச முதலியாரின் கையெழுத்தோடு வெளிவந்தது (சி. கணபதிப் பிள்ளை, 1968:17–19).

போலியருட்பா மறுப்புக்கு எதிராகப் பன்னிரண்டு கண்டன நூல்கள் வெளியாயின. இவ்வெளியீடுகள் நாவலரின் எழுத்து வீரியத்தைக் காட்டுகிறது. போலியருட்பா மறுப்பின் உள்ளடக்கம் பின்வருமாறு அமையும்:

- தேவாரம் முதலிய பஞ்சபுராணங்களையே திருவருட்பா எனல்.

- பஞ்சபுராணங்களின் சிறப்பைத் தனித்தனியே விளக்குதல்.

---

* இவர் ஈசான சிவாசாரியாரது தந்தையாரின் தந்தையார். பேரம்பலப் பிரசங்கத்தில் வள்ளலாரை எதிர்த்துக் கேள்வி கேட்டவர் என்று கருதப்படுபவர்.

- *வள்ளலாரின் அற்புதங்களை அவரது பாடல்கள்வழிக் கண்டித்தல்.*
- *வள்ளலாரின் பதிப்புப் பணியைக் குறைத்து மதிப்பிடல்.*
- *வள்ளலாரின் பாடல் குறித்து அவரது மாணவர்கள் முத்துசாமி முதலியார், வேலு முதலியார் ஆகியோருக்கும் திருவாவடுதுறை ஆதினச் சீடர் இராமசாமிப் பிள்ளைக் கும் இடையே மதுரை சோமசுந்தரர் ஆலயத்தில் நடந்த வாதம் பற்றி இராமசாமி, நாவலருக்கு எழுதிய கடிதப் பகுதி.*

வரலாற்றாசிரியர்களால் கூறப்படும் 'அருட்பாX மருட்பா' என்பது இந்தக் காலகட்டத்திலிருந்தே நேரடியாகத் தொடங்குகிறது. இதற்கு முன்பு நடந்த கண்டனங்கள் எல்லாம் இதற்கு அடிப்படையாக அமைந்தவை என்பதை மனங்கொளல் வேண்டும்.

போலியருட்பா மறுப்புக்குக் கண்டனம் தெரிவிக்கும் வகையில் *நடந்தவண்ணம் அறிவித்தல்** என்னும் பத்திரிகை வெளியானது. இதனை எழுதி வெளியிட்டவர் காவித்தண்டலம் சண்முக முதலியார். இந்நூல் இன்று கிடைக்காத போதும் இதன் சாராம்சம் என்ன என்பதைக் *குதர்க்காரணிய நாசமஹா பரசு* பக்கம் 85இல் விவரித்திருப்பதைக் கொண்டு மீட்டுருவாக்கம் செய்யும் போது, வள்ளலாரின் அற்புதங்கள் பலவற்றுள்– குறிப்பாகத் தண்ணீரால் விளக்கெரித்தல், செத்தவரை எழுப்புதல் ஆகியவற்றைக் கண்டித்த நாவலருக்குப் பதிலளிப்பதாக அமைந்துள்ளது எனலாம்.

இதனைத் தொடர்ந்து தொழூவூர் வேலாயுத முதலியார் சுக்கில வருடம்(1869) ஆடி மாதம் *போலியருட்பா மறுப்பின் கண்டனம் அல்லது குதர்க்காரணிய நாசமஹாபரசு* என்னும் நூலை எழுதி வெளியிட்டார். போலியருட்பா மறுப்புக்கு மறுப்பாக வெளியான இந்நூலின் பெயர்க் காரணம் குறித்துத் தொழூவூரார் பின்வருமாறு கூறுவார்:

> இங்ஙனம் இந்நாவலர் விவகார முழுவதும், பிழைபட்டு ஒன்றும் நிலைகொள்ளாது இவ்வாசகப் பரசுவினா லழித்தும், வீணே

* சிலர் 'நடந்த வண்ணம் அறிவித்தல்' என்பதும் 'நடந்த வண்ணம் உரைத்தல்' என்பதும் ஒன்று என்பர். இது பொருத்தமற்றது. நடந்த வண்ணம் உரைத்தலென்பது 16.1.1867இல் வள்ளலாருக்கும் – பிரம்ம சமாஜத்தாருக்கும் இடையே நிகழ்ந்த உருவ வழிப்பாட்டு வாதம் ஆகும். இதனை 'நடந்த வண்ணம் உரைத்தல்' என்ற தலைப்புடன் ஆலப்பாக்கம் நாயனார் ரெட்டியார் எழுதி வைத்திருந்தார். 1893ஆம் ஆண்டில் ச.மு. கந்தசாமி பிள்ளை வெளியிட்டார்.

பசுமரத்தாணி யறைந்தாற்போல் நாட்டப்பட்டதென்று கூறிக் களித்துக் கூத்தாடினார். ஆயினவ்வழூஉப் பெயர் வாசகம் பயனற்ற பசுமரமும் அப்பசுமரமறையப்பட்டுச் சின்னாளி லழிந்தொழியும் ஆணி இந்நாவலர் துணிந்த பொருளென்பது காட்டிய அவ்வாசகப் பிழையோ டழிதன் மாலைவாய்நின்ற 'அசத்தியமே நகைப்புக்கிடனே வேடங்களே' என்ற அவர் கூத்தாட்டுரையும் நாட்டுவார் தாமுமாயினார். ஆகவே ஆணியி லறையுண்ணும் பசுமரம் ஆள்வாரின்றி யாரணியதிற் பயன்படாதுள்ள வேம்பு எட்டி இவை போல்வன பிறவுமாதலால் காண்பார் யாவரும் நகைக்கும் அவ்வாசகமாகிய வேம்பு எட்டியி னினமாகிய பசுமரத்தையும், அது வளர்ந்ததும் தன்னையாளுந் தக்கோரில்லாததுமாகிய குதர்க்கக் காட்டையும் அம்மரத்தி னறையப்பட்ட மேற்கூறிய 'அசத்தியமே' என்றதாதியாகிய சில்லாணியையும் போழ்ந்தெறிந்து வெளி செய்து, நன்னெறி நாடுவார்க்கு வழி தந்து நிற்றற் கருவியாதலால் இவ்வாசகம், பரசுவென வுருவகஞ் செய்யப்பட்டுச் சிவபெருமானார் கைப்பரசு மும்மலங்களைப் போக்குவது போலிதுவும் அகங்காரம், துராசை, மயக்கம் பற்றிவர மறியாமையையும் போக்கி அவரது திருவருட் புகழையே விளக்கி நிற்றலால் 'மஹா'வென்னும் விசேஷணம் பெற்று, போலியருட்பா மறுப்பின் கண்டனம் என்னும் இவ்வாசக நூலுக்குக் 'குதர்க்காரணிய நாசமஹாபரசு' எனக் காரணக் குறியாயிற்று (தொழுவூர் வேலாயுத முதலியார், 1869:124).

போலியருட்பா மறுப்பு என்பதனை போலி + அருள்பா + மறுப்பு எனப் பிரித்து, நூலுக்கிடப்பட்ட இப்பெயர் பொருத்த மற்றது என்பார் தொழுவூரார். இதனை, ". . . எத்திறத்தும் போலியென்னும் விசேடிப்பு அருளையேலாது. இலக்கணப் போலி, போலியெழுத்து, போலியுரை என்பவற்றின் பொருளை யும் அகம் புறமென்னும் வகைமையின் இலக்கண வகையாற் கேட்டறிந்தடங்குக . . . இறைமைக் குணமாகிய அருள் என்னுஞ்சொல் எவ்விடத்து நிற்கினும் அதனோடு போலி என்னுஞ் சொல் நில்லாதென்று ஒழிக்க . . . போலி யென்ப தொழிந்தாலும் அருள்பா மறுப்பு என்றாவது கொள்ளலாமோ வெனில், அருட்பாவை மறுப்பவர் அறவோரே அல்லர். ஆகவே, மறவோர் சொல் யார்க்கும் மாளாத்துயரந்தரு மாகலின் அங்ஙனம் பேதையரிற் பேதையரும் கொள்ளார். அவ்வாறு விநோத வகையிற் கூறினாரை நினைத்தாரை நினைத்தாரும் நீசராவரன்றோ? ஆகலான், அருட்பா மறுப்பென்பதூஉம் வழூவென்க' (தொழுவூர் வேலாயுத முதலியார், 1869:5–6) என்னும் கூற்றால் அறியலாம்.

தேவாரம், திருவாசகம், திருவிசைப்பா, திருப்பல்லாண்டு, பெரியபுராணம் என்னும் ஐந்துமே அருட்பா என்று *திருக்கோவையாரில்* சொல்லப்பட்டது என்று கூறுவார் நாவலர்.

ஆனால், "தேவாரம் முதலிய இவ்வைந்திற்கும் அருட்பாவென்னும் பெயர் என்றும் இல்லாதிருக்கவும் அவற்றிற்கு அப்பெயர் புதிதாகச் சாத்தி அதுவிடயத்தில் அதற்குத் தக்க நியாயமொன்றுங் குறித்ததில்லை . . . அத்திருக்கோவையா ருண்மை யென்னும் வாசகச் சிறு புத்தகத்தில் யாண்டும் அருட்பாவெனும் அப்பெயர் தேவாரம் திருவாசகம் முதலியவற்றிற் குள்ளதாகக் குறித்ததில்லை" (தொழூவூர் வேலாயுத முதலியார், 1869:8) என்று இந்நூலில் நாவலருக்கு மறுப்பு தெரிவிக்கப்பட்டது.

அருட்பா என்னும் வழக்கு பஞ்சபுராணங்களுக்கு மட்டுமே உரியது என்னும் நாவலரின் கருத்து ஏற்புடையதாகத் தோன்றவில்லை. கிறித்துவ மிஷினரிகளால் அழிந்து வரும் சைவத்தைக் காப்பதற்காகக் கந்தபுராண மரபை நடைமுறைப் படுத்தியவர் நாவலர். இந்த அடிப்படையில்தான் இப்படியொரு வாதத்தை அவர் முன் வைத்தார் எனலாம். "தேவார திருவாசகங்கள் முதலிய பன்னிரு திருமுறைகளே அருட்பா என்று கூறும் வழக்கம் ஆறுமுக நாவலர் காலத்துக்கு முன் இருந்ததாகத் தோன்றவில்லை" (கா.சு. பிள்ளை, 1956:455) என்ற கருத்தும் இங்கு நோக்கத்தக்கது.

வள்ளலாரின் பதிப்புப் பணியைப் பற்றிக் கூறும்போது 'தொண்டைமண்டலம்' என்றிருக்க வேண்டுவதைத் 'தொண்ட மண்டலம்' என்று பதிப்பித்தது தவறு என்பார் நாவலர். இதற்குச் சான்றாகக் *காஞ்சிபுராணம்*–நாட்டுச் சிறப்பில், 'எந்நாட்டுப் பெருவளமு மெவ்வெவர் கோட்பாடுகளும்' என்னும் செய்யுளில், 'புலவரெல்லாந் தொண்டை நாடெனவுரைப்பர் ஞாலமங்கை தன்னாட் போதனைய முகக்கனிவா யாங்காரணத்தின் சார்பாற் போலும்' என்பதை எடுத்துக் காட்டுவார் அவர் (போலியருட்பா மறுப்பு, 1869:47). "தொண்ட மண்டல சதகத்தை இராமலிங்கர் பதிப்பித்தபின் அடுத்து பிறர் பதிப்பித்த பதிப்புகளிலெல்லாம் தொண்டை மண்டலமென்றே இருக்கிறது. இராமலிங்கரைத் தொடர்புபடுத்தி வந்த நூல்களிலெல்லாம் தொண்ட மண்டல மென்பது உள்ளது . . . தொண்டையர்கோன், தொண்டைமான், தொண்டை நாடு முதலான வழக்குகளை நோக்கும்போது தொண்டை மண்டலம் என்பது சரியான வழக்காகத் தோன்று கிறது. ஆனால் மக்கள் வழக்கில் தொண்ட மண்டலம் என்பதே பெருவழக்கு. மக்கள் வழக்கிற்கு ஏற்ப இராமலிங்கர் விளக்கம் கொடுத்திருப்பதாகத் தெரிகிறது" (சு. அமிர்தலிங்கம், 1987:270–309) என்று நாவலரது கருத்தோடு ஒத்துப் போவாரும் உளர்.

காஞ்சிபுராணம், சில இலக்கியச் சொல்லாட்சிகள் இவற்றை மட்டும் கொண்டு தொண்டை மண்டல மென்பதே சரியானது என்று கூற இயலவில்லை. அந்நாளில் தொண்டமண்டலமா?

தொண்டை மண்டலமா? என்னும் பிரச்சினை சென்னை அறிஞர்களிடையில் பெருத்த வாதமாக இருந்தது. இதற்கு முற்றுப்புள்ளி வைத்தவர் வள்ளலாரே. இதனை, அவர் பதிப்பித்த *தொண்டமண்டல சதகம்* நூற் பெயர் இலக்கணத்தின் இறுதியில், "தொண்டமண்டல மென்பதை தொண்டை மண்டலமென்று இச்சென்னை நகரத்திலிருக்கின்ற வித்துவான்களிற் சிலர் மாறாக வழங்க, அது குறித்துச் சில பிரபுக்களும் வித்துவான்களும் உபாத்தியார்களும் 'இவ்விரண்டில் இலக்கணவமைதியும் உலக வழக்குமுள்ளது யாது? அதனை யொருவாறு தெரிவிக்க வேண்டும்' என்று கேட்டுக் கொண்டபடி சிதம்பரம் இராமலிங்க பிள்ளை யவர்களாற் தெரிவிக்கப்பட்டது" (திருவருட்பா உரைநடைப் பகுதி, 1981:125) என்னும் பகுதி தெளிவுபடுத்துகிறது. இலக்கணம், இலக்கியம், கல்வெட்டு முதலிய சான்றாதாரங்களைக் கொண்டு வள்ளலார் இதனை நிரூபித்திருப்பதால் தொண்டமண்டலம் என்பதே சரியானது எனலாம்.

நாவலர், காஞ்சி புராணத்திலிருந்து சான்று காட்டி யிருப்பதும் பொருந்தாது என்பார் தொழுவூரார். அது வருமாறு: "இந்நாட்டுக்குத் தொண்ட நாடெனப் பேர் வந்தது பூமிதேவி வாயாகி, யவ்வாயாகிய காரணமுங் குறியாது, அவ்வாய்க்கு ஒப்பாகுங் கோவைப்பழத்தின் பெயரைப் பற்றியோ தொண்ட நாடெனப் புலவர் கூறினார் . . . இதனிலக்கண முடிபு *தொண்ட மண்டல சதகத்துட்* காண்க. காரணத்தின் சரிதத்தைத் திருவாவடுதுறை யாதீனம் கச்சியப்ப சுவாமிகள் திருவாய் மலர்ந்தருளிச் செய்த *பார்க்கவ புராணம்* நாட்டுச் சிறப்பு, 'அண்டரும் புகழ்ந்துண் டீரனாண்டு துண்டீர நாடாய்த், தண்டகன் பின்னராண்டு தண்டக நாடாய்ப் பின்னர்த் தொண்டமா னாண்டு தொண்ட நாடெனத் துலங்கிற்றென்ப, பண்டையன் படைப்புத் தொட்டுப் பயிலுமித் தொல்லை நாடு' என்னும் செய்யுளாலுணர்க" (தொழுவூர் வேலாயுத முதலியார், 1869:47–50).

இறுதியாக, இராமசாமிப் பிள்ளை நாவலருக்கு எழுதிய கடிதத்தைப் பொய்யென மறுத்து கா. சுந்தர சிவாசாரியார், கா. கச்சபேசுவர சிவாசாரியார் ஆகியோர் தொழுவூராருக்கு எழுதிய கடிதமும் குதர்க்காரணிய நாசமஹா பரசுவில் வெளியிடப்பட்டுள்ளது.

குதர்க்காரணிய நாசமஹா பரசுவை வெளியிட்டதில் வள்ளலாருக்கும் பங்குண்டு என்று கூறுவர் (பொ. பூலோகசிங்கம், 1993:166). 'இங்ஙனம் நமது குருநாதர் கட்டளையா னிவ்வளவி னிறுத்தினோ மென்க' என்று தொழூவூரார் நூலின் இறுதியில் எழுதியிருப்தைக் கொண்டே பூலோகசிங்கம் இந்த முடிவுக்கு

வருகிறார். ஆனால், இக்கூற்றுக்கு ஆதாரம் இல்லை. அவர் குறிப்பிடும் 'குருநாதர்' என்னும் நபர் வள்ளலாரே என்று கூற முடியாது. இதற்கு முன்பே *விஞ்ஞாபனப் பத்திரிகை*, *அகங்கார திமிரபானு* முதலிய கண்டனங்களை வெளியிட்டதில் தொழுவூர் வேலாயுத முதலியாரும் – நரசிங்கபுரம் வீராசாமி முதலியாரும் இணைந்து செயல்பட்டிருப்பதால் அவர் குருநாதர் என்று குறிப்பிட்டிருப்பது வீராசாமி முதலியாராகவும் இருக்கலாம்; அல்லது நூலைத் தொழுவூரார் எழுதிக் கொண்டுவரும் தருணத்தில் அதனை வள்ளலார் கண்ணுற்றுக் கண்டித்திருக்கலாம்; அதனால் அவர் மேற்கொண்டு தொடராமல் நமது குருநாதர் கட்டளையால் இவ்வளவில் நிறுத்தினோம் என்றும் எழுதியிருக்கலாம். எனவே, இந்த ஒரு வாசகத்தை மட்டும் கொண்டு வள்ளலாரை இந்நூலோடு தொடர்புபடுத்துவது பொருந்தாது.

*குதர்க்காரணிய நாசமஹா பரசுவை மறுத்து குதர்க்காரணிய நாசமஹாபரசு கண்டனம்** என்னும் நூல் வெளிவந்ததாகச் சொல்லப்படுகிறது. இந்நூல் எப்போது எங்கே எவரால் வெளியிடப்பட்டது என்ற விவரத்தை அறிய முடியவில்லை. பெயரளவில் மட்டும் இந்நூல் உள்ளதே அன்றி இப்படியொரு நூலை எவரும் எழுதவில்லை என்றே தோன்றுகிறது. இதனை, "குதர்க்காரணிய நாசமகாபரசு கண்டனமெனப் பெயரொன்று பூர்வ பக்கத்தாரா லிஞ்ஞான் றெழுதப் பெற்று வழங்கி வருகிறதேயன்றிக் கண்டனப் புத்தக மிதுகாறு மின்றென்பதனை அனைவருமறிவர்" (ம.தி. பானுகவி, 1905:6) என்னும் வரிகளும்; "இவ்வங்கதப் பாடல்கள் முன்னர் குதர்க்காரண்ய நாசமஹாபரசு கண்டனம் என்னும் நூலில் வெளியிடப்பட்ட தென்கிறார். அண்டப் புரட்டென்ப திதுதானோ? இக்குதர்க்காரண்ய நாசமகாபரசு என்பது ஒருவராலும் கண்டிக்கப் படவும் முடியாது, ஒருவராலுங் கண்டிக்கப்பட்டதுங் கிடையாது. இவர் கூறும் பொய்க் கூற்றைப் பொய்யர்களே நம்புவாரன்றி உண்மையாளர் ஒருபோது முண்மையெனக் கொள்ளார்" (தஞ்சை சண்முகம் பிள்ளை, 1909:30) என்னும் வரிகளும் இதனை உறுதி செய்கிறது.

போலியருட்பா மறுப்பைக் கண்டித்துத் தொழுவூரார் நூல் வெளியிட்ட அதே காலகட்டத்தில் வெளியான மற்றொரு நூல் *தீவாந்திர சைவ விநோதம்*. இதன் ஆசிரியர் வீராசாமி முதலியார். *விஞ்ஞாபனப் பத்திரிகையி*லே ஈழத்தை இழித்துரைத்த வீராசாமி முதலியார், அதே பாணியில் தீவாந்தர சைவ விநோதத்தையும் படைத்துள்ளார் என்பர்.

---

* இந்நூல் 'இராமலிங்கம் பிள்ளை பாடல் ஆபாச தர்ப்பணம் அல்லது மருட்பா மறுப்பு' என்னும் நூலின் இறுதியில், வள்ளலாரது பாடல்களைக் கண்டித்து வெளியிடப்பட்ட நூற்பட்டியலில் இரண்டாவதாக இடம்பெற்றுள்ளது.

செழியர் செம்பியர் சேரனென் றியம்புமூ வேந்தர்
வழியில் வந்தவம் மன்னவர் முன்னைநாள் வருநூல்
மொழியி னாற்றமிழ் வழங்குநா டாள்கையில் முனிந்து
பழிபி றங்கிய கொலைமுதற் புரிந்தபா தகரை

இன்ன தண்டமிழ் வழங்குநாட் டிருப்பது தவிர்த்துப்
பன்னும் பல்வகைச் சிங்களர் நிசாசரர் பலரும்
மன்னி மல்கிய விழிவெலாம் வைகிய விலங்கைத்
தன்னில் விட்டிடல் வழக்கெனப் பண்டைநூல் சாற்றும்

கொள்ளை கொள்ளுதல் கொலைசெய லாதிகுற் றங்கள்
பள்ளர் கள்வர்கள் பறையர்கள் முதலிய பலவே
றெள்ளு கீழ்குலத் தியற்கையாஞ் செய்கையி லிவர்கள்
உள்ள வாறுயர் குற்றத்தா லிலங்கையி லுற்றார்

காதல் பெருக விலங்குகள்போற் கலந்துவாழு நாளதனில்
மாதருடனே யாண்களையும் வந்த பைபிள் மார்க்கத்தார்
ஓதியவர்க ளனைவரையு முடனே கிறிஸ்து மதமாக்கி
யாது மறிவொன் றில்லாரை யங்கே படிக்க முயற்சி செய்தார்.

(தீவாந்திர சைவ விநோதம்)

இராமலிங்கர் கோஷ்டியினர் எதிர்க்கட்சியிலே முக்கியத்துவம் வகித்த நாவலரவர்கள் தமிழகத்தவரல்லர் என்பதைத் தமது பிரச்சாரத்தில் நன்கு பயன்படுத்தியுள்ளனர் என்பதைத் தீவாந்தர சைவ விநோதம் காட்டுகின்றது. 'சைன பௌத்தருக் கெதிராகப் பல்லவர் காலத்து அடியார்கள் தமிழ் உணர்ச்சியைத் தூண்டியது போல இராமலிங்கர் கோஷ்டியினரும் பிரதேச உணர்ச்சியினைத் தூண்டினர்' (பொ. பூலோகசிங்கம், 1993:190–191). அத்துடன் நாவலர் சைவரல்லர்; அவரது கிறித்துவப் பெயர் 'பைராட்' என்றும் தீவாந்திர சைவ விநோதம் சுட்டுகிறது.*

---

* ஈழமுறு மானிப்பாய்க் கல்லூரிப்
பாதிரிமா ரியல்பின் மிக்கத்
தாமுதலில் ஆங்கிலமும் தமிழ்சிறிதும்
பயிற்றியுணச் சாத மிட்டு
வாழுமிட மும்மளிப்ப வாறுமுக
நாவல னென்போன்றா னங்கே
பாழிவாய் திறந்துண்டு கற்றுமுனங்
கிறிஸ்தவனாம் பண்பி னின்றான்

அவ்வகையாய் மட்டுவாய் **'பைராட் டென்ன
ஆறுமுக நாவலனுங் கிறித்து வப்பேர்'**
கவ்வைபெறப் பெற்றசில வாண்டு பின்னர்
கபடுமிகும் பாதிரிமா ருளவ றிந்து
செவ்வைமிகுங் கல்விச்செல்வி வாய்ந்த சீலச்
சென்னையுளார் களைக்கிறித்து மதத்திற் சேர்க்கும்
எவ்வகையோ வதைத்தேடி முடிப்பா யென்ன
விந்தை பைராட் நாவலனை யனுப்பினரால்.

ஆறுமுக நாவலர் உள்ளத்திலே, இராமலிங்கர் கோஷ்டியினர் தம்மை மட்டுமன்றி ஈழத்தையும் இழிவுபடுத்திச் செய்த பிரச்சாரம் ஆழமாகப் பதிந்திருந்தது. இதனை நாவலரெழுதிய *மித்தியாவாத நிரசனம்** (1876) என்னும் கண்டனத்தில் காணலாம்.

பேரம்பலப் பிரசங்கம்

1868இல் தொடங்கி நடைபெற்று வந்த அருட்பா மருட்பா கண்டனங்கள் ஓரளவு அமைதியான பின்பு, ஈழம் திரும்பும் நோக்கோடு சென்னையிலிருந்து புறப்பட்டு நாவலர் 1869 ஜூன் மாதம் சிதம்பரம் வந்தார். இதற்கு முன்பே நாவலரால் கண்டிக்கப்பட்ட தீட்சிதர்கள் சிதம்பரத்திலே இராமலிங்கரையும் அவரது கோஷ்டியினரையும் துணையாகக் கொண்டு நாவலருக்கு எதிராகக் கூட்டம் கூட்டினார்கள். அந்தக் கூட்டம் பேரம்பலத்திலே நடைபெற்றது.

நிறைவெண் கொடிமாட நெற்றி நேர்தீண்டப்
பிறைவந் திறைதாங்கும் பேரம்பலம் (தேவாரம் 1:80:4)

எனத் தேவார முதலிகளாற் போற்றப் பெற்ற பேரம்பலத்திலே, தேவார முதலிகளின் தேவாரம் உட்பட்ட பஞ்சபுராணத்தையே 'அருட்பா' என்று கொள்ளவேண்டும் என வற்புறுத்தி நின்ற நாவலரவர்களுக்கு எதிராக 1869 ஜூன் மாதம் ஏழாம் தேதி கூடினார்கள் (பொ. பூலோகசிங்கம், 1993:195).

தீட்சிதர்களுக்கும் – வள்ளலாருக்கும் கொள்கையளவில் முரண்பாடு இருந்துள்ளதைப் பல நிலைகளில் அவதானிக்க லாம். தீட்சிதர்கள் வள்ளலாரின் பல்வேறு கருத்துக்களுக்கு உடன்படாமையே அவர் சிதம்பரத்தில் நிலையாகத் தங்காததற்குக் காரணம் எனலாம். 20.3.1861இல் வள்ளலார் தமது சீடர் இறுக்கம் இரத்தினத்திற்கு எழுதிய கடிதத்தில் "... சிதம்பரம் தற்காலத்தில் நமது உயிர்த் துணைவராகிய நடராஜப் பெருமானைப் பற்றி நாம் போவதற்கும் இரண்டொரு தினம் இருப்பதற்கும் தக்கதேயன்றி வேறொரு வகையானும் தக்கதாகத் தோன்றவில்லை. ஆயின் அது கலிகாலவண்ணம்" (திருவருட்பா திருமுகப்பகுதி, 1959:40)

---

* நல்லூர் கந்தசாமி கோயிலில் நடைபெற்ற ஆகம விரோத செயல்களைக் கண்டித்து நாவலரால் அக்கோயிலின் பெயரிலேயே இரு பத்திரிகைகள் வெளியிடப்பட்டன. கோயில் நிர்வாகத்தினர் இதனை மறுத்துப் *பிரதிகண்டனம், பரிகண்டனம், சம்பாஷணை, வச்சிரகுலிசம்* என்னும் நான்கு பத்திரிகைகளை வெளியிட்டனர். அப்பத்திரிகைகளில் இராமலிங்கர் சார்பாகத் தமிழக வித்துவான்கள் நாவலரைக் கண்டித்த சில விடயங்களும் எடுத்துக்காட்டப்பட்டன. இதற்கு மறுப்பு தெரிவிக்க வேண்டி ச. விஸ்வலிங்க பிள்ளை, நாவலரைக் கேட்டுக் கொண்டதற்கிணங்க அவரால் வெளியிடப்பட்டதே 'மித்தியாவாத நிரசனம்' என்னும் இந்தக் கண்டனப் பத்திரிகை.

என்று குறிப்பிட்டிருப்பதும் இங்கு நோக்கத்தக்கது. என்றாலும், நாவலரவர்கள் தமது சிதம்பரம் சைவப்பிரகாச வித்தியா சாலையிலே சிவ தீட்சையும் சிவாகம அறிவும் இல்லாதவர்கள் சிவபூசை செய்யத் தகுதியுடையவர்கள் அல்லரென்று வெகுஜனங்களுக் கெதிரே பேசியமை இத்தீட்சிதர்களுக்குப் பிடிக்கவில்லை.இதற்குப் பழிவாங்கும் முயற்சியாகவே அடிகளைத் தம் பக்கம் இழுத்தனர்.

தீட்சிதர்களுக்கும் இராமலிங்க பிள்ளைக்குமிடையே பாரிய கருத்து வேறுபாடுகள் இருந்த போதும் நாவலரை எதிர்ப்பதில் இணைந்து செயற்பட்டமைக்குப் பின்வரும் காரணங்களைக் கூறுவர்:

- தீக்ஷிதர், இராமலிங்க பிள்ளை ஆகியோர் பற்றி நாவலர் தொடுத்த கண்டனங்கள் மக்கள் மத்தியில் வரவேற்பைப் பெற்றமை.

- இருவர்கள் குழாத்தின் செயல்பாடுகள் மீது மக்கள் ஐயுறவு கொள்ளத் தொடங்கியமை.

- மக்கள் நாவலர் மீது நம்பிக்கையும் பெருமதிப்பும் கொண்டு அவர் சொல்லுவதற்கு முன்னுரிமை அளித்தமை.

- இக்காலகட்டத்தில் தமிழ்நாட்டில் தமிழ், சமயம் ஆகிய இரு துறைகளிலும் ஒப்பாரில்லாத அறிஞராக நாவலர் திகழ்ந்தமை.

- நாவலர் ஒரு அந்நிய தேசத்தவராக இராமலிங்கர் கோஷ்டியினருக்குத் தென்பட்டமை.

நாவலரை இத்தகைய மேம்பாட்டினின்று விடுப்பதை நோக்கமாகக் கொண்டு தீக்ஷிதர்களும் இராமலிங்க பிள்ளையும் செயற்பட்டனர். இம்முரண்பாடுகளின் விளைவே பேரம்பலப் பிரசங்கம் முதலான வாதங்களும் வியாச்சியங்களுமாகும் (இரா. வை. கனகரத்தினம், 1994:245–46).

கனகரத்தினம் குறிப்பிடும் இந்த ஐந்து காரணங்களுள் 1, 2, 5 ஆகிய காரணங்கள் ஏற்புடையனவாக இருந்தாலும் 3, 4ஆவது காரணங்கள், தாமோதரம் பிள்ளை நாவலரைத் தூக்கிப்பிடிக்க மேற்கொண்ட முயற்சியின் அடிச்சுவட்டிலேயே செல்வதை அவதானிக்கலாம். இது தமிழக அறிஞர்களை அவமதிக்கும் செயலுக்கு மீண்டும் வித்திடுகிறது. நாவலர் வாழ்ந்த அதே காலகட்டத்தில் தமிழகத்தில் குறிப்பாக, "சென்னையில் இந்நாவலரினுஞ் சிறந்துள்ளவரான விசாகப் பெருமாள் ஐயர்,

சரவணப் பெருமாள் ஐயர், மகாலிங்க ஐயர், காஞ்சிபுரம் சபாபதி முதலியார், அஷ்டாவதானம் சபாபதி முதலியார், சோடசாவதானம் சுப்பராய செட்டியார், இராமாநுஜ கவிராயர், தொல்காப்பியம் வரதப்ப முதலியார், கோமளபுரம் ராஜகோபாலப் பிள்ளை, உபயகலாநிதிப் பெரும்புலவர் தொழூவூர் வேலாயுத முதலியார் முதலிய வித்துவான்கள் பற்பலர் இருக்கவும் . . .” (தஞ்சை சண்முகப் பிள்ளை, 1903:15) என்று குறிப்பிட்டிருப்பதும் இங்குக் கவனிக்கத்தக்கது. ‘தமிழகத்தில் ஒப்பாரில்லாத அறிஞராகத் திகழ்ந்த நாவலர்’ என்று ஈழத்தவர்கள் குறிப்பிடுவதும் ‘இந்நாவலரினுஞ் சிறந்த தமிழக அறிஞர்கள்’ என்று தமிழகத்தவர் குறிப்பிடுவதும் சார்பு நிலைகளே அன்றித் தர்க்க ரீதியானது அன்று.

இனி, நாவலரை எதிர்க்கும் பொருட்டுக் கூட்டு சேர்ந்த தீட்சிதர்களும் – வள்ளலாரும் பேரம்பலத்தில் எவ்வாறு நடந்து கொண்டனர் என்பது பின்வருமாறு:

“1869 ஆனியில் உத்தரதரிசனம் சமீபித்தது. கூட்டம் சுவாமியையும் அழைத்துக் கொண்டு சிதம்பரம் புறப்பட்டது. தீக்ஷிதர்கள் பேரார்வத்தோடு அவர்களை வரவேற்றுப் பேரம்பலத்திலே கூடினார்கள். கூட்டம் ஆரம்பமானது. அன்று தரிசன தினம். முதலில் சுவாமி எழுந்து பேசினார். இல்லை, பேசுவித்தார்கள் என்பதே பொருத்தம்” (சி. கணபதிப் பிள்ளை, 1968:19). “இராமலிங்க அடிகளார் நாவலரவர்களைத் தூஷித்துப் பேசும் போது ‘நாவலர்’* என்னும் சொல்லை ‘நா–அலர்’ எனப் பிரித்துப் பொய்யன், வித்தையில்லாதவன், நாவிற் பழிசொல்லை உடையவன்’ எனப் பலவாறு அதற்குப் பொருள் கொண்டு பேசினார். அப்போது ஈசான சிவாசாரியார்† எழுந்து ‘உந்தன் கருத்திலேதானா திருவாவடுதுறை யாதீனம் அவருக்குப் பட்டம் வழங்கியது’ என்று கேட்டார்” (ச. தனஞ்சயராசசிங்கம், சுடரொளி, 1977. மேற்கோள்: இரா.வை. கனகரத்தினம், 1996:52). அவ்வளவிற் சுவாமி கண்மூடி மௌனியாய்ச் சும்மா விருந்தார். இக்கூட்டம் தொடர்பான செய்தி *பேரம்பலப் பிரசங்கம்* என்னும் பெயர் கொடுத்து சி.சொ. சண்முகப் பிள்ளை, சி.அ. வேலாயுதப் பிள்ளை, ச.இரா. ஆறுமுகப் பிள்ளை என்னும் மூவரும் வெளிப் படுத்திய பத்திரிகையிற் காணப்படும் (த. கைலாசபிள்ளை, 1880:80).

* வள்ளலார், ‘நாவலர்’ என்னும் சொல்லுக்கு மூன்று பொருள் கூறியதாகவும் பத்துப் பொருள் கூறியதாகவும் இருவேறு கருத்துக்கள் உள்ளன.

† பேரம்பலக் கூட்டத்தில் வள்ளலாரைக் கேள்வி கேட்டவர் ஈசான சிவாசாரியார் அல்லர். அவரது தாத்தாவே கேள்வி கேட்டவர் என்று கருதப்படுகிறார். ஈசான சிவாசாரியார் வள்ளலாரது காலத்துக்குப்பின் அதாவது அவரது மூன்றாவது தலைமுறையில் வாழ்ந்தவர். ஒருகால் பேரனின் பெயரும் தாத்தாவின் பெயரும் ஒன்றே போலும்.

*1869*ஆம் ஆண்டு, டிசம்பர் மாதம் *16*ஆம் தேதி வெளிவந்த *பிறீமன் (Freeman)* பத்திரிகையும் இது குறித்துக் கருத்துத் தெரிவித்துள்ளது.

கூட்டத்துக்குத் தலைமை வகித்த தில்லைத் தலைமைக் குரு சபாநடேச தீக்ஷிதர் எவ்வாறு நடந்து கொண்டார் என்பதை *பீறீமன்* பத்திரிகை பிரசுரித்ததைக் கொண்டு தனஞ்சயராசசிங்கம் பின்வருமாறு கூறுகிறார்:

"முன் காட்டியவற்றிலிருந்து அவை போன்ற சொற்றொடர்கள் சிலவற்றையும் பிரயோகித்துப் பேசிக்கொண்டிருந்த பிரதம தீட்சிதர் ஆவேசமடைந்து, தாம் இருந்த ஆசனத்திலிருந்து எழுந்தார். நாவலர் இருக்கும் இடத்துக்குச் சென்று அவரை இழுத்துக் கொண்டு வந்து நையப் புடைப்பதற்குத் தாம் மிக விரும்புவதாகவும் மற்றவர்கள் தமக்கு உதவியாய் வருதல் வேண்டும் என்றும் கேட்டுக் கொண்டார். ஆயினும், எவருமே போகவில்லை" (ச. தனஞ்சயராசசிங்கம், சுடரொளி, 1977. மேற்கோள்: இரா.வை. கனகரத்தினம், 1994:239–240).

மஞ்சக்குப்பம் வழக்கு

பேரம்பலத்தில் நடைபெற்ற இந்த இரு நிகழ்ச்சிகளை அடிப்படையாகக் கொண்டு நாவலர் கடலூர்–மஞ்சக்குப்பம் கோர்ட்டில் தீட்சிதர்கள், இராமலிங்கர் ஆகியோருக்கு எதிராக வழக்குத் தொடுத்தார். (வழக்குத் தொடுத்த தேதியை அறியமுடியவில்லை.) கூட்டத்தில் நடந்தவற்றை நேரடியாக கவனித்தே நாவலர் வழக்குத் தொடர்ந்தார் என்பர். தில்லையில் தரிசன தினத்தில் இப்பேரம்பல பிரசங்கம் நடந்ததால் நாவலருக்கு இச்செயல்களை நேரடியாக அறிந்துகொள்ள வாய்ப்பிருந்தது போலும். 'அத்தரிசன தினத்தில் நாவலரும் சிதம்பரத்திற்றானே யிருந்தார். நடந்தவைகளை யெல்லாம் நன்கு அறிந்து கொண்டார். அடுத்த நாளே மஞ்சக்குப்பம் கோர்ட்டில் சுவாமி மீது மான நட்ட வழக்குத் தொடுத்தார்' (சி. கணபதிப் பிள்ளை, 1968:20) என்னும் கூற்றும் இதனை உறுதிப்படுத்துகிறது. ஆனால் இக்கூற்றுக்கு ஆதாரம் உண்டோ என்பது தெரியவில்லை என்பார் பொ. பூலோகசிங்கம்.

வழக்கு நடந்து முடிந்து இன்றி(2021)லிருந்து சரியாக 153 ஆண்டுகள் ஆகிவிட்டதால் அது குறித்த சான்றுகள் எதுவும் சரியாகக் கிடைக்கவில்லை. மஞ்சக்குப்பம் கோர்ட்டிலும் இது குறித்த தடயங்கள் எதுவும் அகப்படவில்லை. எனவே, வழக்கு குறித்து எழுதும் வரலாற்று ஆசிரியர்களிடையே முரண்பாடான கருத்துக்கள் காணப்படுகின்றன. சில கருத்துக்கள் வரலாற்று

நியதிகளுக்கு முற்றிலும் முரண்பட்டனவாகவும் உள்ளன. வழக்குக் குறித்துக் கருத்துத் தெரிவிப்பதில் ஈழத்தவரும் – தமிழகத்தவரும் பல நிலைகளில் முரண்படுவதால் இனி அது குறித்துத் தனித்தனியே இந்நூலில் விளக்கமாகக் காண்போம்.

வழக்குப் பற்றி அறிந்து கொள்ளச் சரியான சான்றுகள் எதுவும் கிடைக்காததால் அந்தக் காலகட்டத்தில் வெளியான பத்திரிகைகள், நாவலரோடு தொடர்புடைய வே. கனகரத்தின உபாத்தியாயர், த. கைலாசபிள்ளை போன்றோர் எழுதிய நாவலர் வாழ்க்கை வரலாற்று நூல்கள் முதலியவற்றை ஈழத்தவர்கள் முதன்மை ஆதாரங்களாகக் கொண்டுள்ளனர். பத்திரிகைகள் என்று பார்க்கும் பொழுது அதில் முதன்மை வகிப்பது *பிறீமன்.* 'வழக்குக் குறித்த செய்தியை இப்பத்திரிகை 16.12.1869, 20.01.1870, 03.02.1870 ஆகிய மூன்று தினங்களில் வெளியிட்டுள்ளது *(K. Arumainayagam, Aurmuga Navalar Karunguli and the Dikshadars, Tribune, Vol.22, No.36. pp. 18-21, 25.02.1978. 18–21, 25.02.1978.* மேற்கோள்: பொ. பூலோகசிங்கம், 1993:202). வழக்குக் குறித்துப் பிறீமன் பத்திரிகை கூறுவது வருமாறு:

ஆறுமுக நாவலர், அறுவர் மீது வழக்குத் தொடுத்தார். முதலாம் எதிரி சபாநடேச தீட்சிதர். இவர் மீது சுமத்தப்பட்ட குற்றச்சாட்டுகள் மானநட்டமும் பயமுறுத்தலும்; அடுத்த நான்கு எதிரிகளாம் தீட்சிதர்கள் மீது சுமத்தப்பட்ட குற்றச்சாட்டு பயமுறுத்தல்; ஆறாம் எதிரியாகிய இராமலிங்கர் மீது சுமத்தப் பட்ட குற்றச்சாட்டு மானநட்டமாகும். (அறுவரில் தீட்சிதர்கள் நால்வரை விடுத்து இருவர் மட்டுமே குற்றவாளிகள் என்பர்.) 1869ஆம் ஆண்டு ஜூன் மாதம் ஏழாம் தேதி தீட்சிதர்கள் கூட்டிய கூட்டத்திலே, நாவலரவர்கள் சிதம்பரம் சைவப்பிரகாச வித்தியாசாலை ஆவேதனங்களில் சிவதீட்சை பெறாமலே தீட்சிதர்கள் பூசை செய்வதைக் கண்டித்தமையை விவாதிக்கும் போது தீட்சிதர்கள், நாவலரவர்களைக் கண்டபடி வைததோடு அமையாது அவரைச் சாணார் என்றும் மூடன் என்றும் நிந்தித்தனர். பிரதம தீட்சிதர் சபாநடேசன் ஆத்திரமிகுதியாலே தமது ஆசனத்தை விட்டெழுந்து, நாவலரவர்கள் தங்கியிருக்கும் இடம் சென்று, அவரை இழுத்து வந்து, நன்றாக அடிக்கப் பெருவிருப்பினை உணர்த்திய போதும், அவருடன் துணைபோக யாரும் முன்வரவில்லை. இராமலிங்கரின் குற்றம் அக்கூட்டத்திலே 'நாவலர்' என்ற சொல்லுக்கு விகற்பமான பத்து அர்த்தங்கள் கூறி அவதூறு செய்ததை உள்ளடக்கியது.

நாவலரவர்கள் பேரம்பலப் பிரசங்கம் சம்பந்தமாக வைத்த வழக்கு கடலூர் நீதிமன்றத்தில் இணை நீதிபதி திரு. 'றொபேர்ட்ஸ்' *(Mr. Robarts)* முன்னிலையில் 1869ஆம் ஆண்டு நவம்பர் மாதம்

18ஆம் தேதி விசாரணைக்கு எடுத்துக் கொள்ளப்பட்டது. உள்ளூர் வழக்குரைஞர் ஒருவர் துணையுடன் நாவலரவர்கள் அன்று வழக்கினை நடத்தினார்கள். (நாவலர் ஒன்பது சாட்சிகளுடன் வந்தாரேயன்றி, வக்கீல் ஏற்படுத்தவில்லை என்பர்). ஆனால் வழக்கின் இயல்பாலும் எதிரிகள் பல வழக்குரைஞர்களைப் பயன்படுத்தியதாலும் திறமையான வக்கீலின் இன்றியமையாமையை உணர்ந்து நாவலரவர்கள் ஜி.பி. சவுந்தரநாயகம் பிள்ளையை வக்கீலாக வைத்துக் கொண்டார். அடுத்த தவணை நவம்பர் மாதம் 22ஆம் தேதி வந்த போது சவுந்தரநாயகம் பிள்ளை நாவலரவர்களுக்காகச் சென்னையிலிருந்து வந்து கலந்து கொண்டார். (தவணை நாள் 22ஆம் தேதிக்கு ஒத்திவைக்கப்பட்டதற்குக் காரணம், தலைமைத் தீட்சிதரும் இராமலிங்கரும் குறிப்பிட்ட அக்கூட்டத்திற் பங்குபெறவில்லை யென்றும், அதே நேரத்தில் வேறு வேறு இடங்களில் வேறு வேறு கருமம் ஆற்றிக் கொண்டிருந்தார்கள் என்றும் நான்கு தீட்சிதர்கள் ஏகமனதாகச் சாட்சியளித்ததால்.) அவர் 22, 23, 24ஆம் தேதிகளில் நாவலரவர்கள் சமர்ப்பித்த சாட்சிப் பட்டியலிலிருந்த ஒன்பதுபேரில், நான்கு பேரை நீதி மன்றத்திலே விசாரித்தார். (சாட்சி சொல்ல வந்த ஒன்பது பேர் எவர் என்பது தெரியவில்லை.) தம் கட்சிக்காரரின் வழக்கை நிரூபிக்க அச்சாட்சியங்கள் போதுமானவை என்று கருதியதாற் சவுந்தரநாயகம் பிள்ளை 25ஆம் தேதி வியாழக்கிழமை நீதிமன்றம் கூடியபோது தம் தரப்பு வாதத்தை முடித்துக் கொண்டதாக அறிவித்தார். அச்சந்தர்ப்பத்தில் அவர் நீதிமன்றத்தினை விளித்து, ஆற்றலும் சொல்வன்மையும் மிக்கதோர் உரையினை ஆற்றினார். இவ்வுரையிலே மானநட்டத்தினாற் பாதிக்கப் பெற்ற நாவலரவர்களின் நிலைமை, தரம், மதிநுட்பம், கல்வி, சமயார்வம், நாட்டுப்பற்று ஆகியவற்றை விரிவாக எடுத்துரைத்து, மானநட்டத்தினால் அவரது புகழுக்கு ஏற்பட்ட பங்கத்தினை அழுத்திக் கூறினார். சாட்சியங்கள் மூலம் முதலாம் எதிரி சபாநடேசருக்கும் ஆறாம் எதிரி இராமலிங்கருக்கும் எதிரான குற்றச்சாட்டுகள் தெளிவாகவும் முற்றாகவும் நிரூபிக்கப் பட்டிருப்பதைச் சவுந்தரநாயகம் பிள்ளை எடுத்துக்காட்டினார். அடுத்துப் பேச எழும்பிய எதிர்தரப்பு வக்கீல் மிஸ்டர் ஸோ (Mr. Show) பல குறிப்புகளுடன் அமர்ந்து விட்டார். நீதிபதி முதலாம், ஆறாம் எதிரிகளுக்கு எதிரான குற்றச்சாட்டுகளைத் தொடுக்கத் தொடங்கினார். அப்போது எதிர்தரப்பு வக்கீல் தம் கட்சிக்காரருக்குச் சாட்சி அட்டவணை ஒன்றினை அளிக்க அவகாசம் கேட்டபோது, சவுந்தரநாயகம் பிள்ளையின் ஆட்சேபத்தினை யொட்டி உடனடியாக அட்டவணை சமர்ப்பிக்கப்படல் வேண்டுமென நீதிபதி பணித்தார்.

அட்டவணையிலே இடம் பெற்ற பேர்வழிகளைச் சோடிப்புக்கு இடமளியாமல் இருப்பதற்கு உடனடியாக விசாரிக்க வேண்டுமென்று சவுந்தரநாயகம் பிள்ளை வேண்டியதை அடுத்து, நீதிபதியின் பணிப்புரையின்படி, சாட்சிகள் அழைக்கப் பெற்றபோது ஒருவரும் முன்வரவில்லை. சவுந்தரநாயகம் பிள்ளை அட்டவணை தயாரித்த போது அவர்கள் அங்கே இருந்ததையும் பின்பு உடனடியாக அவ்விடம் நீங்கியதையும் தம்மால் நிரூபிக்க முடியும் என்று கூறி, அச்சூழ்நிலை அவர்கள்தம் சாட்சியங்களை நம்ப முடியாமற் செய்வதோடு, அவற்றிற்கு அளிக்க வேண்டிய மதிப்பினையும் குன்றச் செய்து விட்டதையும் எடுத்துக் கூறினார். மறுநாள் (26ஆம் தேதி) எதிரிகளின் சாட்சியங்களை விசாரிக்கத் தீர்மானித்திருந்த போதும் அவர்களுடைய வழக்குரைஞர் அன்றுதாம் அவர்களின் தேவையைத் தவிர்த்துக் கொள்வதாகக் கூறினார். (டிசம்பர் 20ஆம் தேதி தீர்ப்பு கூறுவதற்குத் தவணை இடப்பட்டது. நவம்பர் 26 தொடங்கி டிசம்பர் 20ஆம் தேதிவரை தீக்ஷிதரும் இராமலிங்கரும் பிணையில் விடுவிக்கப்பட்டனர்.) அடுத்த தவணை டிசம்பர் 18ஆம் 20ஆம் தேதிகளிலே நடைபெற்றபோது எதிரிகளின் சாட்சிகள் நால்வர் விசாரிக்கப்பட்டனர். சவுந்தரநாயகம் பிள்ளை, அவர்களைக் குறுக்கு விசாரணை செய்து சாட்சியத்தினைக் குலைத்துவிட்டார். எதிர்தரப்புச் சாட்சியங்களை ஒதுக்கி விடுவதற்கான சான்றுகள் போதுமான அளவு நீதிமன்றத்திலே வெளிப்படுத்தப் பட்டுள்ளதையும் அவர் தெளிவாக்கினார். எதிர்தரப்பினர் பயன்படுத்திய பிறிதிடமிருப்பு வாதத்தினை மறுக்கத் தாம் புதிய சாட்சிகளை அழைக்க அனுமதி கேட்கப் போவதாகச் சவுந்தரநாயகம் பிள்ளை கூறினார். அவர் கூறியவைகளைக் கேட்ட நீதிபதி றொபேர்ட்ஸ் எவ்விதமான தாமதமுமின்றித் தமது தீர்ப்பினை எழுதிவிட்டார். அதன் சாரம், முதல் எதிரிக்கு ரூபா 50/– அபராதம் அல்லது தவறினால் ஒரு மாதம் சாதாரண மறியல்; இராமலிங்கர் விடுவிக்கப்பட்டார்' (பொ. பூலோகசிங்கம், 1993: 203–206). இதுவரை கண்டது *பிறீமன்* பத்திரிகை குறிப்பிட்ட வழக்கு முடிவின் சுருக்கமே; விரிவன்று.*

நாவலர் தொடர்ந்த வழக்கு விவரம் குறித்துப் பண்டிதமணி சி. கணபதிப் பிள்ளை அவர்கள் 1975இல் ஒரு துண்டுப் பிரசுரத்தைை வெளியிட்டுள்ளார் (காண்க: பி.இ.3)

முதன்மைக் குற்றவாளிகளான சபாநடேச தீட்சிதர், இராமலிங்கர் ஆகிய இருவரில் தீட்சிதர் மட்டும் தண்டிக்கப்பட்டு

* தீர்ப்பினை விரிவாக வெளியிடக் கருதியிருப்பதாகப் *பிறீமன்* பத்திரிகை 1870ஆம் ஆண்டு ஜனவரி மாதம் 20ஆம் தேதி இதழிலே கூறியுள்ளது. பிறீமன் குறிப்பிடும் தீர்ப்பு விரிவு பற்றிய வெளியீடு கிடைக்கவில்லை.

அடிகள் விடுவிக்கப்பட்டதற்கான காரணத்தை ஈழத்தவர் பின்வருமாறு கூறுவர்:

> இராமலிங்க அடிகளார் விடுதலை செய்யப்பட்டார் என்பது உண்மை. எவ்வாறு விடுதலை செய்யப்பட்டார் என்பது ஆராயப்பட்ட வேண்டியதாகும். வழக்கறிஞர் ஜி.பி. சவுந்தரநாயகம் அவர்கள் அடிகளிடம் நீர் குற்றவாளியா? சுற்றவாளியா? என்று கேட்டபொழுது அவர் சுற்றவாளி என்று கூறித் தமது பேரம்பலப் பிரசங்கத்தை மறுத்தார். அடிகளார் தம்முடைய வாக்கைப் பேணாதபோது குற்றத்தை நிரூபிப்பது செத்த பாம்பை அடிப்பது போலாகும் என்பதால் நாவலரவர்கள் அடிகளார் மீது சுமத்தப்பட்ட வழக்கை மேற்கொண்டு தொடர விடுவதில்லை எனலாம் (சி. கணபதிப் பிள்ளை, 1968:22). பிறிதொரு வகையாக நோக்கின் சத்தியத்தைப் பேணாத அடிகளாரிடத்தில் அற்புதத்தையும் நேர்மையையும் எவ்வாறு சைவ உலகம் எதிர்பார்க்க முடியுமென்பதை நீதிமன்றம் மூலம் தாம் உணர்த்தியமையால் மேற்கொண்டு இவ்வழக்கை நடத்துவதை நாவலரவர்கள் விரும்பாமையால் அடிகளார் விடுதலை செய்யப்பட்டாரெனலாம் (வை. கனகரத்தினம், 1993:86–89).

நாவலரின் வழக்குப் பற்றிய விடயத்தில் ஈழத்தவரின் கூற்றுக்கு முற்றிலும் மாறுபட்ட நிலையே தமிழகத்தில் நிலவுகிறது. நாவலரால் தொடரப்பட்ட வழக்கு 'மானநட்ட வழக்கு' என்று ஈழத்தவர் கூறியிருக்க, 'வள்ளலாரின் பாடல்களை அருட்பா என்று கூறுதல் கூடாது' என்பதற்காகவே வழக்கு தொடரப்பட்டது என்பது தமிழகத்தோர் கருத்து. வழக்குக்குரிய ஆதாரங்களாக ஈழத்தவர் பயன்படுத்திய பத்திரிகைகள், வாழ்க்கை வரலாற்று நூல்கள் போன்ற எவற்றையும் தமிழகத்தார் பயன்படுத்த வில்லை. வெறும் வாய்மொழிக் கதைகளை அடிப்படையாகக் கொண்டே இவ்வழக்கு முடிவைச் சித்திரித்துள்ளனர். வழக்குப் பற்றிய விடயத்தை வாய்மொழிக் கதையின் அடிப்படையில் முதன்முதலில் எழுதியவர் திரு. எஸ். வையாபுரிப் பிள்ளை அவர்கள் என்றே தோன்றுகிறது. அவர்,

> ... வழக்கு எதைப் பற்றியதென்றால், சுவாமிகள் தமது பாடலுக்கு அருட்பா என்று பெயரிட்டது பற்றியேயாகும். இதனை அருட்பா மருட்பா விவகாரம் என்று கூறி வந்தனர். நாவலர் அருட்பா என்ற தொடரைத் தேவாரம் முதலிய அருள் நூல்களுக்கே சொல்லுதல் வேண்டும் என்றும், இராமலிங்க சுவாமிகள் பாடல்களுக்கு வழங்குதல்கூடாது என்றும் அவர்கள் தமது பாடல் புத்தகத்தை அருட்பா என்ற மகுடஞ்சூட்டி அச்சிட்டது தவறு என்றும் வாதித்துக் கோர்ட் மூலம் அவ்வாறு செய்தலை நிறுத்த உத்தரவு பிறப்பிக்க

வேண்டும் என்று வழக்கிட்டனர் (எஸ். வையாபுரிப் பிள்ளை, 1995:113).

என்று எழுதியுள்ளார். 1950களில் வழக்கு குறித்து வையாபுரிப் பிள்ளை இவ்வாறு எழுதியமை, பின்னாளில் பலரும் பலவித மாகப் புனைந்து எழுதுவதற்கு அடிப்படையாகிவிட்டது.

வையாபுரிப் பிள்ளைக்கு அடுத்து வழக்கைப் பற்றித் தமிழகத்தில் பேசியவர் 'துமிலன்'. 31.8.1961இல் 'புகழ் பெற்ற விவாதங்கள்' என்னும் தொடர் கட்டுரையில் அவர் இது குறித்துக் *குமுதம்* சஞ்சிகையில் எழுதினார் (காண்க: பி.இ. 4). அதன் முக்கியப் பகுதி பின்வருமாறு:

> வழக்கு விசாரணைக்கு எடுத்துக் கொள்ளப்பட்ட நாளன்று நீதிமன்றத்தில் இரண்டு கட்சிக்காரர்களும் திரளாகக் கூடியிருந்தனர். சுவாமிகள் வரப்போவதை எல்லோரும் ஆவலுடன் எதிர்பார்த்திருந்தனர். திடீரென்று ஜனங்களிடையே ஒரு பரபரப்பு ஏற்பட்டது. இடுப்பில் முழங்காலுக்கு மேலே வெள்ளாடை தரித்து, மேலேயும் அதே ஆடை போர்த்துக் கொண்டிருந்த உருவம் நீதிமன்றத்தை நோக்கி வந்தது. நடுத்தர உயரம், மெலிந்த சரீரம், நிமிர்ந்த தேகம், தெளிந்த மாநிற மேனி, நீண்ட மெல்லிய நாசி, பொறி பறக்கும் கண்கள், விசனக்குறி தோன்றிய முகம் இத்தகைய தோற்றத்தோடு இராமலிங்க சுவாமிகள் நீதிமன்றத்துக்குள் பிரவேசித்தார். அவரைக் கண்டதும் எல்லோரும் எழுந்து நின்றார்கள், ஆறுமுக நாவலரும் எழுந்து நின்றார்! இதைக் கவனித்த நீதிபதி ஆச்சரியமடைந்தார். 'வழக்கு தொடுத்த நீங்களே எழுந்தீர்களே' என்று கேட்டார். அவர் ஒரு பெரியவர் என்ற முறையில் எழுந்து நின்றேன் என்று நாவலர் பதிலளித்தார். வழக்கு தள்ளுபடி செய்யப்பட்டது (துமிலன், குமுதம், 31–8–1961: 36).

'துமிலன் எழுதிய இந்தக் கட்டுரையையே ம.பொ.சி. தமது *வள்ளலார் கண்ட ஒருமைப்பாடு* என்னும் நூலில் எடுத்தாண்டுள்ளார்* (ம.பொ. சிவஞானம், 1963:246–47) இதனைத் தொடர்ந்து வெளிவந்த ஊரன் அடிகளாரின் *இராமலிங்க அடிகள்*

---

* ம.பொ.சி. 1963இல் எழுதிய 'வள்ளலார் கண்ட ஒருமைப்பாடு' என்னும் தமது நூலில் பக்கம் 246இல் வழக்குப் பற்றிய விடயங்களை எழுதி '24.9.61 குமுதம் வார இதழில் துமிலன் அவர்கள் எழுதியுள்ளபடி மேலே தரப்பட்டுள்ளது' என்று பிறையடைப்பில் எழுதியுள்ளார். இக்கூற்று தவறானது. 31.8.61 குமுதத்தில்தான் துமிலன் இது குறித்து எழுதியுள்ளார். 24.9.61இல் துமிலன் எழுதியது கல்கியின் 'தியாகபூமி' பற்றிய விவாதம். ம.பொ.சி.யின் சாகித்திய அகாதெமி பரிசு பெற்ற இந்நூலில் இத்தவறு இன்றுவரை திருத்தப்படவே இல்லை. இதேபோல 20.4.61 என்று வை. கனகரத்தினம் குறிப்பிட்டிருப்பதும் தவறானது.

திருவரலாறு என்னும் நூலும் இதையே குறிப்பிட்டுள்ளது. ஆனால் வழக்கு மானநட்ட வழக்கை அடிப்படையாகக் கொண்டது என்பதை அந்நூல் ஏற்கிறது. அதாவது, அருட்பா X மருட்பா வாதங்கள் தீவிரமாக நடைபெற்று, மருட்பா வாதம் தோற்ற பின்பு அதற்குப் பழிவாங்கும் பொருட்டே நாவலரால் வழக்கு தொடுக்கப்பட்டது என்னும் தொனியில் அது குறிப்பிட்டுள்ளது.

"வாதத்தாற் பயனில்லை என்றுணர்ந்த நாவலர் வழக்குத் தொடுக்கலானார். வள்ளற் பெருமான் சிதம்பரத்திற் செய்த சொற்பொழிவொன்றில் தம்மைத் தூற்றியதாகவும், அவரோடு சேர்ந்தவர்களும் தம்மை அடிக்கத் திட்டமிட்டிருப்பதாகவும் மஞ்சக்குப்பம் நீதிமன்றத்தில் 1869ஆம் ஆண்டில் வள்ளற் பெருமான்மீது நாவலர் ஒரு குற்ற (criminal) வழக்குத் தொடுத்தார்" (ஊரன் அடிகள், 1971:425). வள்ளலார் கோர்ட்டில் நுழைந்த போது நாவலரும் மற்றவர்களும் எழுந்து நின்றார்கள் என்று துமிலன் கூறியிருக்க, ஊரனடிகள் அதையும் தாண்டி ". . . நீதிபதியும் தன் இருக்கையினின்று பாதி எழுந்து விட்டார். நீதிமன்றத்திற்கு எவ்வளவு பெரியவர் வரினும் நீதிபதி எழுந்திருத்தல் வழக்கமன்று. வள்ளற் பெருமானைக் கண்டவுடன் தன்னையறியாமலே நீதிபதியும் எழலானார்" (மேற்படி, பக். 426) என்று நீதிபதியும் எழுந்து நின்றதாக எழுதியுள்ளார். இதனைத் தொடர்ந்து விசாரணை நிகழ்ச்சியையும் தீர்ப்பு முடிவையும் விவரிக்கிறார். அது வருமாறு:

நீதிபதி: வாதியாகிய நீர் பிரதிவாதி நுழைந்தபோது எழுந்து நின்றது ஏன்?

வாதி: எல்லோரும் எழுந்து நின்றார்கள். நானும் எழுந்து நின்றேன்.

நீதிபதி: எல்லோரும் ஏன் எழுந்து நின்றார்கள்?

வாதி: பெரியவர் வருகிறாரே என்று எழுந்து நின்றார்கள்.

நீதிபதி: நீர் எதற்காக எழுந்து நின்றீர்?

வாதி: நானும் அதற்காகத்தான் எழுந்து நின்றேன்.

நீதிபதி: பெரியவர் வருகிறார் என்பதற்காகத்தானே.

வாதி: ஆம்.

நீதிபதி: பிரதிவாதியைப் பெரியவர் என்று நீரே ஒப்புக் கொள்ளுகிறீர்கள். அமர்ந்திருந்த நீர் பிரதிவாதி கோர்ட்டில் நுழைந்தபோது எழுந்து நின்றீர். அதனோடன்றிக் கையையும் கூப்பினீர். பிரதிவாதியைப் பெரியவர் என்று ஒப்புக்கொள்ளும்

> நீர் வழக்குத் தொடுத்திருக்க வேண்டாம். வழக்குத் தொடுத்த நீர் உமது கட்சி உண்மையாயிருக்கும் பக்கத்தில் பிரதிவாதியைக் கண்டு எழுந்து நிற்க வேண்டாம். உமது கட்சியில் உண்மையில்லை என்று நம்முன் நிகழ்ந்த உமது செய்கையாலேயே தெளிவாகிவிட்டது. ஆகவே வழக்கைத் தள்ளுபடி செய்கிறோம். கோர்ட் கலையலாம்.

நீதிபதி இருக்கையினின் றெழுந்து தனியறைக்குச் சென்று விட்டார். கோர்ட் கலைந்தது; உண்மை வென்றது. (மேற்படி, பக்:426)

இந்த நூல்களையெல்லாம் தொடர்ந்து வெளிவந்த நூல்களுள்குறிப்பிடத்தக்கது, *திருவருட்பா ஆராய்ச்சி. இராமலிங்க அடிகள் திருவரலாறு* வெளிவந்து 14 ஆண்டுகள் கழித்து இது வெளிவந்தது. இதனுள்ளும், வள்ளலாரது பாடல்களை அருட்பா என்று கூறக்கூடாது என்பதற்காகவே வழக்குத் தொடுக்கப்பட்டது என்று எழுதப்பட்டுள்ளது. அத்துடன் வழக்கை விசாரித்துத் தீர்ப்பு கூறியவர் 'முத்துசாமி அய்யர்' என்று எழுதியிருப்பதும் குறிப்பிடத்தக்கது. உரைநடைக்கும் கவிதைக்கும் உள்ள வித்தியாசத்தை மேலை நாட்டுக் கவிஞர்களுடன் ஒப்பிட்டு வழக்கை இந்நூல் சித்தரித்திருப்பது வருமாறு:

> கொள்கையளவில் அடிகளுக்கும் – நாவலருக்கும் முரண்பாடு இருந்தது. இக்கருத்து வேறுபாட்டால் அடிகள் 1870ஆம் ஆண்டு நீதிமன்றம் வரை செல்ல வேண்டியிருந்தது. வழக்கை விசாரித்து அடிகளாருக்குச் சார்பாக நீதி வழங்கியவர் மஞ்சக்குப்பத்தில் இருந்த முத்துசாமி ஐயர் என்பர் . . . கோர்ட் வாசற்படியண்டை ஏராளமான கூட்டம்; உள்ளேயும் வெளியேயும் கும்பல். நாவலரவர்கள் முந்தியே வந்து கெம்பீரமாக ஆசனத்தில் அமர்ந்திருந்தார். மணி ஆகிறது. இன்னும் இராமலிங்க சுவாமிகளைக் காணோமே என ஒருவருக்கொருவர் பேசிக் கொண்டிருந்தனர். கலெக்டர் நாவலர் ரிகார்டுகளை எல்லாம் கவனித்து வருகிறார். யாரோ சுவாமிகள் வந்துவிட்டார் என்று சொன்னார்கள். அவ்வளவுதான், கோர்ட்டில் நிசப்தம் குடிகொண்டது. வள்ளலார் வாசற்படிக்குள் முக்காடிட்ட வண்ணம் நுழைந்தார். அமர்ந்திருந்த அனைவரும் எழுந்து அவரைக் கும்பிட்டு வணங்கினார்கள். அச்சமயம் நாவலரும் தன்னையறியாமல் எழுந்து அமர்ந்தார். கலெக்டர் முதலில் பேச வேண்டியதைப் பேசிவிட்டு பெரும்புலவர்கள் தூஷித்துக்கொள்வது பெருந்தவறாகும். நாம் அனைவரும் அறிவோம், உலகில் காவியமே அதாவது பாடல்களே சிறந்தது. கவிபாடுவோருக்குத்தான் அதிக மதிப்பும் கௌரவமும் கீர்த்தியும். எங்களிடம் மில்டன், ஷேக்ஸ்பியர், வேர்ட்ஸ்வொர்த்,

கீட்ஸ், ஷெல்லி, பைரன் முதலியோர் கீர்த்தியடைந்தது அவர்களின் செய்யுள் நூல்களினாலேதான். அதிலும் அருளோடு பாடுவதென்றால் அவர்களின் பெருமையைப் பேசவும் வேண்டுமா? நல்லதிருக்கட்டும். இப்போது நீங்கள் இருவரும் உங்கள் இறைவனைக் குறித்து இவ்விடத்தில் பாடுங்கள். எல்லோரும் கேட்போமென்றார். அதற்கு நாவலர் வசனமாலையாகத் தொடுப்போமென்றார். சுவாமிகள் ஸ்நானம் செய்துவர அனுமதி கேட்டார். ஸ்நானம்செய்து கோர்ட்டுக்குள் பிரவேசித்து எடுத்த எடுப்பிலேயே தட்டுத் தடுமாற்றம் இல்லாமல் நீரோட்டம் போலச் சில பாடல்களைப் பாடினார்... சுவாமிகள் பாடிய பாடல்கள் அருட்பாதான் மருட்பா அல்ல என்று தீர்ப்பளித்தார் (இரா. மாணிக்கவாசகம், 1985:26).

மேலே கூறப்பட்ட இச்செய்தி மறைமலையடிகள் நூலகத்திலுள்ள 'பழைய ஏடு' ஒன்றில் உள்ளதாக மாணிக்கவாசகம் குறிப்பிடுகிறார். வழக்கு நடைபெற்றது 1869. இவர் 1870 என்று குறிப்பிட்டுள்ளார். தீர்ப்பு வழங்கியவர் நீதிபதி ராபர்ட் (Robart). இவரோ முத்துசாமி ஐயர் என்கிறார். இதனை அடுத்து வருவன பழைய ஏட்டிலிருந்து மேற்கோள் காட்டப் பட்டதாக அடிக்குறிப்பிட்டுள்ளார். இவரது கருத்துக்கள் முன்னுக்குப்பின் முரணாக அமைந்துள்ளன.

வழக்கின் உண்மை நிலை

வழக்குத் தொடர்பாக ஈழத்தவர் கருத்தையும் தமிழகத்தவர் கருத்தினையும் ஒப்பிட்டு ஆராயும் போது வழக்கு மானநட்ட வழக்குதான் என்பது உறுதியாகிறது. தமிழகத்தவர் கூறுவது போல அடிகளது பாடல்களை மருட்பா என்று சொல்ல வேண்டும்; அருட்பா என்று கூறக்கூடாது என்பதற்காக வழக்கு தொடரப்பட்டது எனக் கூறுவது பொருத்தமன்று. அத்துடன் அடிகள் நீதிமன்றத்தில் நுழைந்தபோது நீதிபதி உட்பட அனைவரும் எழுந்து நின்று அவரை வணங்கினர்; நாவலரும் வணங்கினார் என்றெல்லாம் தமிழகத்தில் பேசியும் எழுதியும் வருவதும் புனைவேயன்றி உண்மையன்று.

இதேபோல வள்ளலார் நீதிமன்றத்தில் பொய்ச் சத்தியம் கூறித் தப்பித்துக் கொண்டார் என்று ஈழத்தவர் எழுதுவதும் பொருந்தாது. வழக்கறிஞர் ஜி.பி. சவுந்திரநாயகம் அடிகளை நோக்கி, 'நீர் குற்றவாளியா? சுற்றவாளியா?' என்று கேட்டபோது தாம் சுற்றவாளி என்று அவர் கூறியதாகவும் – இவ்வாறு தமது

---

* பழைய ஏடு என்று மாணிக்கவாசகம் குறிப்பிடுவது *நாவலரும் சுவாமிகளும்* என்னும் நூலாகும். இது மாயவரத்திலிருந்து 22-1-1948இல் வெளிவந்தது.

வாக்கைப் பேணாததனால் மேற்கொண்டு குற்றத்தை நிரூபிப்பது செத்த பாம்பை அடிப்பது போலாகும் என்று கருதி நாவலர் வழக்கை தொடராது விட்டார்; வள்ளலார் விடுதலை செய்யப் பட்டார் என்றும் ஈழத்தவர் எழுதுவர். நாவலரை உயர்த்திப் பிடிக்க வேண்டியே ஈழத்தவர் இவ்வாறு எழுதுவதை அவதானிக்க லாம். ஒருவேளை நாவலருக்கு இத்தகைய பெருந்தன்மை இருந்திருப்பின் ஒட்டுமொத்தமாக வழக்கை வாபஸ் வாங்கிக் கொண்டிருக்கலாம். அதை விடுத்துத் தீட்சிதர்களுக்கு மட்டும் ஏன் தண்டனை வாங்கித் தந்தார்? அவர்களையும் மன்னித்திருக்கலாமே! வள்ளலார் தம்மீது சுமத்திய குற்றத்தை மறுத்தார் என்பதற்காக, அவர் பொய்கூறித் தப்பித்துக் கொண்டார் என்று எழுதும் ஈழத்தவரை நோக்கி, அதனை மீண்டும் நிரூபிக்க நாவலர் ஏன் முனையவில்லை என்று தமிழகத்தோர் கேட்டால் அதற்கு என்ன பதில் கூறுவர்? 'செத்த பாம்பை அடிப்பது போலாகும்' என்பதால் நாவலர் விட்டுவிட்டார் என்றெல்லாம் எழுதி ஈழத்தவர் தப்பித்துக் கொள்ள முடியாது. அவ்வாறு அவர்கள் எழுதுவது நாவலரது பெருந்தன்மையைக் காட்டவில்லை; மாறாக அவரது இயலாமையையே காட்டுகிறது.

ஒரு வழக்கில், குற்றம் சுமத்துபவர் அச்சங்கதி உண்மை என்பதை நிரூபிக்க வேண்டுமெனில் அதனை மெய்ப்பிக்கும் பொறுப்பு அவரையே சாரும் என்பதனை *'இந்தியச் சாட்சியச் சட்டம்' (Indian Evidence Act)* பிரிவு *101, 103, 106** ஆகியன விவரிக்கிறது. இந்தப் பிரிவுகளின்படி நாவலர் தொடர்ந்த வழக்கை அடிகள் மறுத்தபோது அதனைஅவர் நிரூபித்திருக்க வேண்டும். நாவலர் அவ்வாறு செய்யாததை எண்ணிப் பார்க்கும் போது இது அடிகள் மீது திட்டமிட்டுச் சுமத்தப்பட்ட குற்றச்சாட்டு என்றே தோன்றுகிறது. மேலும், 'நாவலர்' என்னும் சொல்லுக்கு வேறு சில அர்த்தங்கள் அடிகள் கற்பித்ததாலேயே அவர்மீது அவதூறு வழக்குத் தொடரப்பட்டது என்பது உண்மையாயினும் அவர் எந்தச் சூழலில் இவ்வாறு பொருள் கூறினார் எனபதும் ஆராயப்பட வேண்டியதாகும். தீட்சிதர்களது வேண்டுகோளை

---

* **101. Burden of Proof**: Whoever desires any Court to give judgment as to any legal right or liability dependent on the existence of facts which he asserts, must prove that those facts exist. When a person is bound to prove the existence of any fact, it is said that the burden of proof lies on that person.

103. Burden of proof as to particular fact: The burden of proof as to any particular fact lies on that person who wishes the Court to believe in its existence, unless it is provided by any law that the proof of that fact shall lie on any particular person.

106. Burden of proving fact especially within knowledge: when any fact is especially, within the knowledge of any person, the burden of proving that fact is upon him.

ஏற்று வள்ளலார் நாவலர் என்னும் சொல்லுக்குப் பொருள் விரிக்கத் தொடங்கினாரேயன்றி அவர் ஆறுமுக நாவலரைத் தூஷித்ததாகத் தெரியவில்லை. பேரம்பலப் பிரசங்கத்தில் 'நாவலர்' என்பது குறித்து அடிகள் தாமாகப் பேசவில்லை. தீட்சிதர்கள் அவரைப் பேசுவித்தார்கள் என்பதே பொருத்தம் என்று சி. கணபதிப் பிள்ளையும் – நாவலர் என்னும் சொல்லுக்குப் பொருள்விரிக்கும் போது ஈசான சிவாசாரியார் எழுந்து அடிகளை நோக்கி, 'உந்தன் கருத்திலேதானா திருவாவடுதுறை ஆதினம் ஆறுமுக நாவலருக்கு அப்பட்டத்தை வழங்கியது' என்று கேட்டபோது அடிகள் கண்மூடி மௌனமாயிருந்தார் எனத் தனஞ்சயராசசிங்கமும் எழுதியிருப்பது இங்குச் சிந்தித்துப் பார்க்கத்தக்கது.

தீட்சிதர்கள் நாவலர்மீது கொண்ட பகைமையின் காரணமாக அவரைப் பழிவாங்கும் பொருட்டு அடிகளைத் தங்களுக்குச் சாதகமாகப் பயன்படுத்திக் கொண்டனர். இதனை அறியாத அடிகள் பேரம்பலத்தில் 'நாவலர்' என்பது குறித்துப் பேசுமாறு தீட்சிதர்கள் அழைப்பதாகக் கருதிப் பொருள் விரித்தார் எனக் கருத இடமுண்டு. ஈசான சிவாசாரியாரின் கேள்விக்குப் பின்பே அவர் தம்மை சுதாரித்துக் கொண்டு உண்மையறிந்து கண்மூடி அமைதியாக இருந்திருக்கிறார். 'வாடிய பயிரைக் கண்டபோதே' மனம் வாடும் வள்ளல் இவ்வாறு ஆறுமுக நாவலரைத் தகாதன கூறியிருக்க வாய்ப்பில்லை. எனவேதான் அவர் தாம் ஆறுமுக நாவலரைத் தூஷிக்கவில்லை என்று கோர்ட்டில் கூறினார்.

அவதூறு வழக்குகளில் குற்றம் சாட்டப்படும் போது எதிரி அதை மறுத்த உடனேயே அவ்வழக்கு தள்ளுபடியாகிவிடும் என்ற அடிப்படையிலேயே வள்ளலார் விடுதலை செய்யப்பட்டாரேயன்றி அவர் 'பொய் சத்தியம்' கூறித் தம்மைக் காப்பாற்றிக் கொண்டார் என்பது பொருந்தாது. மேலும் கிரிமினல் அவதூறு வழக்குகளில் குற்றம் சாட்டப்படும் போது அதில் சில 'விதி விலக்குகளும்' (Exception) காணப்படுகின்றன. இது ஆங்கிலத்தில் பின்வருமாறு அமையும்:

"Defamation: defence of exception to criminal liability. In a criminal case for defamation under the plea of not guilty the accused may prove any one or more of the following. 1. that the words are not defamatory; 2. that they do not bear the innundoes alleged; 3. that the publication was accidental; 4. that the matters complained of are fair comment or criticism on a matter of public interest and concern, including criticism on literary or dramatic works subject to public judgement. The accused may also prove

that the words complained of are true and that the publication of them was for the benefit of the public. This is known as plea of justification" (Archbold on criminal pleading, evidence, Ed.41, para 25-60. மேற்கோள்: A.N. Saha, 1991, p. 972).

மேலே குறிப்பிடப்பட்ட விதிவிலக்குகளின் அடிப்படையிலும் வள்ளலார் விடுதலை செய்யப்பட்டிருக்க வாய்ப்புண்டு. எனவே ஈழத்தவர் கூறுவதைப் போல அடிகள் பொய்சத்தியம் கூறி வழக்கிலிருந்து தப்பித்துக் கொண்டார் என்பது பொருத்தமன்று. அடிகளது ஆறாம் திருமுறையில் காணப்படும் '*தற்போத இழப்பு*' என்னும் தலைப்பில் காணப்படும் பத்துப் பாடல்களையும் ஆய்ந்து பார்க்கும்போது அவர்மீது தொடுத்த வழக்கின் விதியை அறிய முடிகிறது. அத்துடன் இந்த வழக்கு முடிந்த பின்பு தீட்சிதர்கள் நாவலர் மீது மீண்டும் வழக்குத் தொடுத்து வெற்றி பெறாமல் போயிருக்கின்றனர். நாவலருக்கும் தீட்சிதர்களுக்கும்தான் பிரச்சினை அடுத்தடுத்து நடந்து வந்திருக்கிறதேயன்றி நாவலருக்கும் வள்ளலாருக்கும் அன்று என்பது கவனிக்கத்தக்கது. இவையெல்லாம் மேலும் ஆய்வதற்குரியன.

ஆய்வுரை

இராமலிங்கரின் திருவருட்பா முதல் நான்கு திருமுறைகள் 1867 பிப்ரவரி மாதம் வெளியான பின்பு அவரது பாடல்களை மருட்பா என்று கூறிப் பழமைப் பிடிப்புடைய வைதீகச் சைவர்கள் எதிர்த்தனர். வள்ளலாரது பாடல்கள் எதிர்ப்புக்குள்ளானமைக்குப் பின்வருவனவே காரணங்கள் எனலாம்.

- வைதீக மடங்களின் தலையீடு.
- வைதீகச் சைவர்களின் சாதிப்பற்று.
- தனிமனித ஆளுமை.

'திருவருட்பா முதன்முதலில் வெளியான சென்ற நூற்றாண்டில் நம்நாடு அன்னியர் ஆட்சிக்குட்பட்டிருந்தது. அப்போது புலவர்கள், வித்துவான்கள் போன்றோர் நாட்டிலிருந்த அரசை நம்பி வாழவில்லை. மாறாகச் செல்வச் செழிப்புடனிருந்த மடத்தையே அண்டிப் பிழைத்தனர். மடத்திலிருந்த பண்டாரச் சந்நிதிகள் யாவரும், சாதி சமயம் என்னும் பழமைப் பிடிப்புக்குள் ஒட்டு மொத்தமாகச் சேர்ந்த ஒரு நிறுவனத்தின் அதிபதியாக இருந்தனர். அதனால் மடங்களை அண்டிப்பிழைத்த புலவர்களும் அதே நிலையில் இருந்தனர். அதே காலத்தில் சாதி சமயம் முதலியவற்றைத் தவிர்த்துப் புதுமையை விரும்பிய இராமலிங்கரை

மடத்தின் சார்பிலிருந்த சிலர் மடத்தின் மறைமுகமான ஆதரவுடன் எதிர்த்தனர். செல்வச் செழிப்பு, செல்வாக்கு, பழமைப்பிடிப்பு ஆகிய எல்லாம் ஒருங்கே சேர்ந்திருந்த வலிமை மிகுந்த மடத்தின் மறைமுக ஆதரவினாலேயே அருட்பாவை மருட்பா என்று கூறிய கூட்டமும் பெருகிற்று' (சு. அமிர்தலிங்கம், 1897:388). அருட்பாவை எதிர்ப்பதில் மடங்களின் பங்களிப்பு தவிர்க்க இயலாத நிலையிலேயே நிகழ்ந்தது எனலாம். இதற்குக் காரணம், வேதங்களைப் பாதுகாக்கச் சங்கர மடங்கள் இருப்பதைப் போல சைவ வேதங்களான தேவார திருவாசகங்களைப் பாதுகாப்பதில் சைவத் திருமடங்களுக்குப் பங்கிருந்தது. இந்நிலையில் திருவருட்பாவின் செல்வாக்கு அதிகரித்ததால் அதனை எதிர்க்க வேண்டிய கட்டாயம் மடங்களுக்கு ஏற்பட்டது.

இதனை, 'திருவருட்பாப் போரைத் தூண்டி விட்டவர்கள் திருவாவடுதுறை, தருமபுரம் முதலிய வைதீக சைவத் திருமடங் களைச் சார்ந்த பண்டாரச் சந்நிதிகள் ஆவர். அவர்களின் மறைமுக ஆதரவு கிடைத்திராவிட்டால் திருவருட்பா வாதப் பிரதிவாதம் ஆரம்பத்திலேயே அடங்கிப் போயிருக்கும். மடாதிபதிகள் ஏன் திருவருட்பா வாதப் பிரதி வாதங்களுக்கு மறைமுக ஆதரவு காட்டினார்கள்? வேதங்களைப் பாதுகாப்ப தற்கு வேதபாடசாலைகள் இருப்பதைப்போல, தேவார திருவாசகங்களைக் காப்பதற்கு எனத் தோன்றியவை சைவத் திருமடங்கள். ஆகவே, தேவார திருவாசகங்களுக்குப் போட்டி யாகத் திருவருட்பா தோன்றியிருப்பதையும் அவற்றுக்குரிய மதிப்பைத்திருவருட்பா பெறுவதையும் அவர்கள் பொறுப்பார்களா என்ன?' (அ.லெ. நடராசன், 1974:197–98) என்னும் வரிகளால் அறியலாம்.

இராமலிங்கர் காலத்தில் வாழ்ந்த பழமைப் பிடிப்புள்ள சைவர்கள் இவர் மீது காழ்ப்புக் கொண்டதற்குச் சாதிப்பற்றும் காரணம். ஆங்கிலேயர்களது, வருகையினூடாக ஏற்பட்ட சமூக மாற்றங்கள் வள்ளலாரது கருத்துவழி பரவியது. இந்தச் சீர்திருத்தப் பிரச்சாரத்தால் சாதிப்பிடிப்புள்ள வைதீகச் சைவர்கள், குறிப்பாகக் கார்காத்த பிள்ளைமார்கள் எரிச்சலடைந்தனர். இதனை,

> அருட்பிரகாச வள்ளலார்பால் அவர்கள் காழ்ப்புக் கொள்ளக் காரணம் அவர்களுடைய இரத்தத்தோடு கலந்திருந்த உயர்சாதி மனப்பான்மையாகும். இந்து மதத்தின் தலைமை அந்தணருக்கு உரியதென்றால், சைவ சமயத்தின் தலைமை வேளாளருக்கே உரியதென்பது அவர்கள் கொள்கையாகக் காணப்படுகிறது. சமயக் குரவர்களோ, சந்தானக் குரவர்களோ

சைவ வேளாளர்களிலிருந்துதாம் தோன்ற முடியும் என்ற முடிவிலிருந்து முளைத்ததுதான் மருட்பா கிளர்ச்சி. இது அன்றிருந்த சாதிவெறிப்போக்கு (ம.பொ. சிவஞானம், 1963:362) என்னும் கருத்தோடு ஒப்பிட்டுப் பார்க்கலாம். அருட்பா எதிர்ப்புக்குச் சீர்திருத்தக் கருத்துக்கள் காரணமல்ல; புரட்சிகரமான சீர்திருத்தக் கருத்துக்கள் அடங்கிய பாடல்கள் எதுவும் நாவலரவர்கட்குக் கிடைத்திருப்பின் இராமலிங்கரை அக்கருத்துகளுக்காகவும் நாவலரவர்கள் கண்டித்திருப்பார். அடிகளது புரட்சிகரமான கருத்துக்கள் 1873ஆம் ஆண்டு நடந்த கொடியேற்று விழாவிலிருந்தே தொடங்குகிறது என்பார் பொ. பூலோகசிங்கம் (பொ.பூ, 1993:175).

இவ்வாறு கூறுவதற்கு ஆதாரம் இல்லை. சீர்திருத்தப் பாடல்கள் எதுவும் நாவலருக்குக் கிடைக்கவில்லை என்பதனாலேயே அடிகள் அந்தக் காலகட்டத்தில் சீர்திருத்தப் பாடல்களையோ, கருத்துக்களையோ எழுதவில்லை என்பது பொருந்தாது. சமயம் கடந்த சீர்திருத்தப் பாடல்களைத் தற்போது வெளியிட வேண்டாம் என வள்ளலார் எச்சரித்ததையும்; ஆறாம் திருமுறையை வெளியிட தொழுவூர் வேலாயுத முதலியார் போன்றவர்கள் ஆர்வம் காட்டாததையும் இதன் தொடர்பில் பொருத்திக் காணவேண்டியது அவசியம்.

மடங்களில் தலைமைப் பதவி வகிக்கும் ஆதின கர்த்தாக்கள் எல்லாம் உயர்சாதியின் பின்னணியிலேயே இருந்துள்ளனர். சைவ மடங்கள் எல்லாம் குறிப்பிட்ட ஒரு சாதியினரின் கூடாரங்களாகவே இருந்து வருகின்றன. வேறு சாதியினர் எவ்வளவுதான் சைவாகம சாத்திரங்களைப் பயின்று ஞானியர்களாகவே இருப்பினும் சைவ மடங்களின் ஆதினகர்த்தாக்களாக வரமுடியாது – அதனால்தான் வள்ளலார், கணக்க இராமலிங்கப் பிள்ளை என்று தமது சாதிப்பெயரைச் சுட்டிக் கடியப்படுமளவிற்கு ஆளானார் – மடங்களெல்லாம் வைதீகச் சமய சாதிப் பிடிப்புடையது. 'தருமபுரம், திருவாவடுதுறை, திருப்பனந்தாள் ஆகிய மடங்களிற் பண்டார சந்நிதிகளாவதற்குச் சாதித் தகைமையொன்று உண்டென்பதும் அது பிறழ்ச்சியின்றிப் போற்றப்படுவதும் எல்லோருக்கும் தெரிந்ததே' (கா. சிவத்தம்பி, 1994:146).

அருட்பாவை எதிர்ப்பதில் மடங்களின் பங்கு, வைதீகர்களின் சாதிப்பற்று முதலியன ஒருபுறமிருந்தாலும் இவையிரண்டினூடாக வந்த நாவலரின் 'தனிமனித ஆளுமை' (Individual Personality) முக்கியக் காரணம் எனலாம்.

'இராமலிங்க பிள்ளைக்கும் நாவலருக்கும் முன்னே யாதொரு விரோதமும் இல்லை. இவர் (நாவலர்) வித்துவான்களைக் கண்டு அழுக்காறு கொள்பவருமல்லர். இவர் காலத்திலிருந்த சிறந்த வித்துவான்களாகிய மகாலிங்க ஐயர், விசாகப்பெருமாள் ஐயர், மீனாட்சிசுந்தரம் பிள்ளை முதலானவர்களெல்லோரும் இவரோடு மிக்க நட்புடையவர்கள். இவரும் அவர்களை மிகவும் பாராட்டிக் கொள்பவர். இவரித்தன்மையாகிய குணமுடையராயிருந்தும் இராமலிங்கப் பிள்ளையும் அவர் மாணாக்கரும் செய்தனவற்றை மாத்திரம் சகித்திலர். உலகில் எத்தனையோ மூடர்கள் எத்தனையோ பிழைகள் நிறைந்த நூல்களை இயற்றினார்கள். அவைகளை யெல்லாம் இவர் பொருட்படுத்திக் கண்டிக்கவில்லை. **இராமலிங்கப் பிள்ளை இவருக்கு ஒரு அபராதமும் செய்யாதவராயிருந்தும்** அவரையும் அவருடைய பாடல்களையும் கண்டித்துப் *போலியருட்பா மறுப்*பென ஒரு நூல் எழுதி அதனை மாமண்டூர் தியாகேச முதலியாரைக் கொண்டு வெளிப்படுத்தினர்' (த. கைலாச பிள்ளை, 1880:79) என்று நாவலருக்கும் இராமலிங்கருக்கும் இடையேயிருந்த உறவைப் பற்றி கைலாசபிள்ளை எழுதியிருப்பது கவனிக்கத்தக்கது.

'இராமலிங்கருக்கும்–நாவலருக்கும் இடையே முன்னே யாதொரு விரோதமும் இல்லை' என்று கைலாச பிள்ளை குறிப்பிட்டிருந்தாலும் குல ஏற்றத்தாழ்வும், புலமைக் காழ்ப்புணர்ச்சியுமே அருட்பா எதிர்ப்புக்குக் காரணம். பிள்ளை சாதியில் கார்காத்தப் பிள்ளை, சோழியப் பிள்ளை, கருணீகப் (சைவர்/அசைவர்) பிள்ளை என்னும் முப்பிரிவு உண்டு. இதில் முதலிடம் வகிப்பது கார்காத்தப் பிள்ளை. அதனையடுத்து இடம் பெறுவன சோழியப் பிள்ளையும் கருணீகரும். இந்தச் சாதிப்பிரிவில் நாவலர் முதலிடத்தையும் இராமலிங்கர் கடைசி இடத்தையும் வகிக்கின்றனர். சாதியப் பிரிவில் நாவலருக்கு அடுத்த நிலையில்கூட இல்லாத இராமலிங்கர் தமது புலமையாலும் வாதத்தாலும் அவரை மிஞ்சியதே அருட்பா X மருட்பா நிகழ்ச்சிக்கும் மானநட்ட வழக்குக்கும் வித்திட்டது. 1867இல் திருவருட்பா வெளியாவதற்கு முன்பே நாவலரை இராமலிங்கர் சிறு வாதம் ஒன்றில் மிஞ்சினார் என்னும் செவிவழிக் கதை ஒன்றும் நிலவுகிறது. அது வருமாறு:

'சிதம்பரத்தில் இராமலிங்கரும் – நாவலரும் மார்கழி மாதத்தில் தில்லை தரிசனத்தன்று ஒருவரையொருவர் சந்தித்து அளவளாவிக்கொண்டிருந்தனர். அப்போது குளிரின் தன்மையைக் கொண்டு நாவலர், வள்ளலாரைப் பார்த்து – சாதாரணமாகப் –'பனிக்காலம் மிகக் கொடிது' என்றார். உடனே வள்ளலார்

'பனிக்காலம் மிக நன்று' என்றார். பனியின் கொடுமை இன்று அதிகமாக இருக்கும்போது பனிக்காலம் கொடிதுதானே என்றார் நாவலர். இல்லை 'நன்று' என்று மீண்டும் அதையே கூறினார் வள்ளலார். எப்படி என்று கேட்டார் நாவலர். பனிக்கு + ஆலம் + மிக நன்று என்று அச்சொற்றொடரைப் பிரித்து 'பனியை விட ஆலம் (விஷம்) நல்லது என்றால், பனி ஆலத்தினும் கொடியதுதானே' நீங்கள் கூறிய அதே பொருளைத்தான் நானும் கூறினேன் என்று விவரித்தார் இராமலிங்கர். *(சீனி. சட்டையப்பன், பேட்டி, 21.1.2000)*

சாதாரண சம்பாஷணையில் நிகழ்ந்த இந்த நிகழ்ச்சியே இராமலிங்கர்பால் நாவலரைப் பொறாமைப்பட வைத்தது. இத்தகைய சொல் விளையாட்டுகள் அன்றைய புலவர்கள் மத்தியில் மிகவும் சாதாரணமான ஒன்றுதான். என்றாலும் அது தமது 'இமேஜை' குறைத்ததாக நாவலர் கருதினார் போலும். 'நாவலர் வித்துவான்களைக் கண்டு அழுக்காறு கொள்பவரல்லர்' என்று த. கைலாசபிள்ளை எழுதியிருப்பினும் அவர் மேற்கோள் காட்டிய நபர்கள் உயர்தட்டு வர்க்கத்தினர் என்பதை நாம் அவதானித்தல் வேண்டும்.

பல்லவர் காலத்தில் பக்தி இயக்கம் தோன்றி வளர்ந்தது. பக்தி இயக்கத்தார் பாடிய பாடல்களைத் தொகுத்து, அதைப் பக்தி இலக்கியம் என்றனர். அப்பாடல்களைப் பன்னிரு திருமுறைகளாகப் பகுத்தனர். 'திருமுறை' என்ற பெயர், குறிப்பிட்ட அக்காலத்தில் பாடிய பாடல்களின் தொகுதிக்கு மட்டுமே உரியதாக இருந்தது. பக்தி இலக்கியத்திற்குப் பின்னருள்ள சிற்றிலக்கிய காலத்திலும் அதற்குப் பின்னரும் இராமலிங்கர் காலத்துக்கு முன்னரும் அவரின் சமகாலத்திலும் புலவர்கள் தாம் பாடிய பாடல் தொகுதிக்கு அருள் தொடர்பான பெயரை அளிக்கவில்லை. திருமுறை என்ற பகுப்புடன் பெயர் வைக்க வில்லை. பிரபந்தம் என்றே பெயரிட்டனர் அல்லது தம்முடைய பெயரில் தாம் பாடிய பாடல்களைத் தொகுத்து வழங்கியுள்ளனர். ஆனால் இராமலிங்கர் பாடிய பாடல்களுக்குப் பிரபந்தத் திரட்டு என்றோ, இராமலிங்கர் பாடல் தொகுதி என்றோ வழங்காமல் 'திருவருட்பா' என்று பெயர் வைத்ததும் 'திருமுறை' என்று பகுப்பு செய்ததும் இராமலிங்கரின் சமகாலத்தவருள் நாவலருக்கு மட்டும் ஏற்றுக் கொள்ள முடியாமல் போயிற்று *(சு. அமிர்தலிங்கம், 1985:390).*

அருட்பா X மருட்பா வழக்குக்குப் பின்பு சிதம்பரத்தை விட்டு, நாவலர் மாயூரத்துக்குச் சென்றார். அதனருகேயிருக்கும் தருமபுர ஆதினத்துக்குச் சென்று அதன் மடாதிபதி சச்சிதானந்த தேசிகரின் வேண்டுகோளுக்கு இணங்கி அங்கு இருபது

நாட்கள் தங்கிச் சைவச் சொற்பொழிவாற்றினார். அதன் பின்பு திருவிடைமருதூர், காரைக்கால் வழியாக சுவாமி தரிசனங்களை முடித்துக்கொண்டு வேதாரண்யம் வந்த நாவலர் அங்கும் பிரசங்கஞ் செய்தார். இறுதியில் கோடியக்கரை வந்து தோணியேறி சுக்கில வருடம் (1870) மாசி மாதம் 27ஆம் தேதி யாழ்ப்பாணம் போய்ச் சேர்ந்தார். இதன்பின்பு அருட்பா X மருட்பா போராட்டம் தமிழகத்தில் சில காலம் ஓய்ந்திருந்தது.

இதுவரை நாம் பார்த்தது அருட்பா X மருட்பாக் குறித்து நடந்த முதற்கட்ட போராட்டமாகும். இதனை அடுத்துத் தமிழகத்தில் ஏறக்குறைய இருபது ஆண்டுகள் கழித்து நாவலரின் மாணவரது மாணவரான நா. கதிரைவேற் பிள்ளை என்பவர் மீண்டும் இந்த அருட்பா X மருட்பாப் போராட்டத்தைக் கையிலெடுத்தார்.

O

4

கதிரைவேற் பிள்ளையும் அருட்பா மறுப்பும்

யார் இந்தக் கதிரைவேற் பிள்ளை?

ஆறுமுகநாவலர் சிவபரிபூரண மெய்தியபோது மேலைப்புலோலி நா. கதிரைவேற் பிள்ளைக்கு வயது எட்டு. நாவலரவர்கள் வியோகமடைந்தது பிரமாதி வருடம் கார்த்திகை மாதம் 21ஆம் தேதி. பிள்ளையவர்கள் அவதரித்தது பிரசோற்பத்தி வருடம், மார்கழி மாதம் 3ஆம் தேதி (அதாவது 3.11.1860). ஆறுமுக நாவலர் கதிரைவேற் பிள்ளைக்கு வித்யாரம்பம் செய்து வைத்ததாகக் கூடத் தெரியவில்லை. ஆயினும் கதிரைவேற் பிள்ளை சரிதம் நாவலரவர்களின் வரலாற்றிலே சென்று சங்கமமாகின்றது (பொ. பூலோகசிங்கம், 1993:219).

சுந்தரமூர்த்தி நாயனார் குருபூசை தினத்திலே நாவலர் தாம் ஆற்றிய பிரசங்கத்தின் முடிவில் தமக்குப்பின் சைவப் பணியாற்ற ஒரு வாரிசற்ற நிலையை உணர்த்துவார். அவர் இவ்வாறு கூறுவார்: "எனக்குப்பின் சைவசமயங் குன்றிப் போகுமென்று பாதிரிமார்கள் சொல்லுகிறார்கள். ஆதலால் நான் உயிரோடு இருக்கும்போதே உங்களுக்காக ஒரு சைவப்பிரகாசரைத் தேடிக்கொள்ளுங்கள்" (த. கைலாசபிள்ளை, 1880:36). நாவலர் தமக்குப்பின் பணியைத் தொடர ஒரு சைவப் பிரகாசரைச் சுட்டிக்காட்டாது, அவரைத் 'தேடிக் கொள்ளுங்கள்' என்று கூறுவது ஊன்றி கவனிக்கத்தக்கது என்பார் பொ. பூலோகசிங்கம். நாவலர் இங்ஙனம்

உரையாற்றியதற்கான காரணம் குறித்து அவர் பின்வருமாறு எழுதுவார்:

தம் தருமங்களுக்கு அதிபத்தியம் பெற இருக்கும் நல்லூர் க. சதாசிவப் பிள்ளையையோ, தாம் வாஞ்சித்த மருகர் பொன்னையப் பிள்ளையையோ அவர் சுட்டிக்காட்டவில்லை. பொன்னையப் பிள்ளையின் (வித்வசிரோமணி ச.பொன்னையப் பிள்ளை) போக்கு வேறு; நாவலரவர்களின் கருமம் வேறு. நாவலரவர்களைச் சார்ந்து வாழ்ந்த சதாசிவப் பிள்ளை உட்பட ஏனைய மாணாக்கர் நாவலரவர்களுடைய இலட்சியப் பாதையிலே அவர் நோக்கத்திற்கு இணங்க, முன்னேறிச் செல்லவில்லை போலும்! இதனாலேயே நாவலர் தருமச் சொத்துக்களைக் கையாண்டவரும், அவர் ஒளியிலே காய்ந்தவர்களும் பெறாத இடத்தினைச் சித.சு. சபாபதிச் செட்டியார் பெற்றார். செட்டியாரவர்கள் நாவலரவர்களாலே தம் ஈமக்கிரியைகளைச் செய்ய நியமிக்கப் பெற்றுச் சிறப்பினை அடைந்தவர். நாவலர் பாரம்பரியத்தினைப் பயன்படுத்தியவர்கள், நாவலரவர்களின் வழியிலே சென்று, அதனைப் பேணாத நிலையிலே, அதன் மரபுகள் கட்டவிழ்ந்த கட்டத்தினை அடைந்தன (பொ. பூலோகசிங்கம், 1993:222). இக்கட்டத்திலேதான் மேலைப்புலோலி நா. கதிரைவேற் பிள்ளையின் பணி ஆரம்பமாகிறது.

நாவலரைத் தொடர்ந்து அருட்பா X மருட்பா போராட்டத்தில் ஈடுபட்ட கதிரைவேற் பிள்ளையின் பின்புலத்தைக் குறித்து அறியும் போதுதான் அவர் இவ்வாறான கண்டனங்களில் ஈடுபட்டதற்கான காரணத்தை அறிய இயலும். ஆனால், அவரது வரலாறு அவரைக் குறித்து முழுவதும் தெரிவிக்கவில்லை. 1908இல் கதிரைவேலர் குறித்து வாழ்க்கை வரலாறு எழுதிய அவரது மாணவர் திரு.வி. கலியாணசுந்தர முதலியார் (திரு.வி.க.) அருட்பா X மருட்பாப் போரில் கதிரைவேலர் ஈடுபட்ட விவரங்களையும் – அவர் இறந்தபோது புலவர் பலர் பாடிய இரங்கற்பாக்களையும் மட்டும் விரிவாக எழுதி வெளியிட்டுள்ளாரே யன்றிப் பிள்ளையின் பின்புலம் குறித்து விரிவாக எழுதவில்லை. ஆனால், *கதிரைவேற் பிள்ளை உண்மைச் சரித்திரம்* என்னும் நூல் இவரது பின்புலம் குறித்து விரிவாகக் கூறியுள்ளது. அதன் சாராம்சம் வருமாறு:

ஈழ நாட்டில் யாழ்ப்பாணத்தைச் சார்ந்த மேலைப் புலோலியில் நாகப்பிள்ளை என்பவர் ஒருவர் இருந்தார். அவரை வேளாளரெனவும் பூசாரியெனவும் கூறுவர். இப்போது புதுச்சந்நிதி கந்தசாமிக் கோயில் என்றழைக்கப்படும் கோயிலில் இவர் பூசாரியாக இருந்தார். அவரது பிள்ளைகளில் ஒருவர் (இப்போது கதிரைவேற் பிள்ளையெனப் பெயர் வைத்து வழங்கும்) வேலுப்பிள்ளையும் ஒருவர். இவர் இளவயது முதல்

குத்துச்சண்டை, வெட்டுச்சண்டை, பாணாவரிசை முதலிய சிலம்பப் பழக்கங்களிலும் சுவரேறிக் குதித்தல் முதலிய துணிவான கிருத்தியங்களிலும் மிகக் கைதேர்ந்தவராகித் தேகதிடமும் மனோதிடமும் பெற்றவர். எழுதுவதிலும் பேசுவதிலும் மிகச் சமர்த்தர். வாய்ச்சண்டையில் இளைத்தால் கைச்சண்டை ஆரம்பிப்பார். இலக்கண இலக்கியங்களிலும் சிறிது பயின்றவர். சாம, பேத, தான, தண்டம் என்னுஞ் சதுர்வித உபாயங்களிலுஞ் சமர்த்தர். மெய்யைப் பொய்யெனவும் – பொய்யை மெய்யெனவும் சாதிக்க வல்லவர். அக்காலத்தில் சூரபத்மன், இராவணாதியர்கள், தேவர்களுக்கும் மகரிஷிகளுக்கும் தீங்கிழைத்தவாறு இவரும் பெரியோர்களுக்குத் தீங்கிழைப்பதிலும், அவர்களை நிந்திப்பதி லும் அஞ்சாத நெஞ்சு பெற்றவர். பாதிரிமார், உபசேதிமார்களுடன் பழகி விவிலிய நூலிற் பயின்று அவர்கள் பிரசங்கிப்பது போலக் காலசைத்தும் கையசைத்தும் உடம்பசைத்தும் பற்பல அபிநயங்கள் காட்டித் தெருக்களில் நின்று பிரசங்கிப்பதில் மிகச் சமர்த்தர். இவர் சிலகாலம் 'ஸ்ரோங் கனகரத்தினம்' என்னும் ஓர் கிறித்துவர் வீட்டில் உண்டு வளர்ந்து வேலை செய்து கொண்டிருந்தார். அதன் பின்பு சில காலம் சதாசிவம் பிள்ளை என்னும் வக்கீலிடம் (Notary public) குமஸ்தாவாகவிருந்தார். அப்போது சில கள்ளச் சாசனங்கள் பிறப்பித்தாரென வழக்கு நேர்ந்து வேலையினின்று நீக்கப்பட்டார். பின்னர் சிலகாலம் மேலைப்புலோலி சைவ வித்தியாசாலையிலே தமிழ்ப் பண்டிதராக இருந்தார். இக்காலகட்டத்தில் இவருக்குத் திருமணம் செய்யப்பட்டது. பொன்னம்மாள் என்னும் பெண் குழந்தையும் பிறந்தது. சிலகாலம் கழித்துத் தமிழகம் வந்தடைந்தார். வயிறு வளர்ப்பதற்காக எதையும் செய்யும் குணம் படைத்த இவர் தகாதன பல புரிந்து மாண்டார்.

ஈழத்திற்கும் தமிழகத்திற்கும் உள்ள உறவு என்பது சைவத்தினூடாக வந்த உறவாகும். நாவலருக்கும் சிதம்பரத்தின் மீதிருந்த ஈடுபாடு ஈழத்து சைவர்களிடையே பரம்பரை பரம்பரையாக இருந்த ஈடுபாட்டின் அடிப்படையில் தோன்றியதே. ஆனால் கதிரைவேற் பிள்ளைக்கும் தமிழகத்திற்கும் இருந்த உறவு அவ்வாறு வந்ததாகக் கூறமுடியவில்லை. அவர் ஈழத்தி லிருந்து வெளியேறித் தமிழகத்தில் குடியேறியமைக்குக் காரணம் பின்வருமாறு:

'அந்நாளில் இலங்கையில் ஆ. வேலுப்பிள்ளை யென்பார் ஒருவரிருந்தார். இவரைப் பெரிய மகன் வேலுப்பிள்ளை யென்றும், முதலாளியார் என்றும் கூறுவர். இவரிடம் நா. வேலுப்பிள்ளை தமக்கு ஒரு தொகை பணம் வேண்டுமெனப் பிராமிசரி நோட்டு எழுதிக்கொடுத்துப் பணம் வாங்கியிருந்தார். சில காலஞ் சென்ற

பின்னர்ச் செப்புக் காசுகளை ஓர் பையிற் கட்டிக் கொண்டு போய், இதோ பணங்கொண்டு வந்திருக்கிறேன்; பத்திரத்தைக் கொண்டுவாருமென்று கேட்க, அம்முதலாளி உண்மையென நம்பிப் பத்திரத்தைக் கொண்டுவந்து இவர் கையிற் கொடுக்க, அதை வாங்கி வாசித்துப் பார்த்து தன் சட்டைப் பையிற் வைத்துக்கொண்டு இந்தப் பணப்பை உங்கள் வசமாக இருக்கட்டும் இன்றைய தினம் நான் அவசரமாகப் போக வேண்டியிருப்பதால் நாளைய தினம் வந்து கணக்குத் தீர்த்துவிடுகிறே னெனச் சொல்லிப் போயினர். முதலாளி இந்தப் பையிலுள்ளது வெள்ளி நாணயமென்று நம்பிப் பையைப் பத்திரப்படுத்தி வைத்திருந்தார். சில நாள் வரையினும் பார்த்திருந்தும் இவர் வராமையைக் கண்டு பையை அவிழ்த்துப் பார்க்கச் செப்புக் காசுகளாக விருக்கக் கண்டு, 'நம்பி நடந்த நமக்கு இப்படித் துரோகஞ் செய்தானே பாவி'யென்று உடனே பருத்தித்துறை போலீசு கோர்ட்டில் வழக்குத் தொடுத்தார். நா. வேலுப் பிள்ளை இனி நாம் இவ்விடமிருந்தால் தெண்டிக்கப்படுவோமென அஞ்சி, அந்நாட்டை விட்டு 1895ஆம் வருஷத்தில் சென்னை வந்து சேர்ந்தார். அதுநாள் முதல் வேலுப்பிள்ளை யென்ற இயற்பெயரை மாற்றி நா. கதிரைவேற் பிள்ளை எனப் பெயர் வைத்து வழங்கி வந்தார்' (தஞ்சை சண்முகம் பிள்ளை, 1909:3).

கதிரைவேற் பிள்ளையின் முதற் கண்டனங்கள்

சென்னை வந்து சேர்ந்த கதிரைவேற் பிள்ளை தொடக்க காலத்தில் குயப்பேட்டை கந்தசாமி கோயில் தெருவில் வாழ்ந்து வந்தார். அங்கே தங்கவேலுப் பிள்ளை என்பவரது உதவியாலேயே ஜீவித்து வந்தார். அதன் பின்பு சென்னை முத்தியாலுப் பேட்டை ரிப்பன் பிரஸில் அச்சுத்தாள் திருத்தும் பணியில் ஈடுபட்டு வந்தார். அச்சமயத்தில் அதாவது 1897இல் சென்னை வெஸ்லி கல்லூரியில் அவர் தமிழாசிரியராகச் சில காலம் பணியாற்றினார். அப்போது இவர் 'சைவ சித்தாந்த சண்டமாருதம்' சூளை சோமசுந்தர நாயகரிடம் மாயாவாத கண்டனங்களையும், வைணவமத கண்டனங்களையும் கற்றுணர்ந்தார். அதன் விளைவாக, மாயாவாதம், வைணவம், பௌத்தம் ஆகியவற்றின்மீது மத துவேஷங்களையும் வேளாளர் மூன்றாம் வருணத்தவர் (வைசியர்) அல்லர் என்னும் சாதிப் பிரச்சினையையும் செய்து வந்தார்.

பதினான்கு ஆண்டுக் காலம் தமிழகத்தில் வாழ்ந்து வந்த கதிரைவேற் பிள்ளை இம்மாதிரியான கண்டனங்களில் ஈடுபட்டதற்கான காரணம் யாதெனப் புலப்படவில்லை. ஆனால் நாவலரது பரம்பரையில் வந்த அனைவரும் கண்டனங்களில் ஈடுபட்டிருப்பது குறிப்பிடத்தக்கது. 'நாவலருக்குப்பின் வந்தவர்கள்

தமது ஞானகுருவிடமிருந்து பெற்றுக் கொண்ட திருமுறைகளில் ஒன்று கண்டன நோக்கமாகும்' (க. கைலாசபதி, 1986:69) என்று கூறியிருப்பதும் இங்கு ஒப்பிடத்தக்கது.

தமிழகத்தில், தொடக்ககாலத்தில் கதிரைவேற் பிள்ளை மாயாவாத கண்டனமே செய்து வந்தார். 12.8.1897இல் பிள்ளை, மாயாவாதிகளை வென்றதால் 'மாயாவாத தும்சகோளரி'* என்னும் சிறப்புப் பெயர் பெற்றார் என்றும். இப்பட்டம் காசிவாசி செந்தினாதையர் தலைமையில் வழங்கப்பட்டது என்றும் கூறுவர்.

'ஸ்மிருதிகளை ஆதாரமாகக் கொண்டு சங்கராசாரியரின் மதத்தை ஆதரித்த ஸ்மார்த்தருக்கு எதிராக ஆறுமுக நாவலர் தமது சமயப் பணியின் ஆரம்பக் கட்டத்திலே குரல் எழுப்பினார். 1852லே வெளிவந்த நாவலரவர்களின் *பெரியபுராண வசனம்* அதற்குச் சான்று பகரும். பெரியபுராண வசனத்திலே உண்மை நாயன்மார் மகிமை, குருபூசை என்னும் பகுதிகளிலே அக்குரல் தெளிவாகக் கேட்கிறது. ஆறுமுக நாவலரின் எதிர்ப்பு சிவாகமப் புறக்கணிப்பினை அடிப்படையாகக் கொண்டது. பத்தொன்பதாம் நூற்றாண்டில் ஆங்கிலக் கல்வியின் பிரயோசனங்களை நன்குணர்ந்து அதனை நன்முறையில் பயன்படுத்தி, அந்நியர் ஆட்சியில் அதன் பலாபலன்களை அநுபவித்து நன்னிலை அடைந்த ஸ்மார்த்தர், தமிழர் சமூக வாழ்க்கையிற் சிறப்பிடம் பெற்றுத் திகழ்ந்தனர். பிறப்பாலும் பதவியாலும் உயர்ச்சியைத் தேடிக்கொண்ட ஸ்மார்த்தர், சங்கராசாரியின் மதத்தைத் தமிழ் நாட்டிலும் வேரூன்ற வைக்கும் தீவிரமுயற்சியிலே ஈடுபட்டு வந்தனர். ஆறுமுக நாவலரின்குரல் கேட்ட காலத்திலே அம்முயற்சி சூடுபிடிக்கத் தொடங்கி விட்டது. சூளை சோமசுந்தர நாயகர் காலத்திலே (1846–1901) அதன் வேகம் குறிப்பிடத்தக்கதாகக் காணப்படுகிறது. சோமசுந்தர நாயகருக்கு 51 வயது நடக்கும் போது கதிரைவேற் பிள்ளை ஸ்மார்த்தர்களின் மதத்தைக் கண்டிக்கப் புறப்பட்டார்' (பொ. பூலோகசிங்கம், 1953:226). பிள்ளைக்கு மாயாவாதத்தைக் கண்டிக்க போதிய பயிற்சியிருந்ததா என்பது வேறு விடயம். ஆனால் அவர் மாயாவாதத்தைக் கண்டித்து அவர்களது பகையைத் தேடிக் கொண்டார் என்பது உண்மை.

1900இல் வெளியிட்ட சைவ *பூஷண சந்திரிகை*யில் விஷ்ணுவும் விபூதி ருத்திராக்க தாரணரே என்று கூறிய விடயம் சென்னை வாழ் வைணவரின் எதிர்ப்பைத் தாமாகவே சம்பாதிக்கக்

---

* 'மாயாவாத தும்சகோளரி என்னும் சாட்டுப்பெயர் (Nick Name) பெறுமளவிற்குக் கதிரைவேற் பிள்ளை மாயாவாதப் பயிற்சியுடையவர் அல்லர். தியாசபிகல் ஹைஸ்கூல் பண்டிதர் கோ. வடிவேலு செட்டியார் (1863–1936) இவர் ஆற்றிய மாயாவாதப் பிரசங்கத்தில் வந்தெதிர்த்த போது அவர் கேட்ட கேள்விகட்கு விடைகூறாது விழித்தார்.

காரணமாகியது. வைணவர்கள் 1901ஆம் ஆண்டு ஜூலை மாதம் 7ஆம் தேதி புரசைவாக்கத்திலுள்ள ஸ்ரீநிவாசப் பெருமாள் கோயிலில் ஸ்ரீ அழகிய மணவாள இராமாநுஜ ஏகாங்கியார் அவர்களை முதன்மையாக வைத்து வாதிக்குமாறு கதிரைவேற் பிள்ளையை அறைகூவி அழைத்தனர். அறைகூவலை ஏற்றுக் கதிரைவேற் பிள்ளை, சைவசித்தாந்த சஞ்சீவினி சபையர் சூழச் சென்றபோது அவருக்கு எதிராக அந்தகர் ஒருவரை வைணவர் நிறுத்தியமையாற் கதிரைவேற் பிள்ளை அந்தகரோடு வாதிடல் தருக்க நூலுக்கு விரோதம்; அவரை வெல்லினும் பெருமையின்று என்று கருதியமையால் வாதம் நிகழாது போயிற்று.

அடுத்த வாரம் முதல் 1902ஆம் ஆண்டு, ஜனவரி மாதம் இறுதியாக ஏழு மாதம் வரையும் **விபூதி ருத்திராக்க விவாத சபை** எனும் கூட்டம் சைவ சித்தாந்த சஞ்சீவினி சபையினராலும், வேதாந்தப் பிரசங்க சபையினராலும் பல இடங்களில் கூட்டப் பெற்றது. ஒவ்வோர் விளம்பரங்கள் தோறும் 'விஷ்ணுவும் விபூதிருத்திராக்க தாரணரே' என்ற மேற்கோளைக் காட்டி, இதனை நிலைநிறுத்தக் கதிரைவேற் பிள்ளை சித்தமாய் இருப்பதனால் ஏகாங்கியார் அவர்களாவது, வேறெந்த வைணவராவது வந்து வாதிக்கக் கடவர் என்று அழைக்கப்பட்டனர். அறைகூவலை வைணவர்கள் ஏற்காது, மாயாவதிகள் சிலரைத் துணையாகக்கொண்டு சிவதூஷணமாகவும் நூலாசிரியர் தூஷணமாகவும் துண்டுப் பத்திரிகைகள் பலவற்றை வெளி யிட்டனர். இவற்றுக்கு மறுப்பாக *விஷ்ணுவும் விபூதி ருத்திராக்க தாரணரே, சீதரதியான நிரூபணம், தசாவதார கிக்ஷாரக்ஷணியம், திராவிடவேத விபரீதார்த்த திரங்கார கண்டனம், அரங்கேற்றா பாசம், சைவபூஷண சந்திரிகைச் சமயச் சிறப்பு, சிவசின்னவிஜயம், விவாத மத்தியஸ்த பத்திரம், வெளிப்படுத்தினார்க்கு ஓர் நல்விடை, ஆழ்வாரருளிச் செயல்பார்த்த விசார தண்டனம், சென்னை மகாவித்துவ ஜனசபை, வைணவ விப்பிரலம்பம், போலி வைணவர்களுக்குப் புத்தி புகட்டல், ஜயத்துவச கண்டனம், அரக்க சைவாகம குதர்க்க நிர்த்தூளி, பாஷண்ட பிடாலம்ப தூஷண குஞ்சர பஞ்சாசனனம், வைணவப் போலியார் வாய்மத மடக்கல், சிவோபாலம்பன திமிர பாஸ்கரம், வாதத்திற்குப் பயந்தொளிந்த வைணவர்க் கறிக்கை, நீறு என்னும் சொல்லுக்கிட்ட வைரக் குப்பாயம், கண்டிகை யநர்த்த கானன குடாரி, ஆழ்வார் சரித்தி ராரணிய மகாபரசு* முதலிய பல கண்டனங்கள் கதிரைவேற் பிள்ளையின் கட்சினாரால் வெளியிடப் பெற்றன.

சென்னை ஸ்ரீவேணுகோபால சுவாமி அரங்கத்தில் 1902ஆம் ஆண்டு, பிப்ரவரி மாதம் 16ஆம் தேதி **விஷ்ணுதாரண விபூதி ருத்திராக்க விவாத நிகமன சபை** என ஒரு கூட்டம் சைவ

சித்தாந்த சஞ்சீவினி சபை, வேதாந்தப் பிரசங்க சபை, நடராஜ பக்த ஜனசபை, சுத்தாத்வித சைவசித்தாந்த சபை, வேதாகமோத்த சைவ சித்தாந்த சபை என்பனவற்றால் அத்தியாச்சிரம பால சரஸ்வதி ஸ்ரீலஸ்ரீ ஞானானந்த சுவாமிகள் தலைமையிற் கூட்டப் பெற்றது. இச்சபையில் அத்துவித சித்தாந்த மகோத்தாரணர் விஷ்ணுவும் விபூதி ருத்திராக்க தாரணரே என்பதனைச் சித்தாந்தஞ் செய்தார். பாம்பன் குமரகுருதாச சுவாமிகளும், ஆ. கிருஷ்ணையரும், ஏனையோரும் அநுவதித்து முடிக்க ஞானானந்தர் வழிமொழிந்து வைணவரை வாதிக்குமாறு அழைத்தனர். வைணவர் யாரும் முன்வரவில்லை. இவ் விருத்தாந்தத்தினைச் *சைவபூஷண சமயத்துவசம்* விரித்துரைக் கிறது (பொ. பூலோகசிங்கம், *1993:226–228*).

கதிரைவேற் பிள்ளையும் அவரது கட்சியினரும் வைணவத்தைக் கண்டித்த விடயங்களை விரிவாகக் கூறிய பொ. பூலோகசிங்கம் விஷ்ணுதாரண விபூதி ருத்திராக்க விவாத நிகமன சபையில் வைணவர்கள் பங்கு கொண்டதாகவும் அச்சமயத்தில் அவர்களை வாதத்திற்கு அழைத்தபோது அவர்கள் முன்வரவில்லை என்னும் தொனிப்பட எழுதியுள்ளார். ஆனால், இவ்விரு கூட்டத்தாரும் நேருக்கு நேர் சந்தித்துக் கொள்ளாது பத்திரிகையின் வாயிலாகவே கண்டனங்களை வெளிப்படுத்தி யுள்ளனர் என்பது குறிப்பிடத்தக்கது. 'எதிர்க் கக்ஷியில் ஏகாங்கியர் முதலானோர் வேறு இடங்களில் சபை கூட்டி எதிர்வாதஞ் செய்து வந்தனர். இவ்விரு கக்ஷியாரும் எதிரிகள் வாதத்திற்கு வரலாமென்று பத்திரிகை மூலமாய் அறைகூவி யழைத்தனரே யன்றி ஒருவர்க்கொருவர் எதிர்நின்று வாதஞ்செய்ததின்றாம்' (தஞ்சை சண்முகம் பிள்ளை, *1909:9*) என்னும் வரிகள் இதனை உறுதிப்படுத்துகிறது.

பூலோகசிங்கம் பட்டியலிட்டுக் காட்டியுள்ள பல நூல்களும் இவ்வடிப்படையில் வெளியானவையே. ஆனால், இக்கதிரையார் 1898ஆம் வருடம் அச்சிட்ட *ஏகாதசி புராண* பதிப்புரையில் 'சைவரென்றும் வைஷ்ணவரென்றும் இருப்பாருட் சிலர் சிவன், விஷ்ணு வென்பன பரம்பொருள் ஒன்றினையே குறித்துரைக்கப்படும் இரு திருநாமங்கள் என்று உணராமையானும், தத்துவ ஆராய்ச்சியிற் றலைப் படாமையானும்' என்றும்; 'ஊற்றிலிருந்து நறவொழுக்குந் துளவத்தாரோ யுனையிகழ்ந்தோர் எமையிகழ்ந்தோர்' எனக் *காசிகாண்டத்*தும்; 'வெள்ளையறிவின் மாயோனை வெகுலீசன் வெகுளாமல்' எனக் *கூர்மபுராணத்*திலும்; 'ஒலிரு புராரியுமுராரியு முணர்ந்தோர்க் கேலுறுவொரே பொருளெனும்படித் தெளிந்தான்' எனப் *பாரதத்*தும்; 'அரணாக மாதி கலைகளினும் அறையப்பட்டனவற்றை காட்டி யுய்க்குந்தரம்

பராபரமேயாம்' என இவரே எழுதியுள்ளார். இவ்வாறு முன்பு சிவனுக்கும் விஷ்ணுவுக்கும் சமரசங்காட்டி எழுதிய இவரே மீண்டும் வைணவ தூஷணம் செய்தது ஏன் என்று தெரியவில்லை. இதற்கான காரணம் குறித்துத் தஞ்சை சண்முகம் பிள்ளை பின்வருமாறு எழுதுவார்:

"இக்காலத்தில் பற்பல சபை கூட்டி விஷ்ணுவை நிந்தித்ததுமன்றி 1902ஆம் வருடத்தில் தாம் எழுதிய சைவபூஷண சந்திரிகை என்னும் நூலில் அளவுகடந்து தூஷித்து அச்சிட்ட தென்னை? என ஆராயுமிடத்து வயிறு வளர்ப்பதற்கே யென வெளியாகின்றது. முற்காலத்தில் வைணவர்கள் பொருளுதவி செய்தமையால் ஆங்குச் சமரசங்காட்டி எழுதினார். இக்காலத்தில் சைவர்களிடம் பொருள்பெறும் நிமித்தம் கக்ஷியுண்டாக்கி வைணவ தூஷணை செய்ய வாரம்பித்தாரென வெளியாகிறது" (தஞ்சை சண்முகம் பிள்ளை, 1909:9). சிவநேயர் வேண்டுகோளின்படி முதலிற் பதிப்பித்த நூலை விரித்து, இன்றியமையாத விடயங்களைச் சேர்த்தும் சென்னை சி.நா. அச்சியந்திர சாலையில் சுபகிருது வருடம் (1902) கார்த்திகை மாதம் சைவ பூஷண சந்திரிகையை கதிரைவேற் பிள்ளை பதிப்பித்தார் என்று பூலோகசிங்கம் சுட்டிக்காட்டி யிருப்பதும் இவண் சிந்திக்கத்தக்கது. **சிவநேயர் வேண்டுகோளின்படி முன்பதிப்பித்த சைவபூஷண சந்திரிகையை விரித்து** என்னும் வரிகள் சைவர்களின் ஆதரவைப் பெறவே கதிரைவேற் பிள்ளை இவ்வாறு நடந்து கொண்டார் என்பதை உறுதிப்படுத்துகிறது.

1903, ஜூன் மாதத்தில் கதிரைவேற் பிள்ளை *புத்தமத கண்டனம்* என்னுமோர் நூலெழுதி புத்தமதத்தைக் கண்டித்தார். பக்தி இலக்கியக் காலத்தில் பௌத்தம், சமணம் முதலியன கண்டிக்கப்பட்டதற்குப் பல நோக்கங்கள் இருந்தன. ஆனால், பிள்ளை புத்தமதத்தை எதிர்த்தமைக்குக் காரணம் புலப்படவில்லை. ஒருவேளை தம்மைப்பற்றி வெகுசனங்களிடம் ஒரு பரபரப்பை ஏற்படுத்தவும் பிழைப்புக்காகவும் இவர் இங்ஙனம் நடந்துகொண்டாரோ எனத் தோன்றுகிறது.

19ஆம் நூற்றாண்டில் கிறித்துவர் தமிழகத்தில் மதமாற்றத்தைச் செய்து வந்தபோதும் பிள்ளை அம்மதத்தைக் கண்டிக்காமல் விட்டது குறிப்பிடத்தக்கது. கிறித்துவத்தை அவர் கண்டிக்காமல் விட்டதற்குக் காரணம் அவர்களது அரவணைப்பே என்பர்.

கதிரைவேற் பிள்ளை தமிழகத்தில் சென்னையில் வாழ்ந்த காலகட்டத்தில் மதக் கண்டனங்களேயன்றி, சாதிக் கண்டனமும் செய்துவந்தார். பத்தொன்பதாம் நூற்றாண்டின் இறுதியிலும் இருபதாம் நூற்றாண்டின் தொடக்கத்திலும் வேளாளரை வைசியர்

என்றும், சூத்திரர் என்றும் இருபிரிவினர் வாதித்து வந்தனர். வேளாளர் வைசியர் என்பதை விளக்குமுகமாகக் கூடலூர் கனகசபைப் பிள்ளை *வருணசிந்தாமணி* என்னும் நூலினை 1901இல் வெளியிட்டார். இதற்கு ஆதாரமாக ஆரியத்திலும் திராவிடத்திலுமுள்ள பல விடயங்களை அவர் எடுத்துக் காட்டியிருந்தார். அப்படியிருந்தும் "கதிரைவேற் பிள்ளை வேளாளர் சூத்திரராவாரன்றி வைசியராகாரென மூன்று வருட காலமாகப் பற்பல பத்திரிகைகளெழுதி ஆரவாரித்துத் திரிந்தனர். ஆனால் இவர் கண்டனங்கள் எல்லாம் கல்வி கேள்விகளிற் சிறந்த பலபேரால் மறுக்கப்பட்டு வந்தன. அவ்வளவில் நில்லாது வேளாளர் சூத்திரரே! என ஸ்தாபிக்கிறோம், அதற்காக நாம் 1000/– ரூபாய் பந்தயங் கட்டுகின்றோம்; எவரேனும் அவர் வைசியரேயாமென ஸ்தாபிக்க வல்லாராயின் நம்முன் வந்து வாதிக்கலாமென விளம்பர மிட்டனர். அதை யாரும் பொருட்படுத்தவில்லை" (தஞ்சை சண்முகம பிள்ளை, 1909: 13).

பிறகு 28.5.1903 ஆம் வருடம் இவர் மதுரை சங்கத்திற்குப் போனபோது, வேளாளர் வருணம் பற்றிய பிரச்சினை சூடுபிடித்தது. 'கதிரைவேற் பிள்ளை மீனாட்சியம்மன் திருக்கல்யாண மண்டபத்திலே வேளாளர் சூத்திரரே எனும் நாவலரவர்கள் கருத்தை ஆதரித்து உபந்நியாசம் செய்தனர்' என்று பெருமைபட பேசுவார் பூலோகசிங்கம். ஆனால், மதுரையில் உள்ள வித்வசிரோமணிகளால் இவர் மதம் அறுக்கப்பட்டு ஓட்டம்பிடித்ததும் பின்னர் மேற்படி வருடத்தின் ஜூன் மாதத்தில் இவர் மதுரை சிவஞான தீபச்சபையார் பெயரால் அச்சிட்டு வெளிப்படுத்திய *ஜாதிப் புரட்டர்* என்ற துண்டுப்பிரசுரத்திற்கு மறுப்பாக 5.8.1903இல் *ஜாதிப் புரட்டர் யார்?* என்னும் பத்திரிகையை தேவாரம் முத்துசாமி முதலியார் வெளிப்படுத்தியதையும் அதன் பின்பு பிள்ளை வாயடங்கிக் கிடந்ததையும் பூலோகசிங்கம் அறியார் போலும். வேளாளர் வருணம் பற்றிய பிரச்சினையில், கதிரைவேற் பிள்ளை மட்டுமே வெற்றிவாகை சூடிவிட்டதைப் போல அவர் எழுதியிருப்பது அவரது ஈழத்துப் பற்றைக் காட்டுகிறது.

கதிரைவேற் பிள்ளை 1903களில் வேளாளர் நான்காம் வருணத்தவர் என்று கூறவில்லை; அதற்கு முன்பாக 1899களிலேயே தாம் பதிப்பித்த *பெயரகராதி*யிலும் வேளாளர் சூத்திரர் என்று கூறியுள்ளார் என்பர். ஆனால், அதற்கும் முன்பாக 1894இல் சென்னை வேப்பேரி சிதம்பர முதலியார் அச்சகத்தில் அவரது சம்ரக்ஷணையிலிருந்து வெளியான *யாழ்ப்பாணப் பேரகராதி*யிலும் இவர் இவ்வாறே பதிப்பித்தார். ஆனால், சிதம்பர முதலியாருக்குத் தெரியாமலேயே பிள்ளை, வேளாளர் சூத்திரர் என்று இவ்வகராதியில் பதிப்பித்தார் என்பதும் இவரது

மாறுபாட்டையறிந்து சிதம்பர முதலியார் மீண்டும் 1901இல் பழைய பிரதியின்படி வேளாளர் வைசியரென அச்சிட்டு வெளிப்படுத்தினார் என்பதும் குறிப்பிடத்தக்கது. தமிழகத்தில் வேளாளர் சூத்திரர் என்று பேசிய பிள்ளை யாழ்ப்பாணத்தில் இருந்தபோது மேலைப்புலோலியில் வேளாளர் வைசியரேயன்றிச் சூத்திரர் ஆகாரென 5.4.1905ஆம் வருடத்தில் வாதிட்டார் (தஞ்சை சண்முகம் பிள்ளை, 1909:14). இவ்வாறு முன்னுக்குப் பின் முரணாக கதிரைவேலர் நடந்து கொண்டது ஏன் என்பது மேலும் ஆராய்தற்குரியது.

*வருணசிந்தாமணியி*லும் – அதற்கு வழங்கப்பெற்ற சாற்றுக் கவியிலும் பல குற்றங்களைக் கதிரைவேற் பிள்ளை எடுத்துக் காட்டியதால், அதற்கு மறுப்பாக 'விவகார காண்டம்' என்னும் பகுதி *வருணசிந்தாமணி* இரண்டாம் பதிப்பில் சேர்க்கப் பட்டது என்றும், இப்பகுதி முழுவதும் யாழ்ப்பாணத்தாரை வைத பாகம் என்றும் கூறுவர் (பொ. பூவோகசிங்கம், 1903:231). *வருணசிந்தாமணி* எழுதிய கனகசபைப் பிள்ளையே இப்குதியை யும் எழுதியிருப்பின் பூலோகசிங்கம் கூறுவது ஓரளவுக்குப் பொருந்தும். ஆனால், இராமநாதபுரம் எஸ்.வி. ஆறுமுகத் தேவர் உள்ளிட்ட பலர் வேளாளர் வைசியரே என்பதை உறுதிப்படுத்தும் பொருட்டு எழுதிய கட்டுரைகளின் தொகுப்பாகவே இந்த விவகார காண்டம் இருப்பதனால் அவர் இவ்வாறு கூறுவது பொருந்தாது.

> இந்நூலின் மீது இக்காலத்தார் குற்றங்கூறுவது ஆச்சரியமோ? ஆகாவாம். ஆயினும், யான் கூறிய கூற்றினுண்மையை ஆய்ந்தறிந்தோருட் சிலர் வெளிப்போந்து அவ்வாறு உண்மை யறியாதாருடைய ஐயத்தானும் திரிபுணர்ச்சியானும் எழுந்த வினாக்களுக்குத் தக்க விடையிறுத்து, அவற்றைப் பத்திரிகை வாயிலான் வெளிப்படுத்தி அவர் தம்மைத் தெருட்டியும், அவர் தமது திரிபுணர்ச்சியை யேற்ற மற்றவர்கட்கும் எமது கொள்கையின் உண்மையை விளக்கிக் காட்டியுள்ளார். வேளாளரின் நிலைமையின் உண்மை இன்னதென அறிய விருப்பமுள்ளோர் அனைவரும் எளிதில் அறிய வேண்டு மெனும் எண்ணங்கொண்டு, அவர்தம் நிலைமையைக் குறித்தெழுந்த விவாதங்களுள் முக்கியமானவற்றைத் திரட்டி அதற்கு விவகார காண்டமெனப் பெயர் புனைந்து, முன்னர் இவ் வருணசிந்தாமணியில் ஏற்பட்ட ஆரிய காண்டம், திராவிட காண்டமென்ற இரண்டுடனே இதனை மூன்றாவது காண்டமெனச் சேர்க்கலாயினர் (வருணசிந்தாமணி – விவகார காண்டம், ப. 2)

என்று இந்நூலின் தொடக்கத்திலேயே கனகசபைப் பிள்ளை எழுதியிருப்பது கவனிக்கத்தக்கது.

மேலும் பா. குமாரசாமி முதலியார், *பூலோக நண்பன்* பத்திராதிபர், தூத்துக்குடி ரா.ம. நயினார் செட்டியார், புரசை பாலசுந்தர நாயக்கர், மா. நீலகண்ட முதலியார், பி.நா. சிதம்பரநாத முதலியார், சோடசாவதானம் சோமசுந்தர முதலியார், மதுரையம்பதி சிவஞானதீபச் சபையார், ஈழநாட்டு கதிரைவேற் பிள்ளை ஆகியோர் வேளாளர் சூத்திரர் என்று எழுதியமைக்கு மறுப்பு தெரிவிக்கும் பகுதியாகவே விவகாரகாண்டம் அமைந்துள்ளது. (காண்க: வருணசிந்தாமணி விவகார காண்டம் அட்டவணை.) இந்நபர்களில் ஈழத்தவர் மட்டும் இல்லை; தமிழகத்தவரும் உண்டு. வருணசிந்தாமணி விவகார காண்டம் தேவைகருதி, ஆறுமுக நாவலர், சி.வை. தாமோதரம் பிள்ளை போன்றோர் சிலபோது பதிப்புகளில் செய்த தவற்றைச் சுட்டிக் காட்ட நேர்ந்ததேயன்றி வேறில்லை. பின்னாளில் கதிரைவேற் பிள்ளை போன்றோர் வேளாளரைச் சூத்திரர் என்று கொண்டமைக்கு அடிப்படை நாவலர் செய்த பிழையேயாகும். மண்டல புருடரின் *சூடாமணி நிகண்டை* 'சௌமிய வருடம் பதிப்பித்த நாவலர் வேளாளரை வைசியர் என்றே நிகண்டில் உள்ளபடி அச்சிட்டு வெளிப்படுத்தினவர் சின்னாட்கழித்து அந்நூலை அச்சிட்ட போது, வேளாண் மக்களென ஈழநாட்டி லுள்ளாரது ஆசார வொழுக்கங்கள் வைசியரொழுக்கங்கட்கு மாறுபட்டிருந்த தானோ மற்றெது காரணத்தானோ, அச் செய்யுளை மாற்றி . . . இரண்டு கவிகளை நூதனமாகச் சிருட்டித்து வேளாளரைச் சூத்திரரென வெளியிட்டார் (கூடலூர் கனகசபைப் பிள்ளை, 1901:9). இது போன்ற பதிப்பு இருட்டடிப்புக் காகவே நாவலர் போன்றோர் கண்டிக்கப்பட்டனரேயன்றிப் பூலோகசிங்கம் கூறுவதைப்போல *வருணசிந்தாமணி* திட்டமிட்டு ஈழத்தவரை வைத நூல் அல்ல.

இதுவரை கதிரைவேற் பிள்ளையின் தொடக்ககாலக் கண்டனங்கள் குறித்து ஆராய்ந்தோம். இனி அவர் திருஅருட்பாவை எவ்வாறு கண்டனம் செய்தார் எனத் தனித்து ஆய்வோம்.

கதிரைவேற்பிள்ளையும் திருஅருட்பா கண்டனமும்

மாயாவாதம், வைணவம், பௌத்தம் ஆகிய மதக் கண்டனங்களை யும் வேளாளர் நான்காம் வருணத்தவரே என்பதை விளக்குமுகமாகச் சாதிக் கண்டனத்தையும் செய்த கதிரைவேற் பிள்ளை தொடர்ந்து திருஅருட்பாவைக் கண்டனம் செய்யத் தொடங்கினார். ஆறுமுக நாவலர் திருஅருட்பாவைக் கண்டனம் செய்தமைக்குச் சில அடிப்படைக் காரணங்கள் இருந்தன. ஆனால் கதிரைவேற் பிள்ளைக்கு அப்படிப்பட்ட காரணங்கள் ஏதும் இருந்ததாகத் தெரியவில்லை. எப்போதும் ஏதாவது ஒன்றைப் பற்றிக்

கண்டனம் செய்து கொண்டிருப்பதே இவரது குணம் என்பதால் அந்த அடிப்படையிலேயே நாவலருக்குப்பின் அருட்பாவைக் கண்டிக்க கதிரைவேலர் புறப்பட்டார் எனத் தெரிகிறது.

திருவருட்பாவை எதிர்க்க ஆரம்பித்த பிள்ளை அதற்கான பணியைத் தொடங்கியது 1903ஆம் வருடம் – இது கிடைத்திருக்கும் ஆதாரங்களைக்கொண்டு கணக்கிடப்பட்ட தாகும் – இந்தக் காலகட்டத்தில்தான் அவர் *போலியருட்பா மறுப்பு, மேற்படி வழுத்திரட்டு* என்னும் இரு நூல்களை வெளியிட்டுள்ளார். இதனை அருட்பாக் குழுவினர் சிலர் கண்டித்தனர் என்பதைப் பின்வரும் சான்று கொண்டு அறியலாம்.

> தேவாராதி திருமுறைகளைத்தான் திருவருட்பாவென்று சொல்ல வேண்டுமென்னுங் கக்ஷியார் அத்திருமுறைகளை வகுத்த பெரியோர் திருவருட்பாவென்று கூறியிருக்கிறதாகவாவது எடுத்துக்காட்டுவதை விட்டு, வீணாயலர்வது மதியீனமே. திருவருளைப் பிரகாசப்படுத்தும் திருவருட்பாவென்னும் நூலாசிரியர் திருவருட்பிரகாச வள்ளலார் எனப்படுவதில் ஆக்ஷேபங் கூறவேண்டிய அவசியமுமன்று. ஆகவே திருவருட்பா, திருவருட்பிரகாச வள்ளலார் என்னும் வசனப் பிரயோகத்தினால் சிவதூஷணத்துக்காவது, சைவசாஸ்திர தூஷணத்துக்காவது இடமின்றென்றும், இப்பிரயோகத்தை அவமதித்துக் கூறுதலே அத்தகைய தூஷணமாகுமென்றும் கற்றோரும் மற்றோரும் சென்றதுக்கு முன்ஞாயிறு மாலை செங்கான்கடை நாடகக் கொட்டையில் கூடிய திருவருட்பா விவாதப் பெருஞ்சபையில் விளங்கக் கொண்டு மனங்களித்து வந்தனமளித்த விவரம் எங்கும் பரவியுள்ளதாகும் (திருவருட்பா விவாதிகளுக்கொரு விளக்கம், ப.1).

அருட்பா குழுவினரின் இந்தக் கண்டனக் கூட்டம் மறைமலையடிகள் தலைமையில் நடந்ததாக அறிய முடிகிறது. இதனால் ஆத்திரமுற்ற கதிரைவேலர் *போலிவாதிகளுக்கு புத்தி புகட்டல், குதர்க்கிகளின் பொய்க்கோள் விலக்கு* என்னும் இரு பத்திரிகைகளை வெளியிட்டார். இந்த இரு நூல்களையும் கண்டித்து, சென்னை வேதாகமோக்த சைவசித்தாந்த சபையைச் சார்ந்த ப. முருகேச முதலியார், ப. பழனி முதலியார் ஆகிய இருவரும் *திருவருட்பா விவாதிகளுக்கொரு விளக்கம்* என்னும் ஒரு சிறு பிரசுரத்தை வெளியிட்டனர்.

இதனை அடுத்து கதிரைவேற் பிள்ளை 1904ஆம் வருடம் முன்பு நாவலரால் வெளியிடப்பட்ட *போலியருட்பா மறுப்பு* என்னும் நூலைப் பதிப்பித்து அதனுடன் *அருட்பா சிறப்பு, இராமலிங்கம் பிள்ளை படிற்றொழுக்கம், இராமலிங்கம் பிள்ளை அங்கதப்பாட்டு* என்னும் 3 பிரசுரங்களையும் இணைத்து

அதனைத் தூத்துக்குடி இரா.ம. நயினார் செட்டியார் பெயரில் வெளிப்படுத்தினார். நாவலர் போலியருட்பா மறுப்பை மாமண்டூர் தியாகேச முதலியார் பெயரில் வெளிப்படுத்தியது போலவே கதிரைவேற் பிள்ளையும் இந்நான்கு நூல்களை நயினார் செட்டியார் மூலம் வெளிப்படுத்தியுள்ளார் என்பது கவனிக்கத்தக்கது. இந்நூல் பிள்ளையால் எழுதப்படவில்லை என்று கூறுவர். ஆனால் இந்நூலை அவரே எழுதினார் என்பதைப் பின்வரும் பகுதி நிரூபிக்கிறது.

> இப்புத்தகத்தை இரா.ம. நயினார் செட்டியார் எழுதியதாகச் சிலர் நினைக்கின்றனர். அப்படி அவரே எழுதியிருப்பின் 'இரா'வென்ற தலைப்பெயர் பூண்டிருப்பதால் இவர் பகல் வெளிச்சம் தெரியாதவர் அல்லது பகற்குருடரென விளங்குகின்றார்... இவரைச் சிவஞானப்பிரகாச சபையின் அங்கத்தவர் எனலும் பொருந்தாது. அதனாலிப் புரட்டு நூலை இவ்வாறெழுதினாரென ஓர் குறைவும் நேரிடும். அதனாலும் அச்சுவடியின் தலைப்பில் யாழ்ப்பாணத்திலுள்ள 'புதுச்சந்நிதி கந்தநாதன் றுணை' யென ஆரம்பித் திருப்பதாலும் கதிரையாரே அச்சுவடியை எழுதிவிடுத்தா ரென்பது தெற்றென விளங்குகிறது (தஞ்சை சண்முகம் பிள்ளை, 1909:19).

கதிரையார் எழுதி வெளியிட்ட இந்த நூல்களின் உள்ளடக்கம் பின்வருமாறு:

1868ஆம் ஆண்டு நாவலர் எழுதிய *போலியருட்பா மறுப்பு* என்னும் நூலில் தேவாரம், திருவாசகம், திருவிசைப்பா, திருப்பல்லாண்டு, பெரியபுராணம் என்னும் ஐந்துமே அருட்பா என்று கூறியிருக்க, இவர் 'பன்னிரு திருமுறைகளே அருட்பா' என்று 1904இல் மாற்றிப் பதிப்பித்துள்ளார். அத்துடன் கொட்டையூர் மகாவித்துவான் சுவாமிநாத தேசிகர், திரிசிரபுரம் மகாவித்துவான் மீனாட்சிசுந்தரம் பிள்ளை* ஆகிய இருவரும் இராமலிங்க அடிகளைக் கண்டு அவர் பாடலிலுள்ள சித்தாந்தத்திற்கும் இலக்கணத்திற்கும் மாறாக உள்ள பாடல்களை எடுத்துக்காட்டி கேள்வி கேட்டபோது விடைகூற இயலாது அவர் ஓட்டம் பிடித்தார் என்று இல்லாத விடயத்தை இவராகவே எழுதியுள்ளார்.

சிவாலய முனிவர் செய்த *அருட்பாச் சிறப்பு* என்னும் நூலில், அநபாய சோழன் காலத்திலிருந்த சிவாலய முனிவர் எழுதிய பாடல்கள் என்று மூன்று பாடல்களைக் கதிரைவேற் பிள்ளை காட்டியுள்ளார் (காண்க: பி.இ.5). *இராமலிங்கம் பிள்ளை படிற்றொழுக்கம்* என்னும் நூலில் வள்ளலார் செத்தவர்களை எழுப்புவோம் என்று கூறினார் என்றும், பெண்களை

---

* வள்ளலாரும் மகாவித்துவான் மீனாட்சிசுந்தரம் பிள்ளை அவர்களும் சந்தித்துப் பேசிக்கொண்டதாக எவ்வித வரலாற்றுத் தரவுகளும் இல்லை.

நிர்வாணமாக்கி கும்மியடிக்கச் சொல்லி ரசித்தார் என்றும், அநேக நபரைக் கற்பழித்தார் என்றும், இறுதியில் தாமாகவே தற்கொலைச் செய்து கொண்டார் என்றும் எழுதியுள்ளார். நூலின் இறுதியில் சொக்கபுரம் ஆதீனம் இராமலிங்கத்தம்பிரான் சுவாமிகள் மாணாக்கரான நெ. சிவக்கொழுந்து முதலியார் என்னும் பெயரும் உள்ளது).

இறுதி நூலான *இராமலிங்கம் பிள்ளை அங்கதப்பாட்டு* என்பதில் வள்ளலாரது தமையனார் சபாபதிப் பிள்ளை அடிகள் தம்மை திருவருட் பிரகாச வள்ளலார் என்று கூறியதையும் தமது நூலுக்குத் திருவருட்பா என்று பெயரிட்டதையும் கண்டித்து அவர் மீது அங்கதப் பாட்டு பாடியுள்ளார் என ஐந்து பாடல்களை எடுத்துக் காட்டியுள்ளார் (காண்க: பி.இ.6).

திருவருட்பிரகாச வள்ளலாருக்கும் அவரது திருவருட்பா விற்கும் மாசு கற்பிக்க வேண்டும் என்ற நோக்கத்துடன் கதிரைவேற் பிள்ளை முனைப்புடன் செயல்பட்டிருப்பதை மேலுள்ள அவரது நூல்கள்வழி அறியமுடிகிறது. அருட்பாவையும் அடிகளையும் தூற்றுவதற்கு மற்றவர்கள் எழுதியதாக இவர் எடுத்துக்காட்டிய நூல்களைத் தனியே வெளியிட்டால் தமது குட்டு வெளிப்பட்டுவிடும் என்பதாலேயே அதனை நாவலரது போலியருட்பா மறுப்புடன் சேர்த்து வெளியிட்டுள்ளார். இனி, இவை குறித்த உண்மையினை ஆராய்வோம்.

பஞ்சபுராணங்களே திருவருட்பா என்று நாவலர் கூறியிருக்க, அதனை மாற்றிப் 'பன்னிரு திருமுறைகளே அருட்பாக்கள்' என்று ஏன் கதிரைவேலர் பதிப்பிக்க வேண்டும்? பன்னிரு திருமுறைகளே அருட்பா என்பது இவருக்கு முன் வாழ்ந்த அறிவிற் சிறந்த நாவலருக்குத் தெரியாதா? ஒருவேளை அவருக்குத் தெரியாதிருந்தால் அதனை வெளிப்படுத்த பிள்ளை தனியே ஒரு நூல் அல்லவா எழுதியிருக்க வேண்டும். நாவலரது நூலிலேயே திருத்தம் செய்வதற்குப் பிள்ளைக்கு என்ன உரிமையிருக்கிறது? பதிப்பித்தல் நாணயம் என்பது இதுதான் போலும். அத்துடன் சுவாமிநாத தேசிகரும், மகாவித்துவான் மீனாட்சிசுந்தரம் பிள்ளையும் கேட்ட கேள்விக்கு விடைகூறாது இராமலிங்க அடிகள் ஓட்டம் பிடித்தார் என்பதும் எந்த அடிப்படையில் என்பது தெரியவில்லை. இதே காலகட்டத்தில் வாழ்ந்த முனிசீப் வேதநாயகம் பிள்ளை தமது நீதிநூல் என்னும் சமூக சீர்திருத்த நூலுக்கு அடிகளிடம் சாற்றுக்கவி வாங்கியிருப்பதே கதிரைவேற் பிள்ளையினது பொய்க்கூற்றின் பொருந்தாமைக்குப் போதுமான சான்று. அதற்கு முன்பாகவே அடிகள் சங்கராசாரியாரின் ஐயத்தை தெளிவித்தும், உருவ வழிபாடு குறித்துப் பிரம்ம சமாஜத்தாருடன் வாதம் புரிந்தும், கோடக நல்லூர் சுந்தரசுவாமிகளை வாதில் வென்றும் பல நிகழ்ச்சிகளில் வெற்றி கண்டிருத்தலால்,

'விடைகூறாது ஓட்டம் பிடித்தார் அடிகள்' என்று கதிரைவேற் பிள்ளை கூறுவது சிறிதும் பொருத்தமில்லை.

அடுத்து, அநபாய சோழன் காலத்திருந்த சிவாலய முனிவர் அருட்பாச் சிறப்பைக் கூறினார் என்று பிள்ளை கூறியிருப்பதைப் பார்க்கும் போது அதுவும் பொய்யானதே என்பது உறுதியாகிறது. 'இப்பாடல்கள் (பிள்ளை எடுத்துக்காட்டியுள்ள மூன்று பாடல்கள்) திருஞான சம்பந்த சுவாமிகள் திருமுறை முதலாக சேக்கிழார் செய்தருளிய பெரியபுராண மீறாயுள்ள பன்னிரு திருமுறைகளுந் திருவருட் பாவாமென, சிவாலய முனிவர் பாடியதாகக் கற்பித்து எழுதப்பட்டிருக்கிறது.

இராஜராஜ சோழன் எனப்பட்ட அபயகுல சேகர சோழ மகாராஜன் நம்பியாண்டார் நம்பியைக் கொண்டு திருமுறைகள் பதினொன்றென* வகுத்தார். அதனால் இவ்வரசனுக்குத் திருமுறை கண்ட சோழனெனப் பெயர் வந்தது . . . இது நிற்க, அநபாய சோழன் இம்மை மறுமைப் பயனைத் தரத்தக்கச் சில கதைகள் யாதுள, அவை எவரால் அனுஷ்டிக்கப் பட்டதெனச் சேக்கிழார் சுவாமிகளை வினவின காலத்து அவர், முற்காலத்தில் சிவபெருமான் அடியெடுத்துக் கொடுக்க, சுந்தர மூர்த்தி சுவாமிகள் திருத்தொண்டத்தொகைபாடினாரென்றும் அவை நம்பியாண்டார் நம்பிகளால் அந்தாதிகளாகச் செய்யப்பட்டதென்றும் அவை திருமுறைகண்ட சோழன், சிவாலய முனிவர் முதலியோரால் பாராட்டப் பெற்றதென்றும் கூறப்பட்டிருக்கின்றமையானே சிவாலய முனிவர் பதினோரு திருமுறைகள் வகுத்த இராஜராஜ சோழன் காலத்தவரேயன்றிப் பன்னிரு திருமுறைகள் வகுத்த அநபாய சோழன் காலத்திருந்தாரல்ல ரென்பது வெள்ளிடைமலை. இது உமாபதி சிவாசாரியார் செய்தருளிய *திருத்தொண்டர் புராண வரலாறு*† 14ஆவது செய்யுளாற் காண்க. மேற்படி *திருத்தொண்டர் புராண வரலாறு* 86ஆவது செய்யுளில்

---

* மந்திரங்க ளெழுகோடி யாதலினால் மன்னுமவ
நிந்தைவகை திருமுறைக ளேழாக வெடுத்தமைத்துப்
பந்தமுறு மந்திரங்கள் பதினொன்று மாதலினா
லந்தமுறை நான்கினொடு முறைபதினொன் றாக்கினார்.

(பெரியபுராணம், பா.எண்.28)

† ஆயுமறை மொழி நம்பி யாண்டார் நம்பி
யருள்செய்த கலித்துறையந் தாதி தன்னைச்
சேயதிரு முறைகண்ட ராஜ ராஜ
தேவர்சிவா லயதேவர் முதலாயுள்ள
ஏயகருங் கடல்படைசூ ழுலக மெல்லா
மெடுத்தினிது பாராட்டிற் றென்ன வந்த
தூயகதை யடைவுபடச் சொல்வீ ரென்று
சோழனுரை செயக்கேட்டுக் குன்றை வேந்தர்

(தி.பு.வரலாறு, பா.எண்.14)

மூவரோதுதிரு முறைகளேழுதிரு வாதவூரர்முறை யொன்றிசைப்
பாவரைந்தமுறை யொன்று மூலர் முறையொன்று பாசுர மதாதியாக்
கோவைசெய்ததிரு முறையொன்று சேவையர் குலாதிநீதி
முறையொன்றுடன்
பாவைபாகர் திருவருள் சிறந்த முறை பன்னிரண்டென வகுத்தபின்

எனப் பாடியிருத்தலின் திருமுறைகண்ட சோழனால் வகுக்கப்பட்ட பதினொரு திருமுறையுடன் அநபாய சோழன் சேக்கிழார் செய்தருளிய *பெரியபுராணத்தைச்* சேர்த்துப் பன்னிரு திருமுறையாக்கினான்" (தஞ்சை சண்முகம் பிள்ளை, 1909:22–23).

பன்னிரண்டாந் திருமுறை சிவாலய முனிவருக்குப் பின் ஏற்பட்டது என்பது மேல்காட்டிய சான்றுகளால் உறுதிப்படுகிறது. எனவே, சிவாலய முனிவர் திருமுறைகள் பன்னிரண்டென்றும், அத்திருமுறைகளைத் திருவருட்பாவென்று பாடினார் என்றும் கதிரைவேற் பிள்ளை கூறுவது உண்மைக்குப் புறம்பானது.* இது போலத்தான் தாமே சிந்தித்து எழுதிய இராமலிங்கம் பிள்ளை படிற்றொழுக்கமும் – அங்கதப் பாடல்களும். படிற்றொழுக்கத்தில் வள்ளலாரை வைது எழுதியிருப்பது ஆதாரமற்றது. இது முன்பே அருட்பா கூட்டத்தாரால் கண்டித்து ஒதுக்கப்பட்டது.

இறுதியாக, அடிகளாரின் தமையனார் சபாபதிப் பிள்ளை வள்ளலார் மீது அங்கதப் பாடல்கள் பாடினார் என்று கூறியிருப்பது உண்மையா என்பது குறித்து ஆராயும்போது அதுவும் பொய்யான கூற்று என்பது உறுதிப்படுகிறது. சபாபதிப் பிள்ளை இறந்தது 1862ஆம் ஆண்டு. திருவருட்பா வெளியானது 1867ஆம் ஆண்டு. வள்ளலாரது பாடல்கள் அச்சிட்டு வெளியான பின்புதான் அருட்பா X மருட்பாப் போர் தொடங்கியது. ஆனால் அதற்கு முன்பாகவே சபாபதிப் பிள்ளை அடிகள் மீது அங்கதப் பாடல்கள் பாடினார் என்பது எப்படிப் பொருந்தும்? அத்துடன், இவ்வங்கதப் பாடல்கள் முன்பு *குதர்க்காரணிய நாசமகாபரசு கண்டனம்* என்னும் நூலில் வெளியிடப்பட்டது என்ற குறிப்பும் இந்த நூலில் உள்ளது. குதர்க்காரணிய நாசமகாபரசு கண்டனம் என்னும் நூலே மருட்பா கூட்டத்தாரால் வெளியிடப்படவில்லை என்பது முன்பே இந்நூலில் சுட்டிக் காட்டப்பட்டுள்ளது. கண்டன நூல் வெளிவராதபோதும் அது வெளிவந்தது எனச் சுட்டப்பட்டது எப்படிப் பொய்யான தகவலோ, அதே போலத்தான் இந்த

* 'சிவாலய முனிவர் பன்னிரு திருமுறைகளே அருட்பா என்று கூறினார்' என்று கதிரைவேற் பிள்ளை கூறிய பொய்யான தகவலைக் கண்டித்து அருட்பாக் குழுவினர் *புரளிப் பெட்டகச் சூறை* என்னும் நூலை வெளியிடப் போவதாகக் கூறியுள்ளனர். ஆனால் இந்நூல் வெளிவந்ததா என்பது தெரியவில்லை.

அங்கதப் பாடல்கள் வெளியானது என்பதும். இவையெல்லாம் கதிரைவேற் பிள்ளையின் கைவண்ணமேயன்றி வேறில்லை.

இவ்வாறு பல பொய்யான தகவல்களை உலகிற்குப் பரப்பி அடிகளுக்கும் – அருட்பாவிற்கும் இழிவை உண்டாக்கிய இக்கதிரைவேற் பிள்ளையின் செயலைக் கண்டித்துத் 'திருக்குடந்தை சிதம்பர ஐயர்' என்பவர் இவர் மீது 18 பாடல்களைக் கொண்ட ஓர் அங்கதப் பிரசுரத்தை வெளியிட்டார் என்பது குறிப்பிடத்தக்கது.

இதனையடுத்து 1905இல் *முக்குணவயத்தின் முறை மறைந்தறைதல்* என்னும் துண்டுப்பிரசுரத்தைக் கதிரைவேற் பிள்ளை உதயமூர்த்தி சுவாமிகள் என்பவரது பெயரில் வெளிப்படுத்தினார். ஆனால் இந்நூல் 1872இல் வெளியானதாக அவர் குறிப்பிட்டுள்ளார். இதன் சாராம்சம் வருமாறு:

> இராமலிங்கம் பிள்ளை எழுதிய அற்புதப் பத்திரிகையைக் கண்டு உதயமூர்த்தி சுவாமியின் நண்பரது மனைவி, தமது கணவர் இறந்த போது அவரை எழுப்பித்தர வேண்டி தஞ்சை ஜில்லா திருத்துறைப்பூண்டி தாலுக்காவிலிருந்து வடலூர் வருகிறார். அப்போது அவரது இனத்தவரான முத்துசாமிப் பண்டாரம், சுந்தர பண்டாரம், வேதாசல பண்டாரம் ஆகியோர் தடுத்தும் அந்த அம்மையார் அப்பிணத்தை இராமலிங்கரிடம் சேர்ப்பிக்கிறார். நாட்கள் பல ஆகியும் இராமலிங்கர் அப்பிணத்தை எழுப்பித்தரவில்லை. அதன்பின்பு உதயமூர்த்தி சுவாமிகளே நேரடியாக இவ்விடயத்தில் தலையிட்டு 'இராமலிங்க பிள்ளை அவர்களே தயைசெய்க' என்று கூறின மாத்திரத்தே, அடிகள் குட்டிப் போட்ட ஞாளி போலக் குரைத்து இவரை அப்புறப்படுத்துங்கள் என்கிறார். உதயமூர்த்தி சுவாமிகள் ஒன்றும் புரியாமல் தாம் செய்த தவறு என்ன என்று வினவ, அருகிலிருந்தோர் அடிகளைத் திருவருட்பிரகாச வள்ளலார் அல்லது சுவாமிகள் என்று கூறாது பிள்ளை என்று ஏன் அழைத்தீர்? அதனால்தான் அவர் தங்கள் மீது எரிச்சலுற்றார் என்கின்றனர். அதற்கு உதயமூர்த்தி சுவாமிகள் அவரது திருவருட்பா புத்தகத்தில் இராமலிங்க பிள்ளை என்றுதானே போடப்பட்டிருக்கிறது. அதுவுமின்றி நாவலர் வழக்கில் கோர்ட்டிலும் அப்பெயரிட்டுதானே அழைத்தனர் என்று கூறி இறுதியில் அவரது அற்புதங்களைக் கிண்டலடிக்கிறார்.

இதுவே, ஏழு பக்க அளவில் கதிரைவேற் பிள்ளை எழுதிவிடுத்த *முக்குணவயத்தின் முறை மறைந்தறைதலின்* சாராம்சமாகும்.

குழந்தைகட்குக் கதை சொல்வதைப் போலக் கதிரைவேற் பிள்ளை இப்பிரசுரத்தை எழுதியுள்ளார். திருவருட்பா நூல்

வெளியிடும் போது அதன் முகப்பேட்டில் இராமலிங்கசாமி என்று பெயர் பொறிக்க அனுமதிகேட்ட போது அடிகள் அதனை மறுத்ததும் அதன் பின்பு தொழுவூரார் திருவருட்பிரகாச வள்ளலார் என்று பொறித்ததைக் கண்டித்ததும் யாரும் அறிந்த செய்தி. அவ்வாறிருக்க அடிகள் தம்மை சாமி என்று அழைக்காமைக்கு 1872இல் கோபமடைந்தார் என்று எழுதுவது சிறிதும் நியாயமன்று. உண்மையில் இந்நூல் 1872இல் எழுதப்பட்டதுதானா என்றால் அதுவும் இல்லை. மதுரை பாதரக்குடி பி.ஏ. சொக்கலிங்கம் பிள்ளை அவர்களால் சென்னப்பட்டணம் வர்த்தமான தரங்கினி அச்சுக்கூடத்தில் பதிப்பிக்கப்பட்டது என்ற விவரம் நூலின் இறுதியிலும், அதன் பின்புறத்திலும் (அட்டையில்) வேதாரண்யம் ஸ்ரீலஸ்ரீ உதயமூர்த்தி தேசிக சற்குருநாத சாமிகள் ஆதினம் ஸ்ரீலஸ்ரீ உ. தியாகராசக் குருக்கள் அவர்கள் திவ்விய சன்னிதானத்தினின்று போந்த மகாநிருபம் என்னும் விளம்பரமும் இந்நூலில் காணப்படுகின்றன. இவ்விளம்பரத்தில் ‘தியாகராச குருக்கள் நா. கதிரைவேற் பிள்ளைக்குக் கருங்குழி இராமலிங்கம் பிள்ளை அவர்களைப் பற்றித் தம் தந்தையாம் ஆசாரியார் அவர்கள் பிரகடனஞ் செய்த முக்குணவயத்தின் முறைமறைந்தறைதல் என்னும் இலகுலேசந் தமக்கு அனுப்பிவிப்பேம்’ என்று எழுதப்பட்டுள்ளது. மற்றவர்கள் எழுதியதாகக் கூறி தாமே எழுதி வெளிப்படுத்திய கண்டன நூல்கள் எல்லாவற்றிலும் கதிரையார் தம்மை ஏதேனும் ஒரு வகையில் தொடர்புபடுத்திக் கொண்டிருப்பது குறிப்பிடத்தக்கது. அவ்வகையில் இந்நூலை ஆராயும்போது இது 1905இல் இவரது காலகட்டத்திலேயே இவரால் வெளிப்படுத்தப்பட்டது என்பது விளங்குகிறது. இந்நூல் தேவிகோட்டை நகரத்தாரால் மீனலோசனி அச்சியந்திரசாலையில் அச்சிட்டு, இரண்டாம் பதிப்பு என்று குறிக்கப்பட்டுள்ளது. ஆனால் இதுதான் முதல் பதிப்பு. ‘இது கதிரையார் எழுதிய பொய்ப் பத்திரங்களுள் ஒன்று; முத்தமிழ்க் கவியரசு டாக்டர் தஞ்சை சண்முகம் பிள்ளை மாணவர் தங்கவேல் பிள்ளையவர்கள் 1906ஆம் வருடத்தில் ஸ்ரீமத் இராமலிங்க சுவாமிகள் விஷயமாக இந்த ஈழநாட்டு நா. கதிரைவேற் பிள்ளையைப் பற்றிக் கோர்டில் நடந்த விவகாரமும்—முக்குணவயத்தின் முறைமறைந்தறைதல் என்னும் பத்திரிகையின்மேற் கண்டனமும் என்று ஒரு நூலை வெளியிட்டிருக்கிறார்.’ விரிவான செய்தியை அதில் கண்டுணர்க (தஞ்சை சண்முகம் பிள்ளை, 1909:20).

கதிரைவேற் பிள்ளை தொடர்ந்து சில பிரசுரங்களை வெளியிட்டு அதன் வாயிலாக வள்ளலாரையும் – அருட்பாவையும் கண்டனம் செய்துவந்ததைச் சகிக்க முடியாது, வடலூர் சிவநேசம்

பிள்ளை *அவுட்பீரங்கி* என்னும் ஓர் பத்திராஸ்திரத்தைக் கதிரையார் மீது ஏவினார் (காண்க: பி.இ.7). இப்பத்திரிகையைக் கண்டித்து, கதிரைவேலர் உடனே *பாசுபதாஸ்திரப் பிரயோக பிரசண்டமாருதக் கோடையிடி* என்னும் துண்டுப் பிரசுரத்தைத் திரிகோணமலை ப. இலங்கணிப் பிள்ளையின் பெயரில் வெளிப்படுத்தினார் (காண்க: பி.இ.8). இப்பிரசுரத்தைக் கண்ணுற்ற வடலூர் சோமசுந்தரம் பிள்ளை *சஞ்சீவிராயன் விடுத்த எரிநகர் தகனம்* என்னும் உத்திரகிரியைப் பத்திரிகையையும் ச.த. கங்காதரப் பாவலர் *எரிகோணமலை இராமபாணம்* என்னும் பத்திரிகையையும் வெளியிட்டுக் கதிரைவேற் பிள்ளையைக் கண்டித்தனர் (காண்க: பி.இ.9, 10).

தொடக்க காலத்தில் திருவருட்பாவையும் வள்ளலாரையும் பிரசங்கத்தின் மூலமும் சிறுசிறு பிரசுரங்களின் மூலமும் கண்டனம் செய்துவந்த கதிரைவேற் பிள்ளை இதன் உச்ச கட்டமாக அடுத்துச் செய்தது *இராமலிங்க பிள்ளை பாடல் ஆபாச தர்ப்பணம் அல்லது மருட்பா மறுப்பு* என்னும் நூலை வெளியிட்டதாகும். இந்நூலை புரசை பாலசுந்தர நாயக்கர் என்பவர் எழுதியதாக அந்நூலின் முகவுரை கூறினாலும் அதனை எழுதியவர் கதிரைவேலரே என்பதை, “இராமலிங்க பிள்ளைபாடல் ஆபாச தர்ப்பணம் அல்லது மருட்பா மறுப்பு என்னும் ஓர் அவலச்சுவடியை எழுதித் தமது மாணாக்கர் வன்னியகுல பாலசுந்தர நாயக்கர் பெயரால் அச்சிட்டு 20–3–1904இல் மயிலாப்பூரில் பிரசங்கஞ் செய்யலானார்” (தஞ்சை சண்முகம் பிள்ளை, 1909:46) என்னும் வரிகளும், நூலின் மொழி நடையும் நிரூபிக்கின்றது. இந்நூல் வெளியான உடனே அருட்பாக் கூட்டத்தார் 27–3–1904 ஞாயிறு அன்று சென்னை குச்சிலிக்கடைக்கு அடுத்த அன்னதான சமாஜிய சத்திரத்தில் பிரஹ்ம ஸ்ரீ ஆத்மநாம சுவாமிகள், அரன்வாயில் – வேங்கடசுப்புப் பிள்ளை, முத்தமிழ்க் கவியரசு சண்முகம் பிள்ளை முதலிய வித்வ சமூகத்தார் கூடி ‘திருவருட்பா தூடண நிக்கிரக மகா சபை’யில் அவ்வாபாச தருப்பண நூலைக் கண்டித்தனர். இதன் விவரம் 27–3–1904இல் வெளிவந்த *திருவருட்பா தூடண நிக்கிரக மகாசபை பத்திரிகையிற்* வெளிவந்தது. அதே தினத்தில் *கதிரைவேலன் கடை சிரார்த்தம்* என்னும் ஒரு பத்திரிகையை வடலூர் ஆறுமுகம் பிள்ளை வெளியிட்டார் (காண்க: பி.இ. 11). இதே போல புதுச்சந்நிதி கந்தசுவாமி கோயில் தருமகர்த்தர் க. நாகப்பப் பிள்ளை என்பவரும் ‘**வருடாப்த விண்ணப்பம்**’ என்னும் உத்தரகிரியைப் பத்திரிகையை அச்சிட்டுப் பரப்பினார். (காண்க: பி.இ.11–A) தம்மைக் குறித்து இவ்வாறு அடிக்கடி வெளியான உத்திரகிரியைப் பத்திரிகையைக் கண்டு கோபமடைந்த

கதிரைவேற் பிள்ளை அதனைத் தடுப்பதற்காக அருட்பா கூட்டத்தார் சிலர்மீது* வழக்குத் தொடுத்தார். வழக்கில் பிள்ளை வெற்றி பெறவில்லை.

கதிரைவேலர் வெளியிட்ட *இராமலிங்க பிள்ளை பாடல் ஆபாச தர்ப்பணம் அல்லது மருட்பா மறுப்பு* என்னும் இந்நூல் 162 பக்கங்களைக் கொண்டது. ஏறக்குறைய 60 தலைப்புகளில் கதிரைவேற் பிள்ளை, வள்ளலாரை இந்நூலினுள் பழித்துப் பேசியுள்ளார். அவை வருமாறு:

1. இராமலிங்க பிள்ளை சரிதம் பொய்யே (ப. 18); 2. இராமலிங்க பிள்ளை சமயப்பற்றில்லார் (ப.21); 3. பிள்ளை எம்மதமும் சம்மதமென்றது (ப.23); 4. பிள்ளை புத்தமதப் பித்தமுங்கொண்டார் (ப.26); 5. உலகாயுதக் கொள்கையை ஒப்பாததேன்? (ப.29); 6. பூப்புப் பெண்களைப் புணர்ந்தாரிலிங்கர் (ப.31); 7. பிள்ளை பெண்ணோயிற் பெரிது மலர்ந்தார் (ப.32); 8. மாயாவாத வைணவங்களை மறுத்தார் (ப.33); 9. மாயாவாதத்தை மறுத்துங் கொண்டார் (ப.34); 10. பாஞ்சராத்திரப் படுகுழி வீழ்ந்தார் (ப.38); 11. திருவருட்பிரகாச வள்ளல் பெயர்ச்சிதைவு (ப.44); 12. ஓதாதுணர்ந்தாரென்பது உண்மையன்று (ப.54); 13. ஓதியுணர்ந்தேன் எனவுரைத்தார் பிள்ளை (ப.58); 14. கருணீக குலத்திலகரெனல் கனமன்றென்க (ப.59); 15. எல்லாம் வல்ல சித்தரென்ற தேற்காது (ப.60); 16. தருக்கத்தில் இராமலிங்கர் நடுங்கிச் சாய்ந்தார் (ப.62); 17. பிள்ளையின் பேதைமைத் தன்மை (ப.63); 18. சென்னையை நிந்தனை செய்தனர் அந்தோ! (ப.64); 19. பிள்ளைச் சீடர்கள் பெரிதுந் தீயரே (ப.66); 20. சித்தாந்தத்தாற் சிவனை யறிதலில்லையாம் (ப.67); 21. வேதாகம நிந்தனை (ப.68); 22. தம் சொற்களே வேதாகமங்கள் என்றது (ப.70); 23. வேத சிவாகமங்களின் முடியிலே இராமலிங்கர் பாட்டு ஏறியிருக்கிறதாம் (ப.71); 24. கருங்குழியார் பாடல்கள் கண்ணுதல் முடியணியோ (ப.72); 25. பஞ்சகிருத்தியம் பண்ணுவேனெனும் படிற்றுரை (ப.73); 26. செத்தாரை எழுப்பும் பகட்டுரை (ப.78); 27. பிணங்களைப் புதைப்பித்த பாவம் (ப.82); 28. சாகாவரம் பெற்றேனென்ற சழக்கு (ப.85); 29. சிவகங்கையில்

---

* அவுட்பீரங்கி, எரிநகர்த்தகனம், எரிகோணமலை இராமபாணம், கதிரைவேலர் கடைசிரார்த்தம் ஆகிய பத்திரிகைகளில் அச்சகத்தின் பெயர் குறியாமல் சென்னை காமகோட்டி பிரசில் அச்சிடப்பட்டதால் அதன் உரிமையாளர் கிருஷ்ணசாமி முதலியார் பேரிலும் – தஞ்சை சண்முகம் பிள்ளை, முத்து வீரன் ஆகியோரே தங்களது பெயர் குறியாமல் இப்பத்திரிகைகளை வெளிப்படுத்தினர் என்று அவர்களது பேரிலும் கதிரைவேற் பிள்ளை சென்னை பிரிசிடென்சி மாஜிஸ்திரேட் கோர்ட்டில் (Presidency Magistrate Court) வழக்குத் தொடுத்தார். இதன் காலண்டர் எண் (Calender Case Number) 14575. வழக்கு 10–5–1904இல் விசாரணைக்கு வந்தது. குற்றம் நிரூபிக்கப்படாததால் வழக்கு தள்ளுபடி செய்யப்பட்டது.

விழுந்து நனையாதேறினாரா? (ப.87); 30. படகிலேறி விழுந்து கன்மேட்டிலேறினாரா? (ப.88); 31. சோறுகண்ட மூளியார் சொல் (ப.88); 32. பரதாரக மனம் பாவமாகாதா? (ப.90); 33. உலகர் வியக்க வுரைத்த வார்த்தைகள் (ப.92); 34. பஞ்சமூர்த்திகளும் பெறாப் பரிசுற்றாராம் (ப.93); 35. சிவதூஷணங்கள் செய்தனர் இராமலிங்கர் (ப.94); 36. உருத்திராதியர் சிறுபிள்ளைக் கூட்டமாம் (ப.96); 37. மருள் மிகுதியான் மாறுகொளக் கூறல் (பக்.96); 38. செங்கோலும் முடியும் பெற்றாரோ? (ப.97); 39. பழ முண்ண வுலக மினித்ததெனும் பிதற்று (ப.98); 40. வடலூரார்க்கு நெற்றிக்கண்ணு முண்டா? (ப.99); 41. மாயாவாதத்தை வளமெனப் பூண்டார் (ப.99); 42. திண்ணையினின்றும் விழச் சிவனெடுத்தா ரெனுந் திமிரம் (ப.101); 43. பஞ்சமூர்த்திகளு மடையாத பதம் பெற்றேனெனும் பரிபாவம் (ப.101); 44. தற்போதப் பேயிற் சலிப்புண்டார் இராமலிங்கர் (ப.102); 45. சிவபெருமான் புறப்புணர்ச்சியும் செய்தாராம் அச்சோ! (ப.104); 46. அநுபவநிலை யாராய்ச்சி (ப.106); 47. ஐந்து மலங்களு முள்ளாறென்பது (ப.107); 48. பொய்சத்தியஞ் செய்ததும் வேளாளகுல தூஷணஞ் செய்ததும் (ப.108); 49. ஞானக்கூத்தும் ஐந்தொழிலும் நடத்தினாரா? (ப.110); 50. மனைவியும் மைந்தனுமென மாற்றியுரைத்தார் (ப.111); 51. நடராசர் ஆட்கொண்டாரென்று பொய்கள் நவின்றது (ப.115); 52. சிதம்பர தூஷணமுஞ் செய்தனர் பிள்ளை (ப.116); 53. மருட்பாக்களின் வழுத்தொகுதி (ப.117); 54. இராமலிங்க பிள்ளை பாடல்கள் அருட்பா ஆகாமைக்கு நியாயம் (ப.124); 55. எல்லார் பாட்டுகளும் அருட்பா வென்பதை மறுத்தல் (ப.128); 56. தமையுணர்ந்தோர் பாட்டெல்லாம் அருட்பா வென்றதைத் தகர்த்தல் (ப.132); 57. அம்பலப் பாட்டே யருட்பாட்டென்றதை யாய்தல் (ப.133); 58. பன்னிரு திருமுறைகளே அம்பலப்பாட்டும் அருட்பாட்டு மாதல் (ப.135); 59. பிள்ளை திருமுறை வகுத்த பெரும்பாவம் (ப.141); 60. திருமுறைகள் பன்னிரண்டுக்கும் மேல் இல்லை யென்பது (148).

'இராமலிங்க அடிகளைத் திருவருட் பிரகாச வள்ளலார் என்றும் அவரது பாக்களைத் திருவருட்பா என்றும் கூறுவது பொருந்தாது; அவ்வாறு கூறுபவர்கள் சிவநிந்தைக்கு ஆளாவர். இராமலிங்கர் ஓதாது உணர்ந்தவர் என்பதும் செத்தவரை எழுப்புதல் போன்ற அற்புதங்களைச் செய்தவர் என்பதும் பொய்யானவை. இராமலிங்கர் துறவி என்னும் போர்வையில் காமக்களியாட்டங்களில் ஈடுபட்டவர். இராமலிங்கர் சைவத்தின் உண்மைப்பொருள் அறியாது கண்டபடி உளறியவர்.'

மேலே சுட்டிக்காட்டப்பட்டவைகளே நாவலர் காலம் தொடங்கி அடிகள் மீது வைக்கப்படும் தலையாய குற்றச்சாட்டுகள். இராமலிங்கருக்கு இவ்வாறான அவதூறுகளை

நாவலரும் கதிரைவேலரும் உணடாக்கியமைக்குக் காரணம் காழ்ப்புணர்ச்சியே அன்றி வேறில்லை. இது குறித்து இனி, தனித்தனியே ஆராய்வோம்.

'திருவருட்பிரகாச வள்ளலார்' என்பதில் திரு, அருள், பிரகாசம், வள்ளல் ஆகிய சொற்கள் உள்ளன. **திரு** என்பது அழகு, திருமகள் செல்வம், மேன்மை, சிறப்பு, பொலிவு. தெயவத்தன்மை, நல்வினை, கண்டாரால் விரும்பப்படும் தன்மை எனப் பொருள்தரும். தொல்காப்பியம் பொருள்.மெய்ப்பாட்டியலில் வரும் 'பிறப்பே குடிமை' என்ற சூத்திரத்தில் உள்ள 'திரு' என்பதற்கு உரை எழுதிய பேராசிரியர் 'திருவென்பது பொருளுடைமையும் பொருள் கொணர்ந்து துய்த்தலு மின்றி எஞ்ஞான்றும் திருத்தகவிற் றாகியதோர் உள்ள நிகழ்ச்சி' என்று குறிப்பிட்டுள்ளார். **அருள்** என்ற சொல்லுக்குக் கருணை, சக்தி, ஆசிரியர் அறவுரை, கடவுளின் அருட்பேறு, ஈயென்னேவல் என்று கழகத் தமிழகராதி பொருள் கூறுகிறது. அருள் என்பது கருணையின் வெளிப்பாட்டைக் குறிப்பதாகும். கருணை என்பது சீவகாருண்ய ஒழுக்கத்தின் உயிர்ப்பண்பாகும். உலக உயிர்களின் மீது எவ்வித வேறுபாடுங் காட்டாது அனைத்து உயிர்களும் இன்புற்றிருக்கவேண்டும் என்று கருதுவதே கருணையின் வெளிப்பாடாகிய அருளாகும். இதில் அருளுணர்வு என்பது விரிந்து பெருகியிருக்கக் காண்கிறோம். அருளின் வெளிப்பாடாகிய கருணையுடையவன் எவ்வுயிரையும் தன்னுயிர் போலக் கருதுவான். வள்ளுவரும் அருள்பற்றி,

> அருள்சேர்ந்த நெஞ்சினார்க்கு இல்லை இருள்சேர்ந்த
> இன்னா உலகம் புகல் (குறள். 243)

என்று குறிப்பிடுகிறார். **பிரகாசம்** என்பது ஒளி உயர் மலர்ச்சியாகும். திருவருள் ஒளி நிறைந்தே திருவருட் பிரகாசமாயிற்று. **வள்ளல்** என்பது வரையாது கொடுப்போரைக் குறிப்பதாகும். கொடுத்தல்—அருளை வழங்குதல், பொருளைக் கொடுத்தல் என்று இருவகைப்படும். அருளை வழங்குதல் என்பது கருணையால் நிகழும் அருட்பணி என்பர் . . . திருவருள் ஒளியை வாரி வழங்கும் கொடையாளி என்ற பொருளில் திருவருட்பிரகாச வள்ளலார் என்ற தொடர் அமைந்துள்ளது (சு. அமிர்தலிங்கம், 1987:375). எனவே அடிகளுக்குத் திருவருட்பிரகாச வள்ளலார் என்னும் பெயர் பொருத்தமானதேயன்றி நாவலரோ கதிரைவேற் பிள்ளையோ கூறுவது போல பொருத்தமற்றது அன்று. இராமலிங்கருக்கு அருட்பிரகாசர் என்ற பெயர் பிறர் மூலம் வழங்கப்பட்டதே என்பர். ஆனால் இதுவும் உண்மையன்று. சரவணானந்தா இது குறித்துப் பின்வருமாறு எழுதுவார்:

> இந்த அருட்பிரகாசர் என்ற பெயர் பிறர் மூலம் புனைந்து ரைக்கப் பட்டதுதானே என்பர்! உண்மையில் அருட்பெரும் பதியே யாவருள்ளும் இருந்து அவரவராய் விளங்கி அருள்விளையாடலைப் புரிகின்றதை அறியும்போது அந்த அருட்சோதி பதியே அயலொரு உள்ளத்திலிருந்து வெளிப் படுத்தி, இராமலிங்கருக்கு இவ்வருட் பிரகாசப் பெயரை வழங்கச் செய்துள்ளது தெளியலாகும் (சரவணானந்தா, 1974:8).

அன்பின் வடிவில் அருள்நெறி வாழ்க்கை வாழ்ந்தவர் இராமலிங்கர். அவர்தம் சிந்தனை, செயல், எல்லாவற்றிலும் அருளையே உட்பொருளாகக் கொண்டு வெளிப்படுத்தியுள்ளார். இராமலிங்கர் என்றால் அருளையே நினைவூட்டுபவராக இருக்கிறார். அதனால்தான் இவரது பாடல்களும் அருட்பா என்று பெயர் பெற்றது என்பர். 'வசியசித்தி யுடையவர்க் கருட்பிரகாச வள்ளலா ரெனப் பெயரிருக்கலா மெனவுரைத்த நூலெவையு மின்மையாலும் அற்புதமும் சித்தியுமுடையார் பாட்டிற்கே அருட்பா எனப் பெயரிடலாமென முன்னோர் நூலெவையு முரையாமையானும் இவர் (கதிரைவேலர்) இராமலிங்க பிள்ளை பாடல் அவ்விரண்டு மின்மையால் அவர்க்கருட் பிரகாச வள்ளலென்றல் பெயரும் அவர் பாடல்களுக்கு அருட்பா என்ற பெயரும் இருத்தல் கூடாதென்றல் எங்ஙனம் பொருந்தும்?' (ம.தி.பானுகவி,1905:32) என்னும் கூற்றும் இங்கு ஒப்பிடத்தக்கது. எனவே இராமலிங்க அடிகளுக்கு 'திருவருட்பிரகாச வள்ளலார்' என்னும் பெயரும் அவரது பாடல்களுக்குத் 'திருவருட்பா' என்ற பெயரும் பொருத்தமானதே. (திருவருட்பாப் பெயர் பொருத்தம் முன்பே இந்நூலில் விளக்கப்பட்டுள்ளது.) மருட்பாக் குழுவினர் கூறுவது போல அல்ல என்பது புலனாகிறது.

அடுத்து வள்ளலார் மீது வைத்த குற்றச்சாட்டு அவர் துறவி என்னும் போர்வையில பல கைம்பெண்களைக் கற்பழித்தார் என்பதாகும். பெண்களுடன் அவருக்கிருந்த தகாத உறவே அவரைப் பெண் நோயில் வீழ்த்தியது. அதனாலேயே பரியாரி கந்தப்பிள்ளையிடம் அடிகள் மருந்து வாங்கி உணடார் என்று எழுதுவார் கதிரைவேற் பிள்ளை (இராமலிங்க பிள்ளை பாடல் ஆபாச தர்ப்பணம், ப. 32). இதற்கு ஆதாரமாக "என்னைக் கொடுத்தேன் பெண்பேய்கட் கின்ப மெனவே யெனக்கவர் நோய் தன்னைக் கொடுத்தார் நானந்தோ தளர்ந்து நின்றேன் ..." என்பன போன்ற பாடல்களைக் காட்டுவார் அவர். வள்ளலாரது பாடல்களுக்கு நேரிடையாகப் பொருள் கொள்ளும்போது இவ்விதமான சிக்கல் எழுவது இயல்பே. ஒன்பது வயதில் இறைவனால் ஆட்கொள்ளப்பட்டவரும் திருமணமாகி முதலிரவிலும் *திருவாசகத்தை* வாசித்துக் கொண்டிருந்தவருமான

வள்ளலார் இவ்வாறு தகாதன செய்வாரா என்பது நினையத்தக்கது. எனவே, இம்மாதிரியான பாடல்களுக்கு வேறுவிதமாகப் பொருள் கொள்ளவேண்டும் என்பது விளங்குகிறது.

"என்னைக் கொடுத்தேன் . . ." என்னும் பாடலுக்கான பொருள் யாதெனில், "ஒற்றியூரின் கண் எழுந்தருளியிருக்கும் ஒளிமணியுருவப் பெருமானே! அடியேன் பெண்பேய்களின் வசமாகிக் கண்ட இன்பம் என்பது துன்பமன்றி வேறொன்றின்மை யில் அவாவால் கெட்டேனே, என இளைத்து நின்றேனல்லது, செவ்விய பொன்னைக் கொடுத்தும் பெறுதற்கரிய பொருளே, உன்னைத் துதிக்கின்றிலேன். துன்பத்தைத் தருகின்ற பாவச் செயலினையுடையேன். எதற்காக இவ்விடத்தில் நிற்கின்றேன்?" என்பதாகும்.

இப்படிப்பட்ட பொருளைத்தரும் இப்பாடலைக் காணும் ஒவ்வொருவரும் அடிகளது அன்பின் திறத்தைக் குறித்து வியந்து பேசுவார்களேயன்றி இவர்களைப்போல இகழ்ந்து பேசமாட்டார்கள் என்று ம.தி. பானுகவி கூறியிருப்பதும் இங்கு ஒப்பிடத்தக்கது. கவிதை என்பது வாசிப்பாளன் ஒவ்வொருவனுக்கும் ஒவ்வொருவிதமான பொருளைத் தரக்கூடியதுதான் என்றாலும் முழுப்பாடலையும் நோக்கி பொருள் கொள்ளாது முதலிரண்டு வரிகளை மட்டும் சுட்டிக்காட்டிக் குற்றம் கூறுவது பொருந்தாது.

வள்ளலார் உள்ளிட்ட பக்தி இலக்கியப் புலவர்கள் சமூகத்தில் நிகழும் குற்றங்களைத் தாங்களும் நிகழ்த்துவதாகக் கூறி, இறைவனிடம் அக்குற்றங்களைத் தான் செய்யாது இருக்க அருளுமாறு வேண்டுவர். இதனைத் 'தன்னை இழித்துக் கூறல்' என்பர். இவ்வாறு தங்களை இயல்பு நிலையிலிருந்து இழித்துக் கூறுவதற்குக் காரணம் நிலையாமைத் தத்துவமே எனலாம். வள்ளலாரும் 'புன்மை நினைந்திரங்கல்' என்னும் தலைப்பு உள்ளிட்ட முதல் திருமுறையிலேயே தமக்கு மண், பொன், பெண் ஆகிய மூவாசைகளும் இருப்பதாகக் கூறியுள்ளார். அடிகள், அருட்பாவில் பாடிய தம்மை இழித்துக் கூறும் பாடல்களிலுள்ள கருத்துக்கள் யாவும் இலக்கிய உத்திகளேயன்றி வரலாற்றுச் செய்திகள் அல்ல என்பதும் குறிப்பிடத்தக்கது.

அதே போல 'ஆத்மவிசாரத் தழுங்கல்' என்னும் தலைப்பில் வள்ளலார் பாடியிருக்கும் அகத்துறைப் பாடல்களிலுள்ள 'புணர்ச்சி' குறித்த விடயங்களைச் சுட்டிக்காட்டி அதனைக் கிண்டலடித்துள்ளார் கதிரைவேற் பிள்ளை.

ஆத்மவிசராத் தழுங்கல் என்பதற்கு 'சீவவியாபாரத்துக் காக வருந்துதல்' என்றே பொருள். ஆன்மா இறைவனைக்

கூடியனுபவிப்பதினை விடுத்து மலத்தைக் கூடி அனுபவித்தல் தக்கதன்று என வருந்துவோர் சன்மார்க்க சைவராதலின் சன்மார்க்க சைவரனைவருக்கும் உடன்பாடான அப்பெயர் – தலைப்பு – இவருக்கு விகாரமாகத் தோன்றியது ஆச்சரியம்' (ம.தி. பானுகவி, 1905:113). புலவன் தனது கருத்துக்கள் அல்லது அனுபவங்களை இலக்கியத்தில் புலன் அனுபவத்துக்கு உட்படுத்தி, வெளிப்படுத்துவதை 'புலன்மயப்படுத்தம்' என்பர். இது ஒருவகை இலக்கிய உத்தி. இதனை மெய்ம்மயப்படுத்தம், சுவைமயப்படுத்தம், காட்சிமயப்படுத்தம், மனமயப்படுத்தம், ஓசைமயப்படுத்தம், கூட்டுப்புலன்மயப்படுத்தம் என வகைப்படுத்துவர்.

புணர்ச்சி* நிலையை வள்ளலார் மெய்ம்மயப்படுத்தம் என்னும் உத்தியைப் பயன்படுத்தி விளக்கியுள்ளார். மெய்ம்மயப்படுத்தம் பாடல்கள் எல்லாவற்றிலும் தத்துவங்கள், சமய மதங்கள், வேதாகமங்கள், இவற்றைக் கடந்த அருட்பெருஞ்சோதி எனும் பேரொளி வடிவினன் இறைவன் எனும் கருத்து நிலைநாட்டப்படுகிறது. இவ்வகையான உத்தி சுவைப்போர் மனத்தில் மணம் புரிதல், புணர்தல் முதலான இன்பச் செய்திகளை உள்ளடக்கி, பேரின்ப உணர்வினை அளிப்பதனால் இறை அனுபவத்தில் நம்பிக்கை, விருப்பம் முதலியவற்றை ஏற்படுத்தும். வள்ளலார் ஒளிநெறி அனுபவத்தின் கூறுகளாக அண்ட ஒளி, பிண்ட ஒளி எனக் கூறி அவை தோன்றும் இடங்கள் அண்டத்திலும் பிண்டத்திலும் நான்கு எனக் குறிப்பிட்டுளார். அவை அகம்–அகப்புறம், புறம்–புறப்புறம் என்பன. இதன் அடிப்படையிலேயே புணர்ச்சி நிகழ்ந்துள்ளதாகக் கூறுவதன் மூலம் இது முற்றிலும் அனுபவப் புணர்ச்சியே அன்றி, சிற்றின்பப் புணர்ச்சி அல்ல (அர. ஜெயச்சந்திரன், 1998:72). எனவே, கதிரைவேற் பிள்ளை தமது ஆபாச தர்ப்பண நூலில் சுட்டிய பாடல்களெல்லாம் மேலோட்டமான பொருள் கொண்டு வள்ளலாரை இகழ்ந்தமையே அன்றி வேறில்லை.

ஆன்மிகத்தை விளக்கவந்த வள்ளலார் அதில் அகத்துறைப் பாடல்களைப் பாடியது தவறு என்றும் கூறமுடியாது. இவ்வாறான மரபு சங்க இலக்கியம் தொட்டே பயின்று வந்துள்ளது. இலக்கியத்தில் இதனைத் 'தன்னிலை மாற்றம்' என்பர். இது சங்க இலக்கியத்தில் உணர்வு அடிப்படையிலும், காப்பியங் களில் கதை மாந்தர் அடிப்படையிலும், பக்தி இலக்கியத்தில்

* புணர்ச்சி என்று வள்ளலார் குறிப்பிடுவது ஒளிப் புணர்ச்சி. ஒளிப் புணர்ச்சி என்றால் வள்ளலாரது தன்னொளியும் – இறை ஆற்றலாகிய பேரொளியும் இணையும் நிலையைக் குறிப்பது. தலைவன் தலைவியரிடையே நிகழும் தொட்டுணரும் நிகழ்ச்சிகளுக்கேற்ப ஒளி அனுபவ உணர்ச்சிகள் சொல்லப்படு கின்றன.

ஆன்மிக அனுபவ அடிப்படையிலும் அமைந்துள்ளது. 'தெய்வத்தைத் தன்னிலைப்படுத்தி, மனித உறவுப் படிம அடிப்படையில அத்தெய்வத்துடன் உறவு கற்பித்துக்கொண்டு, அந்த உறவின் அடிப்படையில் தோன்றும் உணர்ச்சிகளை வெளிபடுத்துவதே பக்தியனுபவத்தின் அச்சாணியாகும். தெய்வங்களை மனித நிலைப்படுத்தி அம்மனித நிலையின் இன்றியமையா உணர்ச்சி பாவங்களை அத்தெய்வத்தின் மேல் ஏற்றி முழுமத அனுபவத்தையுமே சமூக அனுபவக் குறியீடுகளில் (ஆண்டான் அடிமை, காதலன் காதலி, தகப்பன் பிள்ளை, தாய் பிள்ளை, நண்பன்) வெளிப்படுத்தும் முறைதான் பக்தி முறையாகும். சைவ வைஷ்ணவ மதங்களில் நிலவிய ஐதீகங்கள், தெய்வங்களை மனிதப் பண்பு படிமத்தில் நோக்க உதவின . . . இந்தப் பக்தி அநுபவத்தின் தலைசிறந்த இலக்கிய வெளிப்பாடாய் அமைவது மாணிக்கவாசகரின் திருவாசகம், நம்மாழ்வாரின் பாசுரங்கள் ஆகியவையாகும். ஆக்கத்திறனுடைய பெண்ணொருத்தி இந்த அநுபவங்களைத் தனதாக்கிக் கொள்ளும்போது எத்தகைய அற்புதமான கவிப்பிரவாகத்துக்கும் இடமளிக்க முடியும் என்பதற்கு ஆண்டாளின் பாசுரங்கள் உதாரணமாகும்' (கா. சிவத்தம்பி, 1994:26–27). எனவே வள்ளலார் ஆன்மிகப் பாடல் களில் அகத்துறைப் பாடல்களைப் பாடியது சரியே.

இனி, மருட்பாக் குழுவினர் வள்ளலார் மீது வைத்த குற்றச்சாட்டுகளில் 'செத்தவரை எழுப்புதல்' என்பது குறித்து ஆய்வோம். மனித உடம்பிலிருந்து மூச்சுக்காற்று நின்று போவதை சாவு என்பர். இந்தச் சாவு இருவகைப்படும். கசப்புத் தீட்டு பிண நாற்ற ஜலம் வெளியாகி நாறிச் சாவும் சாவு ஒருவகை. இச்சாவில் கசப்பு நீர் வெளியாதல், கனத்தல், வெடித்தல், நாறுதல், முகம் பேய்த்தோற்றம் பெறுதல், அழுகிப்போதல் ஆகிய அடையாளங்கள் அனைத்தும் இருக்கும். இச்சாவு (கசப்பு) அடங்காமையாகி ஆரிருள் உய்க்கும் சாவாகும். இச்சாவினைத்தான் இன்று அகில உலக மக்களெல்லாம் தழுவிக்கொண்டு ஆரிருளுக்குச் சென்றுவிடுகின்றனர். இதற்கு மாறான அடையாளங்களைக் கொண்ட சாவு (நல்லடக்கம்) மற்றொருவகை. கசப்பு வெளியாகாதிருத்தல், உடற்சூடு மாறாதிருத்தல், உடல் எடை குறைதல், வாழைத்தண்டு போல் எக்காலமும் துவண்டிருத்தல், ஆண்டவர் பாடலைக் கேட்கக் கேட்க வியர்த்துக் கொட்டுதல், வயோதிகர் இளமைத் தோற்றத்திற்குத் திரும்புதல், கூன் முடம் நீக்குதல், புண்கள் ஆறுதல், வெளியே இருப்பினும் கெடாதிருத்தல், மண்ணுக்குள் இட்டாலும் மண் தீண்டாதிருத்தல் ஆகிய பத்து அடையாளங்களை அமரருள் உய்க்கும் அடக்கத்திற்குச் சான்றாக்கிக் காட்டினர்.

அழிவுடலும் அழியாமையாகும் இந்த இரண்டாம் வகை வல்லபத்தையே 'தேக முக்தி' என்று கூறுவர். வள்ளலார் இந்த இரண்டாம் வகையைப் பெற்றுத் திகழ்ந்தார். தம்மைப் போல் எல்லோரும் பெற விழைந்தார். வள்ளலார் தம் தூயத் திருமேனியை மறைத்துக் கொள்வதற்கு நான்கு ஆண்டுகள் முன்னிருந்து எல்லாம் வல்லவர் ஓதுக என்ற ஆணைப்படி வெளியிட்டருளிய பாடல்களையும் திருவாக்குகளையும் அன்றைய அன்பர்களும், நண்பர்களும், அடியார்களும், துறவிகளும் ஏற்க மறுத்தனர். இழிவழி பேசினர்; அழிவழி போயினர். அவர்தம் தூல மறைவின் இறுதி நாட்களில் பல வகையாக வெளியிட்ட தீர்க்க தரிசனக் கருத்துக்கள் எவர் செவியிலும் ஏறவில்லை.

செத்தவரை யெல்லாம் திரும்ப எழுப்புதலிங்கு
எத்தால் முடியுமெனில் எம்மவரே – சித்தாம்
அருட்பெருஞ் ஜோதி அதனால் முடியும்
தெருட்பெருஞ் சத்தியம் ஈதே

என்று வள்ளற்பிரான் பாடியது கேட்டு அழிவழி செல்லும் மக்கள் நகைமொழி வீசினர்.

மெய்க்குருபரனின் இரக்கத்தைத் தம்பால் சாயவைத்துக் கொண்ட இறவாமை பெற்ற புண்ணியவான்கள் இறுதித் தீர்ப்பு நாளின் முன் சமாதியில் நல்லடக்கமான அதே உடம்போடு மீண்டு எழுப்பப் பெறுபவர்கள் என்ற கருத்தில் வள்ளலார் பாடினார் – இதனை அணுத்துணையும் புரிந்து கொள்ளாத குருநெறியறியாக் குருடர்கள் கசப்புத் தீட்டுப் பிணநாற்ற ஜலம் வெளியாகி நாறிச் செத்த நாற்றப் பிணத்தை எடுத்துக் கொண்டு வந்து உயிர்பெறச் செய்து எழுப்பித் தருமாறு கேட்கும் அளவிற்குச் சூழ்நிலை உருவானது – மரணத்தருவாயில் புழுத்தழுகிப் போகும் உடல் அழியாமையைத் தரித்துக் கொள்ளும் போது மரணம் வெற்றிகொள்ளப் பெறுகிறது; பேயாகும் உடல் ஒளிதேகமாகி விடுகிறது; நாறுகின்ற உடலிலே நல்ல மணம் வீசுகிறது; மும்மடங்காகக் கனக்கும் உடல் அம்மடங்கிற்குக் குறைகிறது; சில்லிட்டுப் போகும் உடல் எக்காலும் சூடு பெற்றிருக்கிறது; முதுமை கண்ட உடல் இளமைக் கோலத்திற்குத் திரும்புகிறது; புழுத்தழுகும் புண்உடல் பொன்மேனியாகிறது; கூன் விழுந்த உடலும் நெடு மாறனாகிறது; அச்சமுறும் பேய்த் தேகமுகம் ஆனந்தச் சிரிப்பு தவழ் முகமாகிறது; நீரால் நனைக்கப் பெறாத, நெருப்பால் சுடப்பெறாத, காற்றால் உலர்த்தப் பெறாத தேகமாகிறது. இத்தகைய பேரின்ப சித்திப் பெருவாழ்விற் புகுதற்கான வைபவச் சிறப்பினையே வள்ளற் பெருமானார்,

காற்றாலே புவியாலே ககனமத னாலே
கனலாலே புனலாலே கதிராதி யாலே
கூற்றாலே பிணியாலே கொலைக் கருவியாலே
கோளாலே பிறவியற்றும் கொடுஞ்செயல் களாலே
வேற்றாலே எஞ்ஞான்றும் அழியாதே விளங்கும்
மெய்யளிக்க வேண்டுமென்றேன் விரைந்தளித்தான் எனக்கே
ஏற்றாலே இழிவெனநீர் நினையாதீர் உலகீர்
எந்தையருட் பெருஞ்சோதி இறைவனைச் சார்வீரே

என்று பாடிக் களித்தார். ஆகவே, சாகும் தருவாயில் எமனிடம் சிக்கி மரண அவஸ்தையோ, கசப்பு அடையாளத் தீட்டு பிண நாற்றமோ இல்லாமல் ஆக்கிப் பிணி மூப்புச் சாக்காடு அணுகாப் பேரின்பம் அனுபவிக்கும் மாறாத வயதுடைய நித்திய தேகத்தில் மனிதரைப் புகுத்தாட்டி வைத்தலையே 'செத்தாரை எல்லாம் எழுப்புதல்' என்று வள்ளல் பெருமானார் கூறிப் போந்தார்கள் என்க (வித்துவான் கெ.சி. சோமசுந்தரம், 1982:141–42).

வள்ளலார், இறந்தவரை எழுப்பும் திறனைத் தாம் பெற்றுவிட்டதாகப் பல பாடல்களில் பாடினாராயினும், இறந்தவரைத் தாமே எழுப்பித்தருவதாக ஒரு பாடலிலும் கூறினாரில்லை. இதனையே ம.தி. பானுகவியும் 'அவர் நாம் இறந்தாரை யெழுப்புவோமென வெங்கு முரையாமையால் அவர்க்கதனா லிழுக்கன் றென்க' என்று கூறுவார் (நியாய வச்சிர குடாரம், ப. 169). செத்தவரை எழுப்புதல் என்பதன் பொருள் இவ்வாறுதான் உள்ளது. அதனால்தான் பேரின்பச் சித்திப் பெருவாழ்வை அனுபவிப்பதற்காகவே நித்திய தேகமாக்கும் தன்மை கொண்ட மனித தேகத்தைச் சுடக்கூடாது என்றார் வள்ளலார்.

இனி, வள்ளலார் ஓதாது உணர்ந்த பிரச்சினை குறித்து ஆராய்வோம். வள்ளலார் ஓதாது உணர்ந்தவர் என்பதும் சைவத்தின் உண்மைப் பொருள் அறியாதவர் என்று தாக்கப்பட்டதும் இதே போல அர்த்தமற்ற செயல்களேயன்றி வேறில்லை. 'ஓதாதுணர்தல் என்பது ஒருவரிடம் கற்காமலே எல்லாவற்றையும் அறியும் திறமை. இதனைத்தான் எல்லோரும் சொல்லுவார்கள். திண்ணைப் பள்ளிக்கூடத்திலும் மற்றவர்களிடமும் எழுத்துக் கூட்டி வாசிக்கத் தெரிந்தால் அஃது இலக்கணம், இலக்கியம் வாசித்ததற்குச் சமமாகுமா? இல்லை என்ற விடையைத்தான் யாருமளிப்பார்கள். எவரெவர் எவ்வளவு படித்தாரோ அவரவர் அவ்வளவு கல்வியறிவு உடையவர்களாக விளங்குவார்களேயொழிய அதிகப் படிப்பாளியாக

மாட்டார்கள். திருஞானசம்பந்தர், திருநாவுக்கரசர், அருணகிரிநாதர், வென்றிமலைக் கவிராயர், குமரகுருபரர், காளமேகம், யாழ்ப்பாணம் கந்தப்பசுவாமி, பொய்யாமொழிப் புலவர் போன்ற பெரியார்களின் சரித்திரங்களும் முதலில் உபாத்தியாயர்களால் அக்ஷராப்பியாசம் செய்யப்பட்டவர் களாகக் கூறுகின்றன. அவர்கள் பாடல்களில் ஓதாதுணர்ந்ததாகக் காணப்படுகின்றன' (உ.மா. துரைசாமிப் பிள்ளை, 1949:72). இதே போலத்தான் வள்ளலாரது நிலையும் காணப்படுகிறது.

இறுதியாக அடிகள் சைவத்தின் உண்மைப் பொருள் அறியாதவர் என்று மருட்பாக் குழுவினரால் கண்டிக்கப்பட்டதை ஆராயும்போது அதுவும் பொருத்தமற்றதாகவே உள்ளது. சன்மார்க்கத்திற்கு அடிப்படை சைவதத்துவமே என்பதைச் சன்மார்க்கத்தின் விளக்கம் அறிந்தவர் உணர்வர்.

இதுவரை வள்ளலார்மீது சுமத்திய முதன்மைக் குற்றச்சாட்டு களை ஆராய்ந்ததில் அவற்றின் பொருந்தாமையைக் கண்டோம். இதே போல அடிகள் மீது சாட்டப்பட்ட சின்னச் சின்ன குற்றங்களைக்கூட பொய்யானவை என்று நிரூபிக்க முடியும். அவ்வாறு செய்தால் அது மற்றொன்று விரித்தலாகிவிடும் என்பதால் அதை வாசகர்களே உய்த்துணர வேண்டுகிறேன்.

இனிக் கதிரைவேற் பிள்ளை மீது அருட்பா குழுவினர் தொடுத்த வழக்கு நோக்கிச் செல்வோம்.

கதிரைவேற் பிள்ளையும் திருஅருட்பா வழக்கும்

இராமலிங்க அடிகள்மீது சுமத்தப்பட்ட குற்றச்சாட்டுகள், அவர் மீது வைத்த அவதூறுகள் எல்லாம் வேண்டுமென்றே திட்டமிட்டுச் செய்யப்பட்டதை நாம் அவதானிக்கலாம். கதிரைவேற் பிள்ளை வெளியிட்ட ஆபாச தர்ப்பண நூலில் உள்ள செய்திகளும் அடிகளுக்குப் புறம்பானது என்பதும் விளங்குகிறது. அதனால் அடிகளின் தமையன் மகன் வடிவேல் பிள்ளை, கதிரையார் எழுதி வெளியிட்ட *இராமலிங்க பிள்ளை பாடல் ஆபாச தர்ப்பணம் அல்லது மருட்பா மறுப்பு* என்னும் நூலில் உள்ள முதன்மைக் குற்றங்கள் என 27 குற்றங்களை எடுத்துக்காட்டி 28–6–1904இல் சென்னை பிரிஸிடென்சி மாஜிஸ்திரேட் கோர்ட்டில் வழக்குத் தொடர்ந்தார். இதன் காலண்டர் எண் 24533.

குற்றவாளிகளான கதிரைவேற் பிள்ளைக்கும் அவரது மாணவர் பு. பாலசுந்தர நாயக்கருக்கும் சம்மன் பிறப்பிக்கப் பட்டது. வழக்கு 27–09–1904 அன்று விசாரணைக்கு வந்தது. கதிரைவேற் பிள்ளையின் சார்பாக வி. விசுவநாத சாஸ்திரியும், சாமராவ் என்பவரும் வக்கீல்களாக நியமிக்கப்பட்டனர்.

'விசாரணையின்போது மாஜிஸ்திரேட்டார் இந்நூலை எழுதினவர் யாரெனக் கேட்டார். கதிரைவேற் பிள்ளை மேற்படி நூலைத் தாமே தமது கரத்தால் எழுதி அச்சிட்டிருக்கவும், பூலோக நண்பன் (15.11.1903) பத்திரிகையில் இந்நூல் ஸ்ரீமத் மாயாவாத துவம்சகோளரி நா. கதிரைவேற் பிள்ளையவர் களால் செய்யப்பட்டும் சென்னை வேதாகமோக்த சைவ சித்தாந்த சபையாராற் பதிப்பிக்கப்படுகின்றது, விலை அணா 3 என விளம்பரமிட்டிருக்கவும், அதை இயற்றிய நூலாசிரியர் நான் அன்று *(I am not the author of the Exhibit B)* என நீதித் தலமேறிப் பொய்ச் சத்தியஞ் செய்தார்.' பு. பாலசுந்தர நாய்க்கர் தமது ஆசிரியரைக் காப்பாற்று நிமித்தம் அந்நூலிற்காசிரியர் யாமே *(I am the author of Exhibit B)*யென அத்தாக்ஷி பத்திரம் எழுதிக் கொடுத்தார். குற்றவாளிகளை நோக்கி இவற்றிற்கென்ன சமாதானஞ் சொல்லுகிறீர்கள் என்று கோர்ட்டார் கேட்க, அதற்குத் தாங்கள் அச்சிட்ட மருட்பா மறுப்பில் எழுதியவைக ளெல்லாம் இராமலிங்கம் பிள்ளை பாடல்களின்றும் ஏனையோர் வெளியிட்ட சில பத்திரிகைகளினின்றும் அவரவர்கள் சொன்ன வாய்மொழிகளினின்றும் எடுத்தெழுதப் பட்டதெனக் கூறினர். மேலும்,

வஞ்ச நெஞ்சினன் வல்விலங் கனையேன்
மங்கை மார்முலை மலைதனி லுருள்வேன்
பஞ்ச பாதக மோருரு வெடுத்தேன்
பாவி யேனெந்தப் பரிசுகொண் டடைவேன்
கஞ்சன் மால்புகழ் கருணையங் கடலே
கண்கள் மூன்றுடைக் கரும்பொளிர் முத்தே
யஞ்ச லஞ்சலென் றன்பரைக் காக்கு
மண்ண லேதணி காசலத் தரசே

என்னும் வள்ளலாரது பாடலைக் காட்டி அதில் அவர், தான் மகாவஞ்சக னென்றும் கழுதை, நாய், குரங்கு முதலிய கொடிய மிருக சாதி என்றும் மகளிர் கலவியை விழைந்தவனென்றும் பஞ்ச மகாபாதக னென்றும் பாவியென்றும் தாமே கூறியிருக்கின்றார். அதனால் அவற்றையே பிரமாணமாகக் கொண்டு எழுதினோம் என்றார்.

ஆனால், அருட்பாவிலில்லாத 7 குற்றங்களை எடுத்துக்காட்டி இவற்றை ருசுப்படுத்த வேண்டும் எனக் கோர்ட்டார் உத்தர விட்டனர். கோர்ட்டார் இந்த வழக்கை உடனே விசாரியாமல் 5 மாத காலம் தவக்கஞ் செய்தமையால் மேற்படி கதிரையார் இராமலிங்க சுவாமிகளுக்கு விரோதமாக நாவலர் கக்ஷியாரால் வெளியிடப்பட்ட *போலியருட்பா மறுப்பு, தினவர்த்தமானி, தத்துவபோதினி, தத்துவவிவேசினி, சுகிர்தவசனி, ஞானபானு, நேட்டிவ் பப்ளிக் ஒப்பீனியன், வர்த்தமான விமர்சினி, திராவிடப்*

பிரகாசிகை, மித்தியாவாத நிரசனம், பாவலர் சரித்திர தீபகம் முதலான புத்தகங்கள், பத்திரிகைகள், விளம்பரங்கள் ஆகிய வற்றைக் கோர்ட்டில் தாக்கல் செய்தனர்.

வழக்கை ஆறுமாத காலம் விசாரித்த நீதிபதி திரு. அஜ்ஜுட்டின் சாயுபு பஹதூர் 21.11.1904 அன்று வழக்கைத் தள்ளுபடி செய்தார். வழக்கு தள்ளுபடி செய்யப்பட்டதைக் கண்ட வடிவேலுப் பிள்ளை 9.4.1905 அன்று ஹைகோர்ட்டாருக்கு ரிவிஷன் அப்பீல் செய்தார். வழக்கு அங்கும் தள்ளுபடி செய்யப்பட்டு 21.11.1905அன்று கதிரையாருக்குச் சாதகமாகத் தீர்ப்பு வழங்கப்பட்டது.* இவ்வாறு வழக்கு விடயம் குறித்து திரு.வி.க.வும், தஞ்சை சண்முகம் பிள்ளையும் எழுதியுள்ளனர்.

தீர்ப்பு தங்களுக்குச் சாதகமாக அமைந்ததால் அதனைக் கொண்டாடும் பொருட்டு மருட்பாக் குழுவினர் ஆறு இடங்களில் திருவருட்பா மகோற்சவம் நடத்தினர். 'முதலாவது மகோற்சவம் 27.11.1904இல் சென்னை குசிலிக்கு அடுத்த ஸ்ரீமுத்துக் குமாரசாமித் திருக்கோயிலிலும், இரண்டாவது மகோற்சவம் 4.12.1904இல் சென்னை இராயப்பேட்டை ஸ்ரீசுந்தரேசப் பெருமாள் ஆலயத்திலும், மூன்றாவது மகோற்சவம் 18.12.1904இல் சென்னை புரசைவாக்கம் கங்காதரேசுரப் பெருமான் திருக்கோயிலிலும், நான்காவது யானைவாகன மகோற்சவம் 24.12.1904அன்று ஸ்ரீசிதம்பர மகாக்ஷேத்திரத்திலும், ஐந்தாவது மகோற்சவம் 30.12.1904இல் தேவகோட்டை ஸ்ரீ மீனாட்சி சுந்தரப் பெருமான்ஆலயத்திலும், ஆறாவது கசாரூ மகோற்சவம் 22.1.1905இல் காஞ்சிபுரம் ஸ்ரீ ஏகாம்பரர் கோயிலிலும் நடைபெற்றன' (மருட்பா மறுப்பு விஜய மகாசரபம். பக். 21–24). மகோற்சவ கூட்டங்களில் *திருவருட்பா விஜய நாமாவளி, இராமலிங்க பிள்ளை பாடலாபாச தர்ப்பண விஜய மகாசரபம், ஸ்ரீபரமாசாரிய சுவாமிகள் கட்டியங்கள், காஞ்சித் திருமுறை மகோற்சவ நாமாவளி, அருட்பா வெற்றிக் கையுறை வாழ்த்து,* திருவருட்பா மகோற்சவ விபவம் முதலிய பிரசுரங்கள் பொது மக்களுக்கு வழங்கப்பட்டன.

வழக்கும் சாட்சியும்

அருட்பா X மருட்பா வழக்கு என்று சொல்லப்படும் மானநட்ட வழக்கில் கதிரைவேற் பிள்ளையின் சார்பில் அளிக்கப்பட்ட

---

* கோர்ட்டில் நடந்த வழக்கு விடயங்களைக் குறித்து '*மருட்பா மறுப்பு வழக்கு முடிவு*' என்னும் ஒரு புத்தகத்தை மருட்பா குழுவினர் வெளியிடப் போவதாக ஒரு விளம்பரம் கொடுத்துள்ளனர். ஆனால் இந்தப் புத்தகம் வெளிவந்ததாகத் தெரியவில்லை.

சாட்சியங்களில் முக்கியமானவர்களாகக் கருதப்படுபவர்கள் இருவர். ஒருவர் உ.வே. சாமிநாத ஐயர்; மற்றொருவர் திரு.வி. கலியாணசுந்தர முதலியார். இவர்களைத் தவிரப் பணத்திற்காக ஆசைப்பட்டுச் சில நபர்களும் சிதம்பரத்திலிருந்து சாட்சி சொல்ல வந்துள்ளனர்.

அருட்பா X மருட்பா விஷயத்தில் உ.வே.சா.வின் சாட்சியம் அன்று மிக முக்கியமானதாகக் கருதப்பட்டது. இதனை,

> வழக்கில் சாமிநாத ஐயர் சான்றை முன்னவர் விரும்பினர். ஐயர் ஜார்ஜ் டவுன் மாஜிஸ்ட்ரேட் கோர்ட்டுக்கு வந்தனர்; ஓர் அறையில் அமர்ந்தனர். அங்கே ஒரு சிறு கூட்டம் நுழைந்தது. யானும் அதைத் தொடர்ந்தேன். இராமலிங்க சுவாமிகளைப் பற்றியும் ஆறுமுக நாவலரைப் பற்றியும் சில நல்ல குறிப்புகள் ஐயர் வாயிலாக வெளிவந்தன. அவைகள் இதுகாறும் எந்த நூலிலும் வெளிவரவில்லை. பின்னே ஐயர் சான்று கூறினார் (திரு.வி.க. 1961:161)

என்னும் வரிகள் நிரூபிக்கின்றன. கோர்ட்டில் சாட்சியளிக்கும் போது அவர் என்ன கூறினார் என்பது பின்வருமாறு:

> சென்னைப் பிரசிடென்சி காலேஜ் தமிழ்ப் பண்டிதராகிய பிரம ஸ்ரீமத் உ.வே. சாமிநாத ஐயர் அவர்கள் திருவருட்பா என்பது தேவார திருவாசகம் முதலியவற்றிற்குச் சொல்ல வேண்டுமேயன்றி, இராமலிங்க பிள்ளை பாட்டுகளுக்குத் திருவருட்பா, திருமுறை என்று சொல்வது தகாதென்றும், அப்படிச் சொல்வது சம்பிரதாய விருக்தமாகும் என்றும் நீதித்தலத்தில் பலருமறிய நியாயாதிபதி முன்னிலையிற் கூறியுள்ளார் (பா.சி. முருகேச முதலியார், 1905: 5–6).

டாக்டர் உ.வே.சா. அவர்கள் கூறிய சான்றின் துணையால், இவ்வழக்கு குரோதி வருடம் கார்த்திகைச் சோமவார தினத்தன்று கதிரைவேற் பிள்ளைக்குச் சாதகமாயிற்று என்பர்.

அருட்பா வழக்கில் சாட்சியம் கூறியவர் என்று கருதப்படும் மற்றொருவர் திரு.வி.க. ஆவார். அருட்பா வழக்கில் இவர் சாட்சி கூறப் போனதாலேயே தமது இன்டர்மீடியட் தேர்வை எழுத முடியாமல் தமது உயர்கல்விக்கு முற்றுப்புள்ளி வைத்துக் கொண்டார் என்று கூறுவர் (ம.பொ.சி., 1963:485). ஆனால், அருட்பா மருட்பா வழக்கில் திரு.வி.க. சாட்சி கூறப் போனதாகத் தெரியவில்லை. கதிரைவேற் பிள்ளைமீது தொடரப்பட்ட வேறொரு வழக்கிற்காகவே அவர் சான்று கூறப் போனார். இது குறித்துத் திரு.வி.க. தமது வாழ்க்கைக் குறிப்பில் இவ்வாறு எழுதுவார்:

வெஸ்லி கல்லூரியில் தமிழாசிரியராக வந்தபோது அவருடன் யான் நெருங்கிப் பழகினேன். அப்பழக்கம் என்னைக் கதிரைவேற் பித்தனாக்கிற்று. அப்பித்து யான் மாணாக்கனா யிருந்த போதே கதிரைவேற் பிள்ளை மீது தொடுக்கப்பட்ட வழக்கு ஒன்றில் என்னைச் சான்று கூற உந்தியது (திரு.வி.க., வாழ்க்கைக் குறிப்பு, ப. 154).

கதிரைவேற் பிள்ளை சென்னை குயப்பேட்டையில் வாழ்ந்து வந்த காலத்தில்* ஒரு பெண்ணிடம் தகாத முறையில் நடந்து கொண்டது உட்பட பல குற்றங்களுக்காக அடிக்கடி நீதிமன்றத்துக்குச் சென்றவர். அப்படிச் சென்ற ஏதாவது ஒரு வழக்கில் கதிரையாருக்குச் சார்பாக திரு.வி.க. சாட்சி கூறச் சென்றிருக்க வாய்ப்புண்டே தவிர, அவர் அருட்பா வழக்கில் சாட்சி கூறச் சென்றார் என்பது பொருத்தமாக இல்லை. அருட்பா வழக்கில் அவர் ஒரு பார்வையாளராக மட்டுமே இருந்துள்ளார் எனபதை, 'இராமலிங்க சுவாமிகள் சார்பில் கதிரைவேற் பிள்ளை மீது ஒரு வழக்குத் தொடரப்பட்டது. அவ்வழக்கில் சுவாமிகள் காலத்திருந்த பலர் சான்று கூறப் போந்தனர். அவரை எல்லாம் என் விழிகள் கண்டன. அவர்தஞ் சான்றுகளை என் செவிகள் கேட்டன. அவைகள் சுவாமிகளின் உண்மை நிலையை ஊகிப்ப தற்கு ஏதுக்களாயின' (திரு.வி.க. வாழ்க்கைக் குறிப்பு, ப. 155) என்னும் வரிகள் உறுதிப் படுத்துகின்றன.

அருட்பா வழக்கில் திரு.வி.க. சாட்சி கூறியிருப்பாரேயாயின் 'கதிரைவேற் பிள்ளை மீது தொடுக்கப்பட்ட வழக்கு ஒன்றில் என்னைச் சான்று கூற உந்தியது' என்று எழுதியிருக்கமாட்டார். 'அருட்பா வழக்கில் என்னைச் சான்று கூற உந்தியது' என்று நேரடியாகவே எழுதியிருப்பார். ஏனெனில் அன்றைய காலகட்டத்தில் இந்த அருட்பா X மருட்பா வழக்கு மக்கள் மத்தியில் அவ்வளவு பிரசித்தி வாய்ந்த ஒன்று. எனவே அருட்பா X மருட்பா வழக்கில் திரு.வி.க. சான்று கூறினார் என்பதும் அதனாலேயே அவரது உயர்படிப்புத் தடைபட்டது என்பதும் பொருந்தாது. அப்படியாயின் திரு.வி.க.வின் உயர்படிப்பு எவ்வாறு தடை பட்டது என்பது குறித்து ஆராய்வதும் இன்றியமையாததாகிறது.

தமது படிப்பு எதனால் தடைபட்டது என்பது குறித்துத் திரு.வி.க. தமது வாழ்க்கைக் குறிப்பில் தெளிவாகவே எழுதி யுள்ளார். அப்படியிருந்தும் இவ்வாறான கற்பிதங்கள் எப்படித்

---

* கதிரைவேற் பிள்ளை குயப்பேட்டையில் வசித்து வந்தபோது வீடு கட்டும் ஒரு சான்றான் மகளை கையைப் பிடித்து இழுத்த குற்றத்திற்காகச் சென்னை பிரசிடென்ஸி மாஜிஸ்ட்ரேட் கோர்ட்டில் ரூ.7 அபராதம் விதிக்கப்பெற்றார். இதனை 1904ஆம் வருடத்திய காலண்டர் எண் 14575ஆல் அறியலாம். அதில் I was fined 6 or 7 years ago for an assault on a woman என்று அவர் வாக்குமூலம் கொடுத்துள்ளார்.

தோன்றின என்பது புலப்படவில்லை. தாம் எந்த வழக்கில் கதிரைவேலருக்குச் சார்பாக சான்று கூற நேர்ந்தது என்பது குறித்தும் – எவ்வாறு படிப்புக்கு முற்றுப்புள்ளி வைக்கப்பட்டது என்பது குறித்தும் திரு.வி.க. இவ்வாறு எழுதுவார்:

வில்வபதி செட்டியார் என்பவர் தம்மைக் கதிரைவேற் பிள்ளை கொத்தவால் சாவடியண்டைத் தாக்கிப் புடைத்தனர் என்று எழும்பூர் மாஜிஸ்ட்ரேட் மன்றத்தில் ஒரு வழக்குத் தொடுத்தனர். வழக்குகள் கதிரைவேலரை நெருக்கின. அதனால் அவர் பள்ளி வேலையை விடுத்தல் நேர்ந்தது. செட்டியார் குறிப்பிட்ட நாள், கதிரைவேற் பிள்ளை எங்கள் வகுப்பில் தமிழ் அறிவுறுத்திய நாட்களில் ஒன்று... எழும்பூர் வழக்குச் சான்றுகள் திரட்டப்பட்டன. ஒருசாலை மாணாக்கர் சிவசங்கரனுக்கும் பள்ளிக் கணக்கருக்கும் சம்மன்கள் வழங்கப்பட்டன. சிவசங்கரன் சான்று முடிந்தது. அது போதாதென்று என் சான்று விரும்பப்பட்டது. என் சான்றின் அவசியம் எனக்கு விளக்கப்பட்டது. விசாரணை நாள் தேர்தல் சோதனையின் முதல் நாள்! என் செய்வேன்! என் சோதனை பெரிதாயிற்று. சான்றுக்குச் செல்வதா? பரீட்சைக்குப் போவதா? இரண்டும் மாறி மாறி என்னை வாட்டின. யான் சான்றுக்குச் செல்ல உறுதி கொண்டேன். பரீட்சைக்கு இடர் நேராதவாறு பகல் 12.30 மணிக்கு மேல் 1.30க்குள் என்னை விசாரிக்க ஏற்பாடு செய்யப்பட்டது.

முதல் நாள் சிலநிமிடமே விசாரணை நடந்தது. தொடர்ச்சி மூன்றாம் நாள் வைக்கப்பட்டது. நான் மன்றத்துக்கென்று செய்யப் பெற்ற விண்ணப்பம் தள்ளப்பட்டது. தொடர்ச்சிக்கும் மேலே குறிப்பிட்ட வேளையில் சென்றேன். அரை மணி நேரத்தில் சான்று முற்றுப் பெற்றது. மாணாக்கன் என்ற முறையில் என்பால் மாஜிஸ்ரேட் இராஜரத்தின முதலியார் அனுதாபங் காட்டியே நடந்தார். பயன் என்ன? கால தேவதையின் நோக்கம் வேறு விதமாக இருந்தது. வண்டிகளால் நேர்ந்த தொல்லைகள் காலத்தில் பரீட்சைக்குச் செல்ல என்னை விடவில்லை. இரண்டு அரை நாள் பரீட்சையில் அமர்ந்து எழுதும் பேற்றை இழந்தேன். கிருஷ்ணாராவ் உள்ளிட்ட ஆசிரியன்மார் சிலர் எப்படியாவது என்னை மெட்ரிகுலேஷன் பரீட்சைக்கு அனுப்ப வேண்டுமென்று முயன்றனர்; பிரின்ஸிபாலிடத்தில் பேசினர். முடிவு வேறுவிதமாயிற்று. அன்னார், கதிரைவேற் பிள்ளை கூட்டுறவால் பள்ளிப் படிப்பில் எனக்கு அலட்சியம் தோன்றியதென்றும் யான் பரீசைக்கு அனுப்பப்பட்டாலும் முதல்தரத் தேர்ச்சி அடைய மாட்டேனென்றும் யான் சென்னையை விடுத்து மன்னார்குடியிலாவது, திருவள்ளூரிலாவது மற்றுமோராண்டு படித்தல் வேண்டும் என்றும் அதற்குரிய வசதிகளெல்லாம்

மிஷினாரால் செய்து கொடுக்கப்படுமென்றும் முடிவு செய்தனர். அதற்கு யான் இணங்கவில்லை. ஓரேவகுப்பில் மற்றுமோராண்டு படிப்பதைவிடத் தூக்கிட்டுக் கொள்வது மேன்மை என்று ஆசிரியர் கிருஷ்ணாராவிடம் அறைந்தேன். பள்ளிப் படிப்பு முற்றுப் பெற்றது (திரு.வி.க. வாழ்க்கைக் குறிப்புகள், பக். 58–60).

வில்வபதி செட்டியார் வழக்கில் கதிரைவேற் பிள்ளைக்குச் சார்பாகச் சான்று கூறப் போய் அதன் மூலம் தமது படிப்புக்கு முற்றுப்புள்ளி இட்டுக்கொண்ட திரு.விக.வின் செயலை அருட்பா மருட்பா வழக்கோடு இணைத்துப் பேசுவது பொருத்தமன்று. திரு.வி.க.வின் படிப்பு தடைப்பட்டதை அருட்பா மருட்பா பிரச்சினையோடு இணைத்து முதன்முதலில் எழுதியவர் ம.பொ. சிவஞானம் பின்னாளில் மற்றவர்களும் இதே தவற்றை பேசியும் எழுதியும் வருவதற்கு இவரது சான்றே அடிப்படை.

அருட்பா வழக்கில் உ.வே.சா.வைத் தவிர சிதம்பரத்தி லிருந்தும் சிலர் சாட்சிக் கூற வந்துள்ளனர். இவர்களை எல்லாம் கதிரைவேற் பிள்ளை பணம் கொடுப்பதாகக் கூறித் திரட்டி வந்துள்ளார். அவர்களும் நம்பி பொய்சாட்சிக் கூற வந்தனர். வழக்கில் சாட்சியம் முடிந்த பின்பு அவர்களுக்குப் பணமும் தரப்படவில்லை. இதனை, 'சிதம்பரத்திலிருந்து வந்த சாக்ஷிகள் பிற்காலத்தில் ஈழநாட்டு கதிரைவேலன் எங்களுக்கு 100, 50 ரூபாய் கொடுக்கிறதாக வாக்களித்து அழைத்துக்கொண்டு வந்து இந்த இராமலிங்க சுவாமிகள் மீது இல்லாதனவற்றை யெல்லாம் சாக்ஷி சொல்லச் செய்வித்துப் பின்னர் தான் சொன்னதிற் பாதியேனுங் கொடுக்காதபடி மோசஞ் செய்தான், பாபி! சண்டாளன்! அழிந்துபோவான்! என வசைபாடித் திரிந்ததும் வெளியாயிற்று' (தஞ்சை சண்முகம் பிள்ளை, 1909:61) என்னும் செய்தியால் அறியலாம்.

அருட்பா மருட்பா வழக்கில் நடைபெற்ற சாட்சிகளின் முறைமை இப்படியாகத்தான் இருந்தது.

'வழக்கில் கதிரைவேற் பிள்ளை வெற்றி' – எப்படி ?

வள்ளலார் சார்பில் வடிவேல்பிள்ளை தாக்கல் செய்த மனு தள்ளுபடி செய்யப்பட்டுத் தீர்ப்பு கதிரைவேற் பிள்ளைக்குச் சாதகமாக வழங்கப்பட்டது. வழக்கில் கதிரையார் வெற்றி பெற்றார் என்றாலும் அவர் வென்றதற்குச் சில அடிப்படைகள் இருந்தன. இராமலிங்க பிள்ளை பாடல் ஆபாச தர்ப்பணம் அல்லது மருட்பா மறுப்பு என்னும் நூலில் கதிரையார் சுட்டிக்காட்டியவை முழுவதும் உண்மை என்பதாலோ அல்லது அவர் கொண்டுவந்த

சாட்சிகள், தாக்கல் செய்த தஸ்தாவேஜுகள் ஆகியவற்றை ஆதாரமாகக் கொண்டோ நீதிபதி கதிரைவேற் பிள்ளைக்குச் சார்பாகத் தீர்ப்பு வழங்கிடவில்லை. மாறாக, 'வாதி வடிவேற் பிள்ளைக்கும் குற்றவாளி நா. கதிரைவேற் பிள்ளைக்கும் விரோதமின்மையானும் செத்தாரை தூஷித்தல்அவதூறு குற்றமாகாமையானும் நா. கதிரைவேற் பிள்ளை, பு. பாலசுந்தர நாயக்கர் ஆகிய இருவரையும் விடுதலை செய்தோம்' (தஞ்சை சண்முகம் பிள்ளை 1909:61) என்றே சென்னை பிரிஸிடென்ட் மாஜிஸ்ட்ரேட் தீர்ப்பு எழுதினார். ஐக்கோர்ட்டாரும், 'இந்தக் கேசை கொண்டு வந்தவர் நிந்திக்கப்பட்டவரின் தமையன் மகனாயிருத்தலின் இதை மீண்டும் விசாரிப்பதால் பொது நன்மையில்லாததால் கேசைத் தள்ளுபடி செய்கிறோம்' என்று கீழ்க்கோர்ட்டில் வழங்கிய தீர்ப்பையே ஊர்ஜிதப்படுத்தினர்.

ஆனால், கதிரைவேற் பிள்ளையோ 1904ஆம் வருடத்தில் நடந்த வழக்கில் சுவாமிகள் பாடல்கள் அருட்பாவாகாது மருட்பாதான் என்று சொல்லி கோர்ட்டார் அவ்வழக்கைத் தள்ளுபடி செய்து விட்டதாகக் கூறித் திரிந்தார். 'இறந்தவர்களைத் தூஷித்தல் குற்றமாகாது என்ற இங்கிலீஷ் லா படி (English Law) இவ்வழக்குத் தள்ளுண்டதேயன்றி வேறில்லை. இது மேற்படி ஜட்ஜ்மெண்டைப் பார்த்தால் நன்கு புலப்படும். சுவாமிகள் பாடல்கள் அருட்பா அல்லது மருட்பா வென்று சொல்லும் மத விஷயமான வேலையில் மேற்படி மாஜிஸ்ட்ரேட் அவர்கள் பிரவேசிக்கவில்லை. அப்படி பிரவேசிக்க மாஜிஸ்ட்ரேட் அவர்களுக்கு அதிகாரம் இல்லை என்பது ஆங்கிலம் கற்ற ஒவ்வொருவரும் அறியலாம்' (உண்மை தெரித்தல், ப. 8). மேலும், இந்தியத் தண்டனைச் சட்டம் 21ஆவது அத்தியாயத்தின்படி தண்டனைக்கு உள்ளாக்கத் தக்க எந்தக் குற்றத்தையும் அதனால் பாதிக்கப்பட்ட நபர் அது பற்றி முறையீடு செய்தாலன்றி, எந்த நீதிமன்றமும் விசாரணைக்கு ஏற்காது என்பதும் குறிப்பிடத்தக்கது.*

பானுகவியும் மருட்பா மறுப்பும்

ம.தி. பானுகவி என்பவர் முதலில் மருட்பாக் கூட்டத்தில் இருந்து கதிரைவேற் பிள்ளைக்குப் பக்கபலமாகச் செயல்பட்டவர். அதன் பின்பு பிள்ளைக்கும் அவருக்கும் நடந்த வாக்குவாதம் ஒன்றில் ஏற்பட்ட மாற்றமே பானுகவியை அருட்பாக் கூட்டத்தில் இணைத்தது. இது குறித்து திரு.வி.க. இவ்வாறு எழுதுவார்:

---

* Complaint by aggrieved person necessary - No court shall take cognizance of this offence except upon a complaint made by the person aggrieved. விரிவான தகவல்களுக்குக் காண்க: 'The Indian penal code-1860' Chep.21, sec. 499 & 500.

கதிரைவேற் பிள்ளை நிகழ்த்திய வாதப்போர் பலவற்றுக்குப் பக்கத் துணையாயிருந்தவருள் பானுகவியும் ஒருவர். வடலூர் சபை முதன்முறை கட்டப்பட்ட போது அதன்மீது இடிவிழுந்ததென்ற செய்தியைச் சிந்தாதிரிப் பேட்டையிற் கூடிய வாதசபையில் முதன் முதல் வெளியிட்டவர் பானுகவியே. இடையில் தணிகைப் புராணப் பிரசங்கத்திலே 'வசவாசி' எனும் ஒரு சொல்லைப்பற்றிக் கதிரைவேற் பிள்ளைக்கும் பானுகவிக்கும் வாதம் நடந்தது. அவ்வாதம் பானுவின் மனத்தை மாற்றியது. மருட்பா மறுப்புக்கு மறுப்பு அவரை வரையச் செய்தது (திரு.வி.க., 1961:661).

கதிரைவேற் பிள்ளை அறுபது தலைப்புகளில் எழுதிவிடுத்த *இராமலிங்கம் பிள்ளை பாடல் ஆபாச தர்ப்பண நூலைக்* கண்டித்து, ம.தி. பானுகவி 1905இல் *இராமலிங்கம் பிள்ளை பாடல் ஆபாச தர்ப்பண கண்டன நியாயவச்சிர குடாரம்* என்னும் நூலை வெளியிட்டார். இது 190 பக்கங்களைக் கொண்டது. இந்த நூலுக்கு இப்படிப்பட்ட நெடியதொரு பெயர் ஏன் சூட்டப்பட்டது என்பது குறித்து அவர் இவ்வாறு எழுதுவார்:

> பூர்வபக்கத்தார் தாமெழுதிய சிறு சுவடிக்கு இராமலிங்கபிள்ளை பாடல் ஆபாச தர்ப்பணம் என்று பெயரிட்டிருப்பதால் அதனைக் கண்டிக்கும் எமது கிரந்தத்தற்கு நியாய வச்சிர குடாரமெனப் பெயரிட்டிருக்கிறோம் (ம.தி. பானுகவி, 1905:4).

கதிரைவேற் பிள்ளை தமது நூலில் எழுதிய முதல் தூஷணத்திற்கு 44 பக்கங்களிலும், 2–4 வரையுள்ள தூஷணங்களுக்கு 54 ஆவது பக்கம் வரையிலும், 5–8 வரையுள்ள தூஷணங்களுக்கு 119 ஆவது பக்கம் வரையிலும், 9–10 வரையுள்ள தூஷணங்களுக்கு 127 ஆவது பக்கம் வரையிலும், 11ஆம் தூஷணத்திற்கு 131ஆவது பக்கம் வரையிலும், 12ஆம் தூஷணத்திற்கு 157ஆவது பக்கம் வரையிலும், இதர தலைப்புகளில் அமைந்த தூஷணங்களுக்கு நூலின் இறுதி பக்கம் வரையிலும் ம.தி. பானுகவி தமது நியாய வச்சிர குடாரத்தில் மறுப்பு தெரிவித்துள்ளார்.

அருட்பா மருட்பா போரில் மறைமலையடிகள்

தமிழகத்தில் இரண்டாம் கட்டமாக நடைபெற்ற அருட்பா X மருட்பா போரை முடிவுக்குக் கொண்டு வந்தவர் மறைமலையடிகள். திருவருட்பாவைப் பற்றிக் கதிரைவேற் பிள்ளை அவதூறு செய்துவந்த போதெல்லாம் அதனைக் கண்டித்த பெருமை இவரையே சாரும். அருட்பா X மருட்பா விவகாரத்தில் கதிரைவேலருக்கு எதிராக இவர் ஆற்றிய பணிகள் அவர் தமது கைப்பட எழுதிய நாட்குறிப்புகளில் உள்ளன. அது வருமாறு:

20-09-1903*... அப்பாவு செட்டியாரவர்களுடனும் பிறருடனும் சிந்தாதிரிப்பேட்டை கூட்டத்துக்குச் சென்றேன். அருட்பாவைப் பற்றிய வழக்கமான விவாதம் நடைபெறவில்லை. கதிரைவேற் பிள்ளை மட்டுமே ஏதேதோ குற்றஞ் சொல்லிக்கொண்டிருந்தார். 27-9-1903... அரங்கசாமி நாயகரவர்கள், அனவரத விநாயகம் பிள்ளையவர்கள் ஆகியோரோடு சிந்தாதிரிப்பேட்டைக் கூட்டத்துக்குச் சென்றேன். ஆனால், விவாதத்தை நடத்து வதற்குக் கதிரைவேற் பிள்ளை வரவில்லை. அதனால் நான் உரையாற்றினேன். 18-10-1903 ... வேணுகோபால சுவாமி மைய அரங்கத்தில் பெருங்கூட்டம் குழுமியிருந்தது. அருட்பாவைப் பற்றி நல்லுரை ஆற்றினேன். தோல்விக்கு அஞ்சி கதிரைவேற் பிள்ளை வரவில்லை (மறைமலையடிகள் நாட்குறிப்பு, ப. 21).

மறைமலையடிகள் தமது நாட்குறிப்பில் எழுதி வைத்ததைக் கொண்டும் அவரோடு இருந்த அனுபவங்களைக் கொண்டும் அவரது மகன் மறை. திருநாவுக்கரசு தாம் எழுதிய *மறைமலையடிகள் வரலாறு* என்னும் நூலில் இந்த அருட்பா மருட்பாப் பிரச்சினையைச் சற்று விரிவாக எழுதியுள்ளார். அது வருமாறு:

> அருட்பா மருட்பா போர் மக்களிடையே பெரும் பரபரப்பை ஏற்படுத்தியபோது அருட்பாக் கட்சிக்கு மறைமலையடிகள் தலைமையேற்றார். அருட்பாக் கட்சிக்கு மறைமலையடிகள் தலைமையேற்ற பின் ஒரு மேடையில் 'அருட்பா மருட்பா வாதம்' செய்வதென்று தீர்மானிக்கப்பட்டது. அம்முடிவின்படி சென்னை சிந்தாதிரிப் பேட்டையில் ஓர் பெரிய பொதுக்கூட்டத்தில் அருட்பா பற்றி மறைமலையடிகளும் – மருட்பா பற்றிக் கதிரைவேற் பிள்ளையும் 20-09-1903இல் பேசுவதாக ஏற்பாடாகி, அக்கூட்டத்திற்கு அரசாங்க நீதிபதி தலைமை யேற்றுக் கூட்டமும் நடந்தது. அதில் இராமலிங்கரின் பாக்கள் அருட்பாக்கள் என்று மறைமலையடிகள் பேச மக்கள் மெய்ம்மறந்தனர். கதிரைவேற் பிள்ளை அருட்பாவைப் பற்றி ஒன்றும் பேசாமல் பொருத்தமில்லாத சிலவற்றைச் சுருக்கமாகப் பேசிவிட்டுப் பிறகு மற்றொருநாள் விரிவாகப் பேசுவதாகக் கூறிவிட்டு தம் மாணவர்களுடன் குதிரை வண்டியில் ஏறிச் சென்று விட்டார்.

> முதல் கூட்டம் முடிந்து சென்ற கதிரைவேற் பிள்ளை தாம் வெற்றி பெற்றதாகக் கூறி விளம்பரங்களை வெளியிட்டார். அதற்கு எதிர் தாக்குதலாக அருட்பா பக்கத்தாரால் மறுப்புரை விளம்பரங்கள் கிளம்பின. மீண்டும் சென்னை சிந்தாதிரிப்

---

* இக்கூட்டத்துக்கு தலைமை வகித்தவர் ஸ்ரீமான் நல்லுசாமிப் பிள்ளை, பி.ஏ., பி.எல்., அவர்கள்.

பேட்டையில் முன்பு கூட்டம் நடந்த அதே இடத்தில் 27-09-1903இல் அருட்பா மருட்பா வாதம் நிகழ இடை நின்றார் ஏற்பாடு செய்தனர். அக்கூட்டத்தில் இராமலிங்கரின் பாக்கள் அருட்பா அல்ல; மருட்பாதான் என்று வாதம் செய்ய கதிரைவேற் பிள்ளை வருவதாக இருந்தது; கூட்டமும் காத்திருந்தது. குறித்த நேரம் கடந்தும் கதிரைவேற்பிள்ளை வரவில்லை. பிறகு கூட்டம் முடியும் வரையும் வரவேயில்லை. அதனால் மறைமலையடிகள் இராமலிங்கரின் அருட்பாவின் பெருமையைப் பேசிக் கூட்டத்தை முடித்தார்... 18-10-1903இல், இருபெரும் புலவர்களும் வேணுகோபால் சென்ட்ரல் ஹாலில் வழக்குரை பகர்வது என்று ஏற்பாடாயின. மண்டபத்தி லிடமில்லை. தெருவெல்லாம் மக்கள் திரள். அடிகள் கூட்டத்தை ஊடுருவிக்கொண்டு மண்டபமடைந்தார். எதிர்பார்த்திருந்த கதிரைவேலர் அன்றும் ஒப்புக்கொண்டபடி வரவில்லை. இறுதியில் அடிகளின் அழகான சொற்பொழிவு அவையோரை ஆட்கொண்டது. வென்றது அருட்பா; தோற்றது மருட்பா என்று கூட்டம் முழங்கியது. சென்னை நகரமே முழங்கியது. அடிகள் வாகை சூடினார். வள்ளலார் புகழ் ஓங்கியது. அருட்பா எங்கும் ஒலித்தது (மறை. திருநாவுக்கரசு 1959:45-46).

இதனைத் தொடர்ந்து மறைமலையடிகள் காஞ்சிபுரத்திலும், திருச்சியிலும் மருட்பா வாதத்தை முறியடித்தார்.

1903, 1905களில் மறைமலையடிகள் தலைமையில் நடந்த நிகழ்வுகளைப் பற்றி மட்டும் மறை. திருநாவுக்கரசு தமது நூலில் எழுதினார். ஆனால், அருட்பா வழக்குத் தொடர்பாக 1904இல் கோர்ட்டில் நடந்த விடயத்தை அவர் எழுதாததை பூலோக சிங்கம் கிண்டலடித்துள்ளார். அவர் தமது நூலில் இவ்வாறு எழுதுகிறார்:

மகன் தந்தைக்காற்றும் கடனாலே, திருநாவுக்கரசு தன் கூற்றுகளிலே தவறு ஏற்பட்டிருப்பதைக் கவனிக்காமல் விட்டு விட்டார். காஞ்சிப்போருக்கும் திருச்சிப் போருக்கும் தேதியிட்டதே அவர் விட்ட தவறு; தேதியிடாமல் இருப்பின் 'திருநா'வின் திட்டம் வெளியாகாமலே போயிருக்கும். காஞ்சிப்போர் 27.2.1905இலும், திருச்சிப் போர் அவ்வாண்டு ஜூலை மாதம் முதலிரு தேதிகளிலும் நடந்தனவாம். 1904இல் ஒரு போரும் நடைபெறவில்லை என்பது திருநாவுக்கரசு அவ்வாண்டு பற்றிக் கூறாததனால் ஏற்படும் கருத்து. ஆனால், அவ்வாண்டிலேதான் ஜூன் மாதம் முதல் நவம்பர் மாதம் வரை பெரும்போர் நடந்தது. அப்போர் நீதிமன்றத்திலே நடைபெற்றது. போரிலே வெற்றி பெற்றவர் கதிரைவேற் பிள்ளை; வெற்றி பெற்ற தேதி 21.11.1904... வழக்கின் மூலம் கதிரைவேற் பிள்ளையைத் தண்டித்து விடலாம் என்று மனப்பால் குடித்துத் தோல்வி கண்டு அவமானமடைந்தவர்கள் அதன்

பின்பும், காஞ்சியிலும் திருச்சியிலும் போர் புரிந்தார்களாம்! இப்போர்களைப் போலத்தான் முதனாள், இரண்டாம் நாள், மூன்றாம் நாள் போர்களும் போலும்! (பொ. பூலோகசிங்கம், 1993:240-242).

1904இல் நடந்த அருட்பா மருட்பா வழக்கைத் திருநாவுக்கரசு எழுதாமல் விட்டு விட்டதற்காக மறைமலையடிகள் தலைமையில் நடந்த அருட்பா மருட்பா வாதம் முழுவதும் பொய்யானது என்ற தொனியில் பூலோகசிங்கம் எழுதியிருப்பது சரியன்று. திருநாவுக்கரசு எழுதியது மறைமலையடிகள் வரலாறே யன்றி அருட்பா மருட்பா விவகாரம் அன்று, அதனால்தான் மறைமலையடிகள் தலைமையில் நடைபெற்ற அருட்பா மருட்பா பிரச்சினையை மட்டும் அவர் சுட்டிக்காட்டியுள்ளார். மேலும், அருட்பா மருட்பா வழக்கில் கதிரையார் சென்றதும் வெற்றி பெற்ற விதமும் முன்பே விளக்கப்பட்டுள்ளது. நீதிமன்றத்திலே அருட்பா குழுவினர் வெற்றி பெறும் வாய்ப்பு சட்டத்தில் இல்லாத காரணத்தாலேயே இவ்வாறான கண்டனக் கூட்டங்கள் நடத்தப்பட்டன; மறுப்பு நூல்களும் வெளிவந்தன என்பது குறிப்பிடத்தக்கது.

அருட்பா X மருட்பா போரில் மறைமலையடிகள் குறித்து மற்றொரு விடயத்தையும் தெளிவுபடுத்துவது மிக முக்கியமானதாகும். அதாவது கந்தசாமிக் கவிராயர் என்பவர் தூத்துக்குடியில் மறைமலையடிகள்மீது தொடுத்த மானநட்ட வழக்கை அருட்பா மருட்பா போராட்டத்தினால் வந்தது என்பார் ம.பொ.சி. அவர் இவ்வாறு எழுதுவதற்கு எதனை ஆதாரமாகக் கொண்டார் என்பது தெரியவில்லை. வழக்கு விடயத்தை மறைமலையடிகள் தமது நாட்குறிப்பில் பின்வருமாறு எழுதியுள்ளார்:

> 3.1.1915 ... கந்தசாமிக் கவிராயர் என்மேல் கொண்டுவந்த மானநட்ட வழக்குத் தொடர்பாகச் சோமசுந்தரம் பிள்ளையவர்களுடன் கலந்து பேச திருநெல்வேலி வந்தேன். 13.11.1915 ... கந்தசாமிக் கவிராயரும் அவர்தம் வக்கீல் சோ. பாரதியாரும் சாட்சியங்களுடன் வந்தனர். மகா மகோபாத்யாய வே. சாமிநாதய்யரும். மு. ராகவையங்காரும் எனக்கெதிராகப் பல சொன்னார்கள். 18.11.1915 ... என் வக்கீல் விசுவநாத சாஸ்திரி மு. ராகவையங்காரைக் குறுக்குக் கேள்வி கேட்டார். வக்கீலின் திறமையைக் கண்ட வே. சாமிநாதய்யர் சமரசம் செய்ய முன்வந்தார்; சமரசமாயிற்று (மறைமலையடிகள் நாட்குறிப்பு, பக். 40-41).

இந்த வழக்கு விடயம் குறித்து,திரு.வி.க.வும் தமது நாட்குறிப்பில் இவ்வாறு எழுதுகிறார்:

சுவாமி வேதாசலத்தின் மீது மானநட்ட வழக்கொன்று கந்தசாமி கவிராயரால் தூத்துக்குடி நீதிமன்றத்தில் தொடுக்கப்பட்டது. அதன் சார்பாகச் சென்னையில் சான்றுகள் திரட்டப்பட்டன. சான்றுக் குழுவில் ஐயர் பெயரும் சிக்கிக் கொண்டது. ஐயருக்குச் சான்று கூற விருப்பமில்லை என்பது பல வழிகளில் விளங்கியது. ஒரு பக்கம் கந்தசாமிக் கவிராயர் நின்றார்; இன்னொரு பக்கம் சுவாமி வேதாசலம் நின்றார்; இடையில் ஐயர் நின்றார். என் தமையனாரையும் என்னையும் ஐயர் அழைத்து, யான் சான்று கூறுவதற்கு முன்னால் வேதாசலம் சமாதானமாகி விடுவது நல்லது. என் சான்று அவருக்குப் பாதகம் விளைவிக்கலாம். நிலைமை அப்படி இருக்கிறது. நீங்கள் சொன்னால் வேதாசலம் கேட்பாராமே' என்று ஓதினார். ஐயர் விரும்பியவாறே வழக்கு சமாதானத்தில் முடிந்தது (திரு.வி.க., 1961:161).

மறைமலையடிகள், திரு.வி.க. இருவருடைய நாட்குறிப்பிலும் இந்த வழக்கு அருட்பா மருட்பாவின் ஊடாக வந்தது என்னும் குறிப்பு காணப்படவில்லை. திரு.வி.க.கூட 'மான நட்ட வழக்கொன்று' என்றுதான் எழுதியுள்ளாரே அன்றி அருட்பா மருட்பா வழக்கு என்று எழுதவில்லை. மேலும் அருட்பா மருட்பாப் போரில் திரு. மு. இராகவையங்காருக்குத் தொடர்பில்லை. எனவே, இந்த மானநட்ட வழக்கினை அருட்பா மருட்பாவோடு இணைத்துப் பேசுவது பொருத்தமன்று. ம.பொ.சி., திரு.வி.க.வின் சாட்சியத்தை எப்படி அருட்பா மருட்பாவோடு இணைத்து எழுதினாரோ அதே போலத்தான் இதனையும் எழுதியிருக்கிறார். அருட்பா மருட்பாப் போராட்டத்தில் ஈடுபட்ட நபர்கள் வேறு ஏதேனும் வழக்கில் ஈடுபட்டாலுங்கூட அவற்றை எல்லாம் அருட்பா மருட்பாவோடு இணைத்து எழுதும் வழக்கம் பின்னாளில் உருவாகிவிட்டது. இவையெல்லாம் மேலும் ஆராய்தற்குரியன.

செய்குதம்பி பாவலரும் மருட்பா விவாதமும்

கதிரைவேற் பிள்ளை சென்னையில் அருட்பா X மருட்பா போராட்டத்தை நிகழ்த்தி வந்த காலகட்டத்தில் செய்குதம்பிப் பாவலர் என்பவர் சென்னையில் இட்டா பார்த்தசாரதி நாயுடுவின் அச்சகத்தில் தலைமைப் பார்வைப் பணியாளராகப் பணியாற்றி வந்தார். அதுபோது அருட்பாக் குழுவினருக்கும் மருட்பாக் குழுவினருக்கும் இடையே நிகழ்ந்துவந்த வாதப் பிரதிவாதங்களைக் கவனித்து வந்தார். அருட்பா மறுப்பாளர் கூற்று, பொருந்தாத வெறுங்கூற்று என்பதை உணர்ந்த பாவலர் அதனை மறுத்து சொற்பொழிவாற்ற விரும்பினார்; தமது விருப்பத்தைப் பார்த்தசாரதி நாயுடுவிடம் தெரிவித்தார். அவர், பாவலர் இஸ்லாமியர் என்ற காரணத்தால் அன்றையச் சூழலில்

தயங்கினாரேனும் பாவலரின் புலமையிலும் சமரசப்பாங்கிலும் நம்பிக்கையுடையவ ராதலால் ஒப்புப்கொண்டு வேண்டிய ஒத்துழைப்பை நல்கினார்.

குறிப்பிட்ட ஒரு ஞாயிற்றுக் கிழமை கூட்டம் நடைபெறுவதென விளம்பரப்படுத்தப்பட்டது. திரு. நா.சி. கண்ணபிரான் முதலியார் அக்கூட்டத்திற்குத் தலைமை தாங்கினார். அவரது முன்னுரைக்குப் பின் பாவலர் எழுந்து 'சாதிகுலம் சமயமெலாம் தவிர்த்தெனை மேல் ஏற்றி ...' என்னும் இறை வணக்கப் பாடலைப் பாடித் தமது சொற்பொழிவைத் தொடங்கினார். அவரது சொற்பொழிவின் சாராம்சம் பின்வருமாறு:

உங்கள் முன்னிலையில் அடியேன் இராமலிங்க சுவாமிகளின் அருள் திறனையும், அவர்கள் பாடியருளிய அருட்பாவின் சிறப்புக்களையும் அதன் அருள் வாய்ப்பையும் அதற்கு மறுப்பாக ஒருவர் எழுதிய 'அருட்பா ஆபாச தர்ப்பணம்' எனும் நூலின் பொருந்தாமையையும் இயன்றவரை, விளக்கலாமென எண்ணுகிறேன்.

இராமலிங்கர் பாடல் அருட்பாவா மருட்பாவா என்பது உங்கள் ஐயம். அத்தொடரே அருட்பா+ஆம்+அருட்பா+ஆ என ஆச்சரியத்துடன் அறுதியிட்டுக் காட்டுகிறது.

இராமலிங்க அடிகளது வரலாறு உங்களுக்குத் தெரிந்த அளவு எனக்குத் தெரியாது. ஆகவே, அவர்களது வரலாறு பற்றி நான் இங்கே சொல்லவில்லை. ஆனால், அவரது ஒழுக்கத்தைப் பற்றி நீங்கள் நன்கு தெரிந்து கொள்ள வேண்டியதுண்டு. அதனை அவர் பாடல்களிலிருந்து தெரிந்து கொள்வதுதான் சரியான முறை. அங்ஙனம் தெரிந்து கொள்வோமானால் அவர் வாய்மை, கொல்லாமை, அடக்கம், பெருந்தன்மை, சான்றாண்மை ஆகிய பெருங்குணங்களில் சாலச் சிறந்தவராக வாழ்ந்திருக்க வேண்டுமென்றும், சமயக்குரவர்களது பெருநிலையைப் பொன்னே போல் மனத்தே பேணியொழுகி வாழ்ந்து வந்தவர் என்றும் உறுதியாகக் கூறலாம் என்று கூறி, இராமலிங்க அடிகளது வாழ்க்கைமுறை நேர்மையற்றது என்றவர் கூற்றை முதற்கண் மறுத்தார்.

அடுத்தபடியாகத் திருவருட்பா என்னும் நூலிற்கு விளக்கம் கொடுக்கத் தொடங்கினார். 'திருஅருட்பா' என்ற தொடர் மொழியானது திரு, அருள், பா எனும் மூன்று சொற்களைக் கொண்டது. இத்தொடர் 'இராமலிங்க சுவாமிகள் இறைவனது திருவருள் துணைகொண்டு பாடியருளிய பாடல்களான நூல் எனக் கருவியாகு பெயராக நூலை உணர்த்தி நின்றது.'

இராமலிங்க அடிகளாரின் பாடல்களிலுள்ள ஆபாசங்களை விளக்கிக் காட்டும் கண்ணாடி எனப் பொருள்பட ஆக்கப்பட்டிருந்த 'இராமலிங்கம் பிள்ளை பாடல் ஆபாச தர்ப்பணம் அல்லது மருட்பா மறுப்பு' என்னும் நூற்பெயரின் பிழைபாட்டைப் பாவலரவர்கள் அடுத்து எடுத்துக் காட்டலானார்.

சுவாமிகளின் பாடல்கள் ஆபாசம் நிறைந்தனவென்றும் அவற்றை விளக்கிக் காட்டும் கண்ணாடி இந்நூல் என்றும் இதனை எழுதியவர் கருதுவாரானால், இந்நூற்கு, 'இராமலிங்கம் பிள்ளை பாடலின் ஆபாச விளக்கத் தர்ப்பணம்' என்று பெயர் அமைந்திருக்க வேண்டும். அவ்வாறு அமைக்காத காரணத்தால் அப்பெயரமைப்பே என் கொள்கைக்கு ஆதரவளிப்பதாக அமைந்துள்ளது. எவ்வாறெனில்: அத்தொடரில், இராமலிங்கம் பிள்ளை பாடல், 'ஆ+பாச+தர்ப்பணம்' என்று பிரிவுபட்டு அடிகளாரின் பாடல்கள் ஆகா என்ன அருமையானவை! அவை பாசத்தின் இயல்பை அதாவது மாயையின் இயல்பை விளக்கிக் காட்டும் கண்ணாடியாயுள்ளன' எனப் பொருள்படும். இன்னும், 'இராமலிங்கம் பிள்ளை பாடலா? பாசத் தர்ப்பணம் எனவும் பிரிக்கலாம். இது, 'அடிகளாரின் பாடல்களையா சொல்லுகிறீர்கள், அவை மாயையின் இயல்பை விளக்கிக் காட்டும் கண்ணாடியல்லவா?' எனவும் பொருள்படும்.

அன்றியும் இராமலிங்கம் பிள்ளைப் பாடல்கள் ஆபாச தர்ப்பணம் அல்லது மருட்பா மறுப்பு என்று பெயரிட்டிருக்கின்றார்கள் 'அல்லது' என்னும் இடைச்சொல், விளக்கப் பொருளிலும், உழற்சிப் பொருளிலும் வரும். இங்கே உறழ்ச்சிப் பொருளில் அமைக்கப் படவில்லை என்பதும் விளக்கப் பொருளிலேயே அமைக்கப்பட்ட தென்பதும் பெயரமைப்பை நோக்க விளங்கும்.

அருட்பா ஆபாச தர்ப்பணம் என்ற தொடருக்கு விளக்கச் சொல்லாக 'மருட்பா மறுப்பு' என்னும் தொடர் அமைந்ததாகப் புலப்படவில்லை. எனவே பிழையுடைய பெயரமைப்பு எனப் புலப்படுகிறது. அன்றியும், மருட்பா மறுப்பு என்றார்களே, மருட்பாவினை மறுப்பது அருட்பாவெனத் துணிவது என்பதுதானே? எனவே, அவர்கள் அருட்பா என ஒப்புக் கொண்டதாகத்தானே பொருளாகிறது. அச்சொற்றொடர் அவ்வாறு அமைந்ததும் அடிகளாரின் அருள் திறத்தையே காட்டுகிறது.

அன்றியும், தர்ப்பணம் என்றெழுதுவது தமிழ் இலக்கண வழக்கிற்கு மாறுபட்டது. 'ரழதனிக்குறி லணையா' (நன்னூல். 110) என்பது விதி. தனிக்குறிலை அடுத்து ரகர ழகர ஒற்றுக்கள்

130 ப. சரவணன்

வாரா என விதியிருக்கத் தர்ப்பணம் என எழுதியுள்ளது இலக்கணப் பிழை. பெயரமைப்பிலேயே 'தருப்பணம்' என்றெழுதாமல் தர்ப்பணம் என்றெழுதி இலக்கணப் பிழை அமைந்த ஆசிரியர் எழுதிய நூல் முழுவதும் இலக்கணப் பிழையே மலிந்திருக்கும் என்பது தெளிவுதானே? அத்தகைய நூலை தமிழ் மக்கள் படிப்பது தவறு என்று கூறி அப்புத்தகப் படி ஒன்றைக் கையிலெடுத்து இரண்டாகக் கீறி எறிந்தார். கூட்டம் சில்லிட்டது.

அப்போது கூட்டத்தில் ஒருவர் எழுந்திருந்து பாவலரை நோக்கி 'அருட்பா பாச இயல்பை விளக்கிக் கூறும் கண்ணாடி என்றீர்கள். அங்ஙனமாயின் அது பரத்தை விளக்கிக் காட்டும் நூலன்றோ? என்றார். அதற்குப் பாவலர், 'பாசத்தை விளக்கிக் காட்டுவதன்மூலம் பாசத்தின் நிலையாமையையும் பரத்தின் உண்மையினையும் பெற வைப்பதுவே ஞான நூற்களின் இயல்பு. அம்முறையில் வள்ளலாரும் பாச இயல்பை சில இடங்களில் விளக்கிக் காட்டுவதன்மூலம் உண்மையினை நிலை நாட்டுகிறார். இதனைத் தவறாகப் புரிந்துகொண்டு ஆபாசம் என நிலை நாட்ட முற்படுவது அறிவுடைமையன்று' என்றார்.

மேலும், அடிகளார், 'நாமாவளி' என்னும் தலைப்பில் எழுதியுள்ள பாடல்களுள் ஒன்றில், 'இறந்தார் எழுவர் என்று புறந்தாரை ஊது' எனப் பாடியுள்ளார். அருட்பா எதிர்தரப்பினர், இவ்வடிக்கு விளக்க உரையாக, 'பிள்ளையவர்கள் இறந்தார் எல்லாம் எழுவர் என்று பாடியதால் பல விதவைப் பெண்கள் கணவர் தமக்கு மீண்டும் கிடைப்பாரென இவர்பின் சென்று வறிதே மீண்டனர்' எனக் காஞ்சியில் நடந்த கூட்டமொன்றில் இழிவுரை பகர்ந்தனரே என்றனர். பாவலரவர்கள் இதற்குக் கொடுத்த மறுப்புரையாவது: பிறந்தவர் யாவரும் இறப்பாரென்பது அனுபவ உண்மை. இதனையே வள்ளலார், இறந்து–ஆர்–எழுவர்? இறந்தவர் யார்தான் எழ முடியும்? எனக் கேட்கின்றார். மேலும், அடிகளார் இறந்தார் எழுவர் எனக் கூறியது சிறந்த தத்துவப் பொருளாகும். எழுவர் என்றது மனம், புத்தி, சித்தம், அகங்காரம் என்னும் அந்தக்கரணங்கள் நான்கும், ஆணவம், கன்மம், மாயை என்னும் மலங்கள் மூன்றும் ஆகிய ஏழுமாம். அவ்வேழு அஃறிணைப் பொருள்களையும் உயர்திணையாகக் கூறியது 'இழிப்பில் கூறிய திணை வழுவமைதி'யாகும். கரணம் நான்கும் மலம் மூன்றும் ஒடுங்கி ஆன்மபோதம் முற்படுதலையே 'இறந்தார் எழுவர்' எனக் குறிப்பிடுகின்றார்.

அன்றியும், இறையருளிலே திளைத்து இரண்டறக் கலந்தவர்களுக்கு மரணமிலாப் பெருவாழ்வு சித்திக்கும் என்பது இந்திய ஞானிகள் கருத்து. வள்ளுவரும்,

> மலர்மிசை ஏகினான் மாணடி சேர்ந்தார்
> நிலமிசை நீடு வாழ்வார்

என்றும்,

> பொறிவாயில் ஐந்தவித்தான் பொய்தீர் ஒழுக்க
> நெறிநின்றார் நீடு வாழ்வார்

என்றும் கூறுகின்றார்.

இவர்களைப் பின்பற்றியே வள்ளலாரும் சாவாதிருக்க வழி கூறுகின்றார்.

> சிறந்திடு சன்மார்க்கம் ஒன்றே பிணிமூப்பு மரணம்
> சேராமல் தவிர்ந்திடுங்காண் தெரிந்து வம்மின் இங்கே

என்னும் பாடலில் சன்மார்க்க வழி – தெய்வநெறி இறப்பைத் தவிர்க்கும் என்று கூறினாரேயொழிய இறந்தவரை எழுப்பித் தந்துவிடுவேன் என்று கூறினாரில்லை என்றார். அவையில் எழுந்த ஆரவாரமே மறுப்பாளர் கூற்றுப் பொருந்தாக் கூற்றென்பதை வலியுறுத்திற்று.

பாவலர் சொற்பொழிவு நிகழ்த்திக் கொண்டிருந்த ஒரு கூட்டத்தில் மருட்பா குழுவினரில் ஒருவர் 'இராமலிங்கர்,

> நாதர் முடிமேல்இருக்கும் வெண்ணிலாவே – அங்கே
> நானும்வர வேண்டுகின்றேன் வெண்ணிலாவே

எனப் பாடுகின்றாரே! சமயக்குரவர்களும் பிற அடியார்களும் இறைவனின் அடியில் சேர வேண்டுமென்று வேண்டி யிருக்கிறார்களே அன்றி இறைவனின் முடிமேல் இருக்க இடம் வேண்டுமென்று வேண்டியதில்லையே. இராமலிங்கர் இறைவனின் முடிமேல் இருக்க இடம் வேண்டுமென்று கேட்பது அவரது ஆணவ முனைப்பை யல்லவா காட்டுகிறது?' என்று வினவினார்.

அதற்குப் பாவலர், 'நீங்கள் குறிப்பிட்டது திருஅருட்பா ஆறாம் திருமுறையில் வெண்ணிலாவை முன்னிலைப்படுத்திப் பாடும் பாடலில் உள்ள இரண்டாவது கண்ணி. அக்கண்ணியில் அத்தொடர் 'நாதர் முடிமேல்' என்றன்று, 'நாத முடிமேல்' என்றுதான் அமைந்திருக்க வேண்டும்; நாதர் முடி என்பது நீங்கள் படித்த புத்தகத்திலுள்ள அச்சுப் பிழையாகவோ, நீங்கள் படித்த கோளாறாகவோ ஆயிருக்க வேண்டும்.'

நாத முடிமேல் என்பது சைவ சித்தாந்தம் கூறும் முப்பத்தி ஆறு தத்துவங்களில் நாத தத்துவத்தின் மேல்நிலையைக் குறிக்கின்றது. நாத தத்துவம் முடிந்த மேல்நிலை பரவெளி எனப்படும். அதனைச் சிவானந்தப் பெருவெளி என்றும், சச்சிதானந்தக் கடல் என்றும் சிவபெருமான் திருவடி நிழல் என்றும் கூறுவர். தாம் அப்பெரு

நிலையை அடைய வேண்டுமென்பதையே நாத முடிமேல் அங்கே நானும் வர வேண்டுகின்றேன் என்று பாடுகின்றார். அக்கண்ணியின் முன்பின் கண்ணிகள்

தன்னையறிந் தின்பமுற வெண்ணிலாவே – ஒரு
தந்திரம் நீ சொல்ல வேண்டும் வெண்ணிலாவே

சச்சிதானந் தக்கடலில் வெண்ணிலாவே – நானும்
தாழ்ந்து விழ வேண்டுகின்றேன் வெண்ணிலாவே

என்பவை. இவைகளை நோக்கும் போது நாதமுடிவிலுள்ள பரஞான வெளியினையே அடிகள் குறிப்பிடுகின்றா ரென்பது பெறப்படுகின்றதல்லவா? மேலும், மூன்றாம் கண்ணியில் தாழ்ந்து விழ வேண்டுகின்றேன் என வேண்டுவது அடிகளாரின் பணிவைக் காட்டுகின்றதன்றோ! அன்றியும் ஆறாம் திருமுறை 5639ஆம் பாடலில்,

நாதம் மட்டும் சென்றனம் மேல் செல்ல வழியறியேம்
நவின்ற பரவிந்து மட்டும் நாடினம் மேல் அறியேம்

என்று கூறுவதும் அதனை வலியுறுத்துகின்றது. எனவே, அடிகளார் முன்னோர் மரபை யொட்டிப் பணிந்தே பாடுகின்றார். இறைவன் திருவடி நிழலையே அடைய விரும்புகிறாரேயன்றி ஆணவத்தால் தலைதடுமாறவில்லை என்று விளக்கினார் (வித்துவான் சி. குமரேச பிள்ளை, 1986:31–41).

இவ்வாறாக, செய்குதம்பி பாவலர் அருட்பா X மருட்பா வாதத்தில் அருட்பாக் கூட்டத்திற்குச் சார்பாகப் பல பணிகளை ஆற்றியுள்ளார். அவர் ஒரு இஸ்லாமியராக இருந்துங்கூட இவ்வாதங்களில் பங்கேற்று உண்மையை நிலைநாட்டி யிருப்பது போற்றுதலுக்குரியதாகும்.

~ ~

19ஆம் நூற்றாண்டில் நடந்த அருட்பா X மருட்பா போராட்டம் அண்மைக் காலங்களிலும் ஓய்ந்தபாடில்லை. வள்ளலாரைப் பற்றியும் அவரது பாடல்களைப் பற்றியும் தாக்கிவருவது என்பது தொடர் நிகழ்ச்சியாகவே ஆகிவிட்டது. அருட்பாவா? மருட்பாவா? என்ற நேரடியான தாக்குதல்கள் நடைபெறாவிட்டாலும் அதனூடாக வந்த உதிரி உதிரியான சில பிரச்சினைகளையும் அண்மைக் காலங்களில் காணமுடிகிறது. இதில் முக்கிய இடத்தை வகிப்பது *வள்ளலார் மறைவு மரணமா? சித்தியா?* என்னும் தலைப்பில் 'ஜட்ஜ்' பலராமய்யா 1987இல் எழுதி வெளியிட்ட நூலாகும். பதிப்பு முறையில் இடம் மாறிக் கிடக்கும் வள்ளலாரின் பாடல்கள், வசனங்கள் இவற்றைக் கொண்டு, அடிகள் தொடங்கிய

சன்மார்க்க சங்கம் சரியாக நடைபெறவில்லை; சத்திய தருமச் சாலையைத் துன்மார்க்கிகள் நடத்தினர்; ஞானசபை மூடிக் கிடந்தது; அடிகள் ஒரு பெண்ணோடு கூடினார்; சித்தியடைய வில்லை; மரணமிலா நிலைக்கு மாறாக ஆனார் என்பன போன்ற பல குற்றச்சாட்டுகளை வள்ளலார் மீது வைத்து பலராமய்யா இந்நூலை எழுதியுள்ளார்.

இவற்றை எல்லாம் தக்க சான்றுகளைக் கொண்டு துறவி கந்தசாமி என்பவர் மறுத்து, 1989இல் *இராமலிங்கர் பெற்ற இறைவடிவமும் ஐந்தொழிலாற்றலும்* என்னும் தலைப்பில் ஒரு நூலை வெளியிட்டார். அதன் பின்பு இப்பிரச்சினைக்கு முற்றுப்புள்ளி வைக்கப்பட்டது.

○

ப. சரவணன்

5

இறுதியாக . . .

19ஆம் நூற்றாண்டில் சமய உலகில் மிகுந்த பரபரப்பை ஏற்படுத்திய 'அருட்பா X மருட்பா' என்னும் கண்டனப் போராட்டம் ஆய்வுக் கண்ணோட்டத்துடன் எழுதப் பெற்று முதன் முதலாக நூலுருவம் பெற்றுள்ளது. இதற்கு முன் இப்பிரச்சினைக் குறித்துத் தனியொரு நூல் இல்லை என்றே கருதுகிறேன். ஊரன்அடிகள் இது குறித்துத் தனியொருநூல் எழுதப்போவதாகப் பல இடங்களில் குறிப்பிட்டிருந்தார். ஆனால் இன்றுவரை அவர் அதை எழுதவில்லை.

அருட்பா X மருட்பாப் பிரச்சினைக்கு அடித்தளமாக வருணாசிரமம்-சாதியப் பிடிப்பு -குல ஏற்றத்தாழ்வு-மடங்களின் தலையீடு-ஈழம், தமிழக அறிஞர்களிடையே இருந்த தனிமனித ஆளுமை ஆகியன பெரிதும் காரணமாக இருந்தன.

வள்ளலாரது பாடல்களை அருட்பா என்று கூறக்கூடாது என்பதற்காகவே ஆறுமுக நாவலர் மஞ்சக்குப்பம் நீதிமன்றத்தில் வழக்குத் தொடுத்தார் என்னும் புனைவு தமிழகத்தில் நீண்ட காலமாக வழங்கிவருகிறது. இப்புனைவை முதன் முதலில் உண்டாக்கியவர் பேராசிரியர் எஸ். வையாபுரிப் பிள்ளையாக இருக்கலாம் என்று தோன்றுகிறது.

எழுத்து வடிவ ஆதாரம் இதற்கு முன்பு இருப்பதாகத் தெரிய வில்லை. பின்னாளில் துமிலன், ம.பொ.சி. என்று பலரும் பலவாறு புனைந்து எழுதுவதற்கு இதுவே அடிப்படையாக இருந்திருக்கிறது என்று கருத இடமுண்டு.

வள்ளலார் பேரம்பலத்தில் 'நாவலர்' என்னும் சொல்லுக்கு வேறு சில பொருள் விரித்ததற்காகவே ஆறுமுக நாவலர் அவர் மீது மானநட்ட வழக்கும், தீட்சிதர்கள் மீது கிரிமினல் வழக்கும் தொடுத்தாரேயன்றி, அருட்பா என்று மக்கள் அழைக்கக் கூடாது என்பதற்காக அவர் வழக்குத் தொடுக்கவில்லை. இந்த விடயத்தை இந்நூல் தக்க சான்றுகளுடன் விவரித்துள்ளது. அத்துடன் வழக்கில் தீர்ப்பு வழங்கியவர் திரு. முத்துசாமி ஐயர் என்று கூறுவாரது கருத்தை மறுத்து, திரு. ராபர்ட் என்பவரே தீர்ப்பு வழங்கினார் என்னும் விபரமும் நூலில் தெளிவுபடுத்தப்பட்டுள்ளது.

வழக்கில் வள்ளலார் விடுதலை செய்யப்பட்டமைக்குக் காரணம் அவர் பொய் சத்தியம் கூறியமையே என்பர். இக்கருத்தின் பொருந்தாமையையும் இது குறித்த ஆய்வு மேலும் தொடரப்பட வேண்டியதன் அவசியத்தையும் 'இந்திய சாட்சியச் சட்டம்' (Indian Evidance Act 1872) முதலிய நூல்களைக் கொண்டு தெளிவுபடுத்தப்பட்டுள்ளது. நூலை வாசிப்போருக்கு இவ்விடத்தில் ஒரு கேள்வி எழும். அதாவது, இந்திய சாட்சியச் சட்டம் 1872இல் வடிவமைக்கப்பட்டது. அருட்பா மருட்பாப் பிரச்சினை 1869இல் நடந்தது. எனவே பின்னாளில் வந்த சட்டத்தை அதற்கு முன்பு நிகழ்ந்த வழக்கோடு தொடர்புபடுத்துவது சரியா? வாசகர்களின் இந்தக் கேள்வி நியாயமானதே. 1872இல் வெளியான சாட்சியச் சட்டம் அதற்கு முன்பும் இதே நிலையைத்தான் சட்டத்தில் வகித்து வந்தது என்பதை வாசகர்கள் உணர்ந்து கொண்டால் இந்தக் குழப்பத்திற்கு இடமிராது. மேலும் வழக்கு நடந்ததற்கும் சட்டம் வெளியானதற்கும் பெருத்த கால வேறுபாடு இல்லை; மூன்றாண்டுகள் மட்டுமே. அத்துடன் 'இந்திய தண்டனைச் சட்டம்' (Indian Penal Code) 1860களிலிருந்தே நடைமுறையில் உள்ளது. இதுவும் இந்த வழக்கிற்கு அடிப்படை ஆதாரம் என்பதை வாசகர்கள் கவனத்தில் கொள்வார்களாக.

தமிழகத்தில் இரண்டாம் கட்டமாக நடந்த அருட்பா மருட்பாப் பிரச்சினைக்கான காரணம் ஆறுமுக நாவலரது செய்கையினின்று பெரிதும் வேறுபடுகிறது. இதற்குத் தலைமை வகித்த கதிரைவேற் பிள்ளை வயிற்றுப் பிழைப்புக்காகவும்/ வெகுசன புகழுக்காகவும் பல கண்டனங்களில் ஈடுபட்டு இறுதி யாக அருட்பா மருட்பாப் போராட்டத்தைத் தொடங்கினார் என்பதை இந்த நூலை வாசிப்போர் அறிவர்.

கதிரைவேற் பிள்ளை வள்ளலாரைப் பற்றித் தவறாகப் பல எழுதி கண்டனம் செய்தமைக்காக வள்ளலாரது தமையன் மகன் வடிவேலு பிள்ளை அவர் மீது மானநட்ட வழக்கொன்றைத் தொடுத்தார். வழக்கில் சாட்சி கூறியவர்கள் உ.வே.சா.வும் சிதம்பரத்திலிருந்து கதிரைவேற் பிள்ளையால் திரட்டி வரப்பட்ட சில நபர்களும் சாட்சிப் பட்டியலில் முக்கிய இடத்தை வகிக்கின்றனர். (திரு.வி.க. இந்த சாட்சிப் பட்டியலில் எப்படியோ அகப்பட்டுக் கொண்டார் !) இந்த வழக்கு விடயத்தில் கதிரைவேற் பிள்ளைக்குச் சார்பாகத் திரு.வி.க. சாட்சி கூறப்போனார்; அதனாலேயே தேர்வு எழுத இயலாது தமது உயர்கல்வியைத் தொடர முடியாமல் போயிற்று என்று எழுதியுள்ளார் ம.பொ.சி.- படித்தவர்கள் மத்தியில் கூட இக்கருத்து ஆழமாக வேரூன்றியுள்ளது – இவரது தவறான கருத்தை எடுத்துக் காட்டியதோடு, வில்வபதி செட்டியார் என்பவருக்கும் கதிரைவேற் பிள்ளைக்கும் இடையே நிகழ்ந்த அடிதடிச் சண்டை ஒன்றிற்காக நடந்த வழக்கில் சாட்சி கூறப் போனதாலேயே திரு.வி.க., தமது உயர்கல்விக்கு முற்றுப்புள்ளி வைத்துக் கொண்டார் என்பது இந்த நூலில் நிரூபிக்கப்பட்டுள்ளது.

நீதிமன்றத்தில் கதிரைவேற் பிள்ளைக்குச் சார்பாகத் தீர்ப்பு வழங்கப்பட்டது. தீர்ப்பு, சாதகமாக அமைந்ததால் 'அருட்பா மகோற்சவம்' நடத்தி வெற்றிவிழாவும் கொண்டாடப்பட்டது. ஆனால் தீர்ப்பு எந்த அடிப்படையில் அவருக்குச் சாதகமானது என்பதை வாசகர்கள் அறிந்திருப்பீர்கள் என்று நம்புகிறேன்.

வள்ளலாருக்கும் அவரது நூல்களுக்கும் எதிராகச் சில கண்டன நூல்கள் வெளியானதாகக் கதிரைவேற் பிள்ளை குறிப்பிட்டிருப்பவை யாவும் அவரே எழுதியவை என்பதும் (உ–ம். இராமலிங்கம் பிள்ளை அங்கதப்பாட்டு), அவர் கூறும் சில நூல்கள் வெளிவரவேயில்லை.(உ–ம். குதர்க்காரணிய நாசமகாபரசு கண்டனம்) என்பதும் இங்குச் சுட்டிக்காட்டப்பட்டுள்ளன.

இரண்டாம் கட்ட அருட்பா மருட்பாப் பிரச்சினையில் ம.தி. பானுகவி, மறைமலையடிகள், செய்குதம்பி பாவலர் ஆகியோரது முக்கியமான பங்களிப்பு இங்கு ஓரளவிற்கு விரிவாகக் கூறப்பட்டுள்ளது.

20ஆம் நூற்றாண்டில் அருட்பா X மருட்பாப் பிரச்சினை தொடங்கிப் பின்பு அடங்கிப் போனதை இந்த நூலில் தொட்டுக்காட்டியுள்ளேன். ஆனால் விரிவாக எழுதவில்லை. அப்படி எழுதுவதற்கான முக்கியப் பிரச்சினையாக அது அமையவில்லை என்பதாலேயே அதை விடுத்தேன்.

மொத்தத்தில் அருட்பா மருட்பாப் பிரச்சினை என்பது ஒரு சங்கிலித் தொடர்போல காலங்காலமாக நிகழ்ந்து வந்துள்ளதை நாம் அவதானிக்க முடிகிறது – இதற்கெல்லாம் காரணம் வள்ளலார் பற்றி இன்னும் அவிழ்க்கப்படாத / அவிழ்க்க முடியாத சில புதிர்கள்தான் – இது இத்துடன் அடங்கிப்போகுமா? தொடருமா? பொறுத்திருந்து பார்ப்போம்.

o

சான்றுப் பட்டியல்

தமிழ் நூல்கள்

அரவிந்தன், மு.வை., *உரையாசிரியர்கள்*, மணிவாசகர் பதிப்பகம், சென்னை, 1995.

அருள்செல்வி, பா., *சமரச சுத்த சன்மார்க்க நெறி (ஆய்வு)*, அருள்ஜோதி பதிப்பகம், சென்னை, 1991.

இராசரத்தினம், சு., *தமிழீழம்–நாடும் அரசும்*, தமிழ்க்கோட்டம், புதுச்சேரி, 1995.

உதயமூர்த்தி தேசிக சுவாமிகள், *முக்குணவயத்தின் முறைமறைந்தறைதல்*, மீனலோசனி அச்சியந்திரசாலை, தேவிகோட்டை, 1905.

உண்மை தெரித்தல், கமலநாயகி அச்சியந்திர சாலை, வேப்பேரி, சென்னை (ஆசிரியர் பெயர், ஆண்டு ஆகியன இல்லை).

ஊரன் அடிகள், *இராமலிங்க அடிகள் திருவரலாறு*, சமரச சன்மார்க்க ஆராய்ச்சி நிலையம், வடலூர், 1971.

ஊரன் அடிகள், (ப.ஆ), *திருஅருட்பா*, சமரச சன்மார்க்க ஆராய்ச்சி நிலையம், வடலூர், 1972.

கனகசபை பிள்ளை, *வருணசிந்தாமணி*, 1903 (மற்ற விவரங்கள் இல்லை).

கணபதிப் பிள்ளை, சி., *நாவலர்*, இலங்கை, 1968.

கந்தசாமி, துறவி, *திருவருட் பிரகாச வள்ளல்–இராமலிங்கர் பெற்ற இறைவடிவமும் ஐந்தொழில் ஆற்றலும்*, வள்ளலார் தெய்வநிலைய வெளியீடு, வடலூர், 1989.

கலியாணசுந்தரனார், திரு.வி., *திரு.வி.க. வாழ்க்கைக் குறிப்புகள்*, சைவ சித்தாந்த நூற்பதிப்புக் கழகம், சென்னை, 1969.

கலியாணசுந்தரனார், திரு.வி., *கதிரைவேற் பிள்ளை சரித்திரம்*, வேதாகமோக்த சைவசித்தாந்த சபை வெளியீடு, சென்னை, 1908.

கனகரத்தினம், இரா.வை. (ப.ஆ.), *சி. செல்லையா பிள்ளையின் யாழ்ப்பாண நல்லூர் ஆறுமுக நாவலர் அவர்களின் சரித்திரச் சுருக்கமும்–அவர்கள் இயற்றிய தனிப்பாமாலையும்*, அன்புதாசன் வெளியீடு, புங்குடுதீவு, இலங்கை, 1996.

கனகரத்தினம், வை., (ப.ஆ), *வே. கனகரத்தின உபாத்தியாயரின் ஸ்ரீலஸ்ரீ நல்லூர் ஆறுமுக நாவலர் சரித்திரம்*, புவனேஸ்வரி அம்மன் கோயில் வெளியீடு, ஏழாலை, 1994.

குமரேசபிள்ளை, சி., *செந்தமிழ் வளர்த்த செய்குதம்பி*, குமரன் பதிப்பகம், சுசீந்திரம், 1986.

கைலாசபதி, க., *ஈழத்து இலக்கிய முன்னோடிகள்*, மக்கள் வெளியீடு, சென்னை, 1986.

கைலாசபிள்ளை, த., *ஆறுமுக நாவலர் சரித்திரம்*, வித்தியாநு பாலன யந்திரசாலை, சென்னபட்டணம், விக்கிரம வருஷம் (1880).

கைலாசபிள்ளை, த., (தொ.ஆ.), *ஆறுமுக நாவலர் பிரபந்தத் திரட்டு*, இந்துசமய கலாசார அலுவல்கள் திணைக்களம், கொழும்பு, 1996.

சண்முகம் பிள்ளை, திருமயிலை., *திருஅருட்பா தூஷண பரிகாரம்*, பரப்பிரம்ம முத்திராக்கர சாலை, சென்னை, 1868.

சண்முகம் பிள்ளை, தஞ்சை., *கதிரைவேற்பிள்ளை உண்மை சரித்திரம்*, புதுவை சைகோன் சின்னையா அச்சியந்திரசாலை, பாண்டிச்சேரி, 1909.

சிவஞானம், ம.பொ., *வள்ளலார் கண்ட ஒருமைப்பாடு*, இன்ப நிலையம், சென்னை, 1963.

சிவத்தம்பி, கா., *தமிழ் இலக்கியத்தில் மதமும் மானுடமும்*, சென்னை, 1994.

சுப்பிரமணியப் பிள்ளை, கா., *தமிழ் இலக்கிய வரலாறு*, ஆசிரியர் நூற் பதிப்புக் கழகம், சென்னை, 1956.

சரவணானந்தா, *வள்ளலார் கண்ட ஒருமை வாழ்வு*, இராமலிங்கர் பணிமன்றம், சென்னை, 1974.

சோமசுந்தரம், கெ.சி., *வடலூரர் வள்ளற்பெருமானார்*, செல்வன் பதிப்பகம், தென்னாம்பட்டு, 1982.

தாமோதரம் (சி.வை. தாமோதரம் பிள்ளை பதிப்புரைகள்), யாழ்ப்பாணம் கூட்டுறவுத் தமிழ் நூற்பதிப்பு–விற்பனைக் கழகம், கொழும்பு, 1971.

தியாகேச முதலியார், மாவண்டூர், *போலியருட்பா மறுப்பு*, சென்னபட்டணம், 1868.

திருஅருட்பா உரைநடைப் பகுதி, இராமலிங்கர் பணி மன்றம், சென்னை, 1981.

துரைசாமிப் பிள்ளை, உ.மா., *திருவருட்பிரகாச வள்ளலாரெனும் சிதம்பரம் இராமலிங்க சுவாமிகளின் சரித்திரமும் அருட்பா ஆராய்ச்சியும்*, ஒற்றுமை ஆபீஸ், தியாகராயநகர், சென்னை, 1949.

தொல்காப்பியர், *தொல்காப்பியம்* (பேராசிரியர் உரை), கழகம், சென்னை, 1969.

நடராஜன், அ.லெ., *வள்ளலார் வாழ்வும் வாக்கும்*, இராமலிங்கர் பணிமன்றம், சென்னை, 1974.

நயினார் செட்டியார், இராம., *அருட்பா சிறப்பு, போலியருட்பா மறுப்பு, இராமலிங்க பிள்ளை படிற்றொழுக்கம், மேற்படி அங்கதப் பாட்டு*, தூத்துக்குடி, 1904.

பலராமய்யா, *வள்ளலார் மறைவு மரணமா? சித்தியா?*, அருள்ஜோதி பதிப்பகம், சென்னை, 1987.

பாலசுப்பிரமணியம், மு., *வள்ளலார் வாழ்வியல்*, சமரச சுத்த சன்மார்க்க சத்திய சங்கம், ஆழ்வார் திருநகர், சென்னை, 1999.

பாலகிருஷ்ணப் பிள்ளை, ஆ., (ப.ஆ.),*திருவருட்பா திருமுகப் பகுதி*, பாரிநிலையம், சென்னை, 1959.

பாலசுந்தர நாய்க்கர், பு., *இராமலிங்கபிள்ளை பாடல் ஆபாச தர்ப்பணம்*, வேதாகமோக்த சைவ சித்தாந்த சபை, சென்னை, 1904.

பானுகவி, ம.தி., *இராமலிங்கம் பிள்ளை பாடல் ஆபாச தர்ப்பண கண்டன நியாய வச்சிரகுடாரம்*, கணேச அச்சியந்திரசாலை, சென்னை, 1905.

பிங்கல முனிவர், *பிங்கல நிகண்டு*, கழகம், சென்னை, 1968.

பூலோகசிங்கம், பொ., *ஈழம் தந்த நாவலர்*, காந்தளகம், சென்னை, 1993.

மாணிக்கவாசகம், இரா., *திருஅருட்பா ஆராய்ச்சி*, அன்னை அபிராமி அருள் பதிப்பகம், சென்னை, 1985.

முருகேச முதலியார், பா.சி., *இராமலிங்க பிள்ளை பாடல் ஆபாசதர்ப்பணம் அல்லது மருட்பா மறுப்பு விஜயமகாசரபம்*, ஸ்ரீ காஞ்சி பூஷண அச்சியந்திரசாலை, காஞ்சிபுரம், 1905.

விநாயகமூர்த்தி, அ., *பதிப்புக்கலை*, பாலமுருகன் பதிப்பகம், மதுரை, 1979.

விஸ்வலிங்கம் முதலியார், *பிரார்த்தனை பத்திரிகை*, விபவ வருடம் (1868).

வீராசாமி முதலியார், நரசிங்கபுரம், *விஞ்ஞாபனப் பத்திரிகை*, ஆ.ம.து.வே. ஆரியர் முத்தமிழ் வாணிபீடம் பிரஸ், விபவ வருடம் (1868).

வேங்கடாசலபதி, ஆ.இரா., (ப.ஆ.), *மறைமலையடிகளார் நாட்குறிப்புகள் (1898–1950)*, மறைமலையடிகள் பதிப்பகம், சென்னை, 1988.

வேலாயுத முதலியார், தொழுவூர், *போலியருட்பா மறுப்பின் கண்டனம் அல்லது குதர்க்காரணிய நாசமஹாபரசு*, சென்னைச் சாதுசங்க பக்தசன சபை, சென்னபட்டணம், சுக்கில வருடம் (1869).

வையாபுரிப் பிள்ளை, எஸ்., *தமிழ்ச்சுடர் மணிகள்*, வையாபுரிப் பிள்ளை நினைவு மன்றம், சென்னை, 1995.

ஜெயச்சந்திரன், அர., *வள்ளலாரின் இலக்கிய உத்திகள்*, அருள்நெறி பதிப்பகம், விருத்தாசலம், 1998.

ஆங்கில நூல்கள்

Saha, A.N., *Criminal Reference*, Eastern Law House (P) Ltd., Calcutta, 1991 (5th ed).

The Indian Evidence Act 1872, Current Publications, Mumbai, 2000.

The Indian Penal Code 1860, Wadhwa and Company (P) Ltd., Nagpur, 1985.

ஆய்வேடு

அமிர்தலிங்கம், சு., *வள்ளலார் ஆளுமை உருவாக்கமும் பங்களிப்பும்*, முனைவர் பட்ட ஆய்வேடு, சென்னைப் பல்கலைக்கழகம், சென்னை, 1987. (இவ்வாய்வேடு சிற்சில மாற்றங்களோடு நூலாகவும் வெளிவந்துள்ளது.)

இதழ்கள், மலர்கள்

நாவலர் மாநாட்டு விழா மலர், ஸ்ரீலஸ்ரீ ஆறுமுக நாவலர் சபை, கொழும்பு, நல்லூர்&யாழ்ப்பாணம், 1969.

ஈழகேசரி, 17.9.1950.

குமுதம், 31.8.1961.

பின்னிணைப்புகள்

பின்னிணைப்பு – 1

உ

திருவருட்பா வரலாறு*

அறுசீர் கழி நெடிலடி ஆசிரிய விருத்தம்

திருச்சிற்றம்பலம்

ஒருகோட்டுச் சிவகளிற்றை உம்பர்சிறை ஒழித்தொளிர்வைஞ்
ஞாங்கர் ஏந்தித்
திருகோட்டு நம்பியைஆ ளுடையானை உடையாளைச் செல்வக் காழி
வருகோட்டு மாமருந்தை வாகீச அமுதைவன் தொண்ட வாழ்வை
மருகோட்டு வயல்வாத வூர்அரசைத் தண்டிதனை வழுத்தல் செய்வாம்.

பராபரம் கோதகலும் அநாமயம் போதநிலை
பகாநலம் வாதம்அறு சுகோதயம் பாதிதம்இல்
நிராமயம் காரகம திலாதசஞ் சீவிதம் நல்
நிராசைகொண் டாருடைய நிகேதநம் சூதம்உறல்
வராதஇன் பாரஎனை முனாளில்வந் தேஅருளி
மகாபலம் சேரஅருள் விராவுசெம் பாதநம
இராமலிந் தார்மனதின் இராதசந் தோடநம
இராமலிங் காயநம இராமலிங் காயநம.

---

* திருவருட்பா முதல் நான்கு திருமுறைகளின் முதற்பதிப்பு 1867இல் வெளிவந்தபோது அதன் பதிப்பாசிரியராகிய தொழுவூர் வேலாயுத முதலியார், நூலாசிரியராகிய வள்ளற்பெருமானின் வரலாற்றையும், நூலாகிய திருவருட்பாவின் வரலாற்றையும் 66 செய்யுள்களாகப் பாடித் 'திருவருட்பா வரலாறு' என்னும் பெயருடன் நான்காம் திருமுறைக்குப் பின்னர் நூலிறுதியில் சேர்த்து அச்சிட்டு வெளிப்படுத்தினார். முதல் இரண்டு செய்யுள்கள் காப்பு, முதற் செய்யுள் கடவுள் வாழ்த்து இரண்டாவது செய்யுள் குரு (வள்ளலார்) வாழ்த்து. மூன்றாவது செய்யுள் அவையடக்கம். பிற 63 செய்யுள்கள் நூலாசிரியர் வரலாறும் நூல் வரலாறுமாம். இவை வள்ளற் பெருமானின் அனுமதியுடன் வெளியிடப் பெற்றதாகப் பிறையாறு சிதம்பரசுவாமிகள் திருவட்பிரகாச வள்ளலார் திவ்விய சரித்திரத்தில் கூறியுள்ளார்.

வேறு

தன்நிகரும் பெருங்கருணை அருட்பிரகா சப்பெருமான் சந்நி தானம்
மன்அருளை விழைஅன்பர் சிலர்அருட்பா வரலாறும் மற்றும் ஈண்டிந்
நன்னிதிதான் வெளிவந்த ஆறும்உரைக் குதிஎன்ன நகைநா ணாதிங்
கென்அறியா மையைவிரிப்பேன் இயைந்தனன்உய்
வுண்டாம்என்இச்சை யாலே.

தரவு கொச்சகக் கலிப்பா

மணிகொழிக்கும் கல்லோல மாக்கடலை முகந்துண்டு
பிணிதவிர்க்கத் தலைப்பெயலும் பெய்யாத காலத்தும்
தணிவில்வளந் தருபொன்னித் தடம்புனல்சூழ்ந் தகன்கடைவாய்
மணிமுழக்கம் கேட்டறியா வளநாடு சோணாட்டில். 1

நீர்பூத்துப் பிறைக்கொழுந்து நின்றவிர்செஞ் சடைக்காட்டின்
ஏர்பூத்த பவளமலை இமையம் அருள் பசுங்கொடியும்
நார்பூத்த பன்னகமும் அடுபுலியும் நலன் ஓங்கச்
சீர்பூத்த பொதுஉடைய திருத்தில்லைப் பதிஒருசார். 2

ஐந்திணைசேர் அகத்தமிழின் துறைநுகர்ந்து புறத்துறையின்
வந்தபொருள் அவைகொண்டு செய்வனசெய் மாண்பினவாம்
நந்தல்இலா ஆக்கத்து நாற்குடியும் தழைத்தோங்கும்
கொந்தவிழ்பூந் தண்மருதக் குலமருதூ ராம்மருதூர் 3

இராமையன் மருவாமை இராமைய னிராமையன்
அராமுடிப்பூ மணந்தபுகழ் அருங்கருணீ கக்குலத்தோன்
பராவுவட மீன்கற்பின் சின்னம்மை சின்னம்மைப்
பொராவண்ணம் துணைகொண்டு பொதுநீக்கி அறம்புரந்தான். 4

தூய்மையால் உயர்தவத்தால் துருவம் உறீஇ இருத்தலினால்
வாய்மையால் வடகலை எனஓங்கி வாழ்நாளில்
சேய்மையாத் தனைப்பிரிந்திங் கெமைத்தெரியாச் சிறியோமை
நோய்மைஓ வுறவண்மை இன்பத்து நுழைவிப்பான். 5

மறைவிளங்க ஆகமவாய் மைகள்விளங்கச் சைவநெறித்
துறைவிளங்க வடகலையும் தென்தமிழும் துணிபொருளின்
நிறைவிளங்க நீடுயிர்கள் நெறிவிளங்க நிலைவிளங்கப்
பொறைவிளங்கப் பொய்புகுதா தேழையோம் புலம்விளங்க. 6

விடையுகைக்கும் தான்தோன்றி விரித்துக்காட் டியமெய்ம்மை
நடையுகக்கக் காட்டியும்கா ணார்காண நாலாம்பொய்க்
கடையுகத்தில் கண்கூடாய் நிலைகாட்டப் பெருங்கருணை
மடையுடைத்து மயற்காட்டின் மயங்காமே வெளிகாட்டி. 7

அறங்காட்டும் துறைகாட்டி அறுசமயத் தவரவர்க்கும்
திறங்காட்டிச் சிவங்காட்டிச் சித்திமுத்தித் திருக்காட்டிப்
புறங்காட்டில் பொய்யுடலை வையாமெய்ப் புலங்காட்டி
மறங்காட்டென் மனக்காட்டை வளராமே மதிகாட்ட. 8

தவநெறியும் தவப்பயனும் சார்புஞ்சார் புணர்பொருளும்
சிவனருளும் அருட்பயனும் தேர்ந்தனர்தேர்ந் ததும்உணரா
தவநெறியில் புக்குழன்றங் கசதிஆ டுறும் அறிவில்
பலநெறிநாத் திகரும்உயப் பரிந்தருளின் இயல்காட்டி. 9

சன்மார்க்கத் தவர்யாரும் தனிவிரும்பும் நிலைவிரும்பும்
பன்மார்க்கத் தவர்யாரும் பற்றும்ஒரு பற்றாகி
என்மார்க்கத் தவர்களும்நா டரியபழம் பொருள்எளியேன்
துன்மார்க்கத் தவம்போக்கித் தவமாக்கத் துணிந்தருளி. 10

பொய்யோடப் பொய்யோடாப் புறநிலைகள் புலம்போட
மெய்யோடா வைதிகச்செம் மொழிஒன்றான் வெய்யமல
மையோட மையோடு மனமோட மலிபிறவி
ஐயோடும் இறப்போட அருளோடு கண்ணோடி. 11

போக்குவர வில்லாது புறங்கீழ்மேல் உள்நடுசார்
பாக்கும்இடை அறஇருந்த அதிசூக்கத் தொருதனிமை
நோக்கருநோக் குணர்வருளான் நோக்குறஎட் டுருவாதி
தாக்கருதாக் குறஅன்று கொண்டதொரு தகைமைஎன. 12

ஊரொடுபேர் உருஒன்றும் இல்லாத ஒப்பில்உணர்
வோர்உருஈர் உருமுக்கண் நால்இருதோள் ஐந்துமுகம்
கார்உறுகண் டமும்ஆறு கவர்சடையும் மறைத்தருளி
ஏர்உறவந் தெழுந்ததுவோ அன்றிஇமை யவர்க்கன்று. 13

பொன்நாடு தனைவழங்கப் போர்காட்டி எஃகேந்தி
எந்நாளும் என்ஆளும் எந்தைஆ றிருதோளும்
மன்ஆறு முகமும்ஒளித் துற்றதெனல் அலதுமற்றிங்
கென்ஆவ தன்னார்பால் இருஞ்சேய்மை தனைப்புனைந்து. 14

அறுமீனார் முன்களிப்ப அனிலநாள் கொண்டதென
உறுகன்னி அறுவைமீன் கொண்டருளி உலகமெலாம்
பெறுகோல மதுகாட்டி உதயஞ்செய் பிள்ளையார்
வறியோம்பால் முளைஉண்டார் மகிழ்ந்தனைபால் முலைஉண்டார். 15

திருமுகங்கண் டவர்யாரே ஆயினுங்கண் டளவேதீ
தொருவிமயக் கொழிந்தவர்தாம் செய்வனவும் உறுவனவும்
தரும்உணர்ச்சி முக்குற்றத் தடையறஆங் குறலானும்
அருள்அன்பின் புறலானும் அல்லல்எலாம் அறலானும். 16

பாதகசூ தகங்கள் அறப் பணலானும் பாவனையாய்க்
கோதறுபா வனைக்கெட்டாக் கொள்கைத்தாய் உறலானும்
மேதகுதன் நிலைஆக்கி நிலைப்பயனாக் குறல்ஆதி
வேதகத்தா னும்பொருள்கோள் வெளிப்படையில் புலப்படவே. 17

உருநாமம் இராமலிங்கம் எனக்கொண்டார் ஓங்கருளால்
குருநாம மந்திரமாக் கொண்டுய்ந்தார் உயநினைந்தார்
பெருநாம மந்திரத்தைப் பெற்றிஅறி யார்எல்லாம்
திருநாமம் இதுபிள்ளைத் திருநாமம் என்பாரே. 18

பாசம்எனக் கிடந்தேனைப் பசுஆக்கிப் பருவம்பார்த்
தாசகல உணர்த்திஅருள் ஊட்டம்மை அப்பனுமாம்
பேசரிய பெரியாரைப் பேயுணர்வேன் பேசறியேன்
தேசுவரும் அகவைசிறந் தார்எனவும் சொலஇயைந்தேன். 19

மீதானத் துயர்பள்ளி மேவஎமை வைக்கும் எங்கள்
மேதாவைப் பள்ளிவிழைந் தருளிற்றென் றுரைப்பதெவன்
ஓதாமே எமைஎல்லாம் உணர்த்தும்உரு வெளியைஅச்சோ
ஓதாமே உணர்ந்ததென்பார் உணர்கிலார் ஒருவியப்போ. 20

அவ்வயின்ஆ ருயிர்கள்முத்தி ஆரும்நெறி அறிவிப்பான்
செவ்விதின்நல் அருள்வலித்த தோதெரியேம் சிறந்துயிர்கள்
உய்வகைஉள் ளிருந்தும்ஒளித் தொற்றிநின்ற படிகாட்டத்
தெய்வஒற்றி நின்றதனைத் திருவருளால் தேற்றியதே. 21

அறவாழி அந்தணனாய் அருள்பழுத்த தவக்கொழுந்தெவ்
வறமாவ தெனிற்புலவீர் சந்நிதியை அடைந்துள்ளார்
அறமாவ தெல்லாமும் ஒருங்கடையப் பெற்றாரேல்
அறமாவ தெமக்கல்லால் அடிகளுக்கென் அறஞ்சொலுமே. 22

ஆணவத்தி னான்மாழாந் தறிவிழந்து வெம்பிறவிப்
பூணவத்தைப் பட்டுழலும் புன்கண்அறுத் துய்விப்பான்
மாணவத்தை அருளும்மறை விரித்தமணி வாக்கதனால்
பேணவத்தைச் சொரிதமிழ்ச்செம் பிரவாகம் பெருக்குவித்தே. 23

சிற்றடியேம் பிழைத்தொழும்பைத் திருவுள்ளங் கொண்டகந்தை
முற்றும்ஒழித் தருள்விரவ உபாசனா முறைதெரித்தங்
கற்றம்அற அறிவுருவாய் உருவெளியாய் உருவாகிக்
குற்றம்அறுத் துணர்வூட்டிச் சேணினும்மெய்க் குறிக்கொள்ள. 24

நல்லருளின் இயல்பெளியோம் பெறக்காட்ட நன்னீரால்
செல்லல்இருள் அறவிளக்கங் கெரிவித்தும் தீச்சனன
வல்லபிணி அறுவிக்கும் வகைகாட்டும் படிஉடலின்
அல்லல்செயும் பிணிஅனைத்தும் அருண்மொழியா னேஅறுத்தும். 25

தோடுடைய செவியன்எனும் தொடையால்முன் னாள்எவர்க்கும்
நாடுடைய பொருட்சுட்டி நன்றுவிளக் கியதென்ன
ஈடுடைய உலகமெலாம் உதிக்கின்ற எனும்தொடையால்
பீடுடைய பொருட்சுட்டிப் பேறெமக்கின் றீதென்றும். 26

வேதியாய் மலக்களிம்பை நீக்கிஎமைப் பொன்னாக்கும்
வாதியாய் அருள்விழுங்கி மாயாவா தியனாகிச்
சோதியாய் விளையாடும் தோன்றலுக்கோர் ஆயிரம்பேர்
ஓதினார் உணர்வுடைய தொண்டரெலாம் ஒருசிலவர். 27

தனித்துரைத்த இராமலிங்கத் தனிமறைஆ தரித்துய்ந்தார்
இனித்தஅருட் பிரகாச வள்ளல்என இனிதேத்தி
அனித்தமற்றார் சிலஅறவர்அந்தோஎன் போல்மறந்து
மனித்தன்எனக் கொண்டொழிந்தார் மலவாழ்வில் சிலமறவர். 28

முலைஉண்ணி மோட்டெருமைப் பாற்கடல்மீன் எனவாழும்
நிலைஉயிர்கள் தமையுடைய பூரணத்துள் நின்றும்அந்தோ
அலைவகன்றார் இலர்துன்பத் தழுங்குகின்றார் அறியாமைத்
தலைஇருந்தார் இனம்என்றால் அவர்க்குணர்த்தும் தரம்அன்றே. 29

என்பனங்காய்க் கற்றூணம் இருங்கடல்நா வாய்ஆகி
முன்புகாரம் உண்டமகச் சின்னாட்பின் முருகாய்வந்
தன்புறநல் நரிப்பரியே ஆகவும்அந் தோஅறியார்
தன்பெருமைச் சலம்இன்றிச் சந்துரைப்பார்த் தடுப்பரிதே. 30

ஆருயிர்கள் வினைக்கீடாய் அவ்வவர்கட் கறிவொழுக்கம்
சீருறுதெய் வம்சமயம் சிக்கெனவே யாத்தருளால்
தேரும்ஒரு சிவன்பருவம் தேற்றுவதால் திருவருளை
ஓருமதல் லால்வேறென் உரைப்பதியாம் உயர்புலவீர். 31

வேறு

அமலனார்க் கீதோர் புகழ்கொலாம் ஆடல்
அரியதில் கிளந்தனன் அறியேன்
நிமலசந் நிதிநேர் துரும்பொன்றே நேர்ந்த
நேர்ச்சியில் அளவறு சித்திக்
கமம்உறு புத்தி முத்தியுற் றுயிர்கள்
கனிவுற இதஞ்செயும் என்றால்
சமரச வேத சன்மார்க்க சங்கச்
சாதுளார் பொறுப்பர் என் பிழையே. 32

வேறு

எந்தைஅருட் பிரகாசன் இன்உயிர்கள் தமைத்தேற்றச்
சந்தமுற இனம்ஆடும் தண்ணருள்ஆ டலைப்போற்றச்
சுந்தரநல் அருள்எடுத்துக் கைதருமேல் தொழுதிறைஞ்சிப்
பந்தவினைத் தொடக்கும்மயல் படரும்அற மொழிந்துய்வேன். 33

ஆயஅருள் இறைஎங்கள்அருட்பிரகா சப்பெருமான்
தூயஅரு ளால்பொழிந்த சொல்அமிழ்தாம் தமிழ்ப்பெருக்கு
நேயஅருட் பற்றாகி நிறைமனத்துப் பெரியார்க்கும்
மாயமயக் குழல்என்போல் மறவர்க்கும் உள்ளுருக்கி. 34

அளவாத பேரன்பு சொரிந்தருளை விளைவித்துத்
தளவாரும் நகைக்கயற்கண் தையல்இடங் கொண்டபிரான்
வளமாரும் கழல்மலரோ டிரண்டறுத்து வாழ்விக்கும்
உளவாலே அருட்பாஎன் றொருநாமம் பூண்டதுவே. 35

மருளாலே சிலர்என்போல் மருளாலே மயங்கிஉணர்ந்
தருளாலே உரைத்ததென அருட்பாவின் உரைகொண்டார்
தெருளாதேன் சிந்தைதனைத் தெளிவித்துச் சிவம்ஆக்கும்
அருளாலே உரைத்ததென அருட்பாவின் உரைகொண்டாம். 36

அத்தகைய திருஅருட்பா உபாசனைலீ லைகள்முறைமை
உய்த்தறியச் சோத்தமொடு சாத்திரமாய் உறுதலினால்

சுத்தமுற எப்பொருளும் விளக்கெழுவாய்த் தொல்எழுத்தை
வைத்தஎழுத் தைந்தின்உண்மை மலர்விக்கும் வாய்மையினால். 37

அறுசமயத் துள்ளாரும் அயலாரும் அவர்அறியப்
பெறுபொருளும் அளவாத பெரும்பொருளும் காட்டலினால்
உறுதிபெறும் அத்துவா அதன்மேலாய் உறுபொருளை
மறுவறக்காட் டுகையாலும் மற்றாறு முறையாக. 38

பிரிந்துபிரி யாதருளின் பெற்றிமிக்குப் பிணக்கறுமா
தெரிந்துமுறை செய்தருளும் சிறப்பானே திருஅருட்பா
விரிந்தமுறை ஆறெனவே மெய்யருளின் தொடர்பாட்டால்
பரிந்தன்பர் உலகமெலாம் பழிச்சுபுகழ் நிலவியதே. 39

பண்ணிறந்த தமிழ்வேதப் பழம்பனுவல் தொகைஅதன்சீர்
எண்ணிறந்து நின்றனபோல் எண்ணிறந்த தாங்கவற்றுள்
உண்ணிறைந்த கருணையினால் உயிர்க்குறுதி பயப்பமுனம்
கண்ணிறைந்த சுவைமருந்தாம் ஐந்துமுறை கண்டமட்டில். 40

திருநெறிய தமிழாதித் தெய்வமுறை பன்னொன்றும்
ஓருநெறிய மனம்வைத்தார் உறுகாறும் திருத்தில்லைக்
கருநெறியங் ககல்விக்கும் கடப்பாளன் கைக்குறியாய்ப்
பெருநெறியர் சேமித்து வைத்ததொரு பெற்றிஎன. 41

அமலம்அருள் திருஅருட்பா அருண்மரபு தனைக்குறித்துக்
கமைஉறுமா சேமித்து வைத்திருந்த தென்பர்கண்டீர்
எமைஉடையான் எல்லாமும் வல்லஅருட் பிரகாசன்
சமரசவே தச்சன்மார்க் கச்சங்கச் சாதுக்கள். 42

தந்திருக்கூட் டத்துள்ளான் சதுரையான் பெரியசிவா
நந்தபுர விழைவுடையான் நஞ்செல்வ ராயன்பால்
அந்தியிளம் பிறைஅணியும் அணிமுடியை மறைத்தபிரான்
சுந்தரக்கை சாத்தியஅத் திருவேடு தொகுத்தன்றே. 43

பண்ணீர்மைச் சுவைமுதிர்ந்த திருப்பனுவல் அருட்பயனைத்
தண்ணீர்என் றொருவெண்பாச் சம்பந்தப் பிரான்வழியில்
தெண்ணீர்த்தென் கூடல்வரும் சிதம்பரமா முனிதெரித்தால்
உண்ணீர்மை ஒன்றுமிலேன் உரைப்பதும்ஓர் புகழாமே. 44

வேறு

ஆறா வதுமுறை ஆரிய னார்தம் அருளானே
வேறோர் சார்சே முற்றன் றெம்வினை விளைபாகம்
தேறாப் பருவம் தேர்ந்தென் றிசினோர் உதுநிற்க
வீறார் மற்றை முறைவெளி வந்தமை விரிசெய்வாம். 45

வேறு

ஆங்கவற்றைச் சிலர்அறிந்தார் அறியாரும் ஆகப்பின்
ஓங்கருளான் முத்துச்சா மிப்பெயரின் ஓர்உரவன்
தீங்ககல மன்பதைக்குத் திருஓற்றிச் சிவபெருமான்
பாங்கருட்சந் நிதிமுன்னர்ப் பகர்ந்துபத்தி வித்தினனே. 46

அப்பத்தி அன்புமுளை சிறிதுபூத் தருள்விரவ
மெய்ப்பத்தி யில்சிலவர் விமலஅருட் பாவிழைந்து
செப்புற்றார் யாவர்எனத் தேடுறுதேட் டங்கண்டு
துப்பற்றார் சிலர்எழுதித் துரிசிற்றார் பரிசுற்றார். 47

ஈதுணர்ந்தங் கென்போல்வார் சிற்சிலவர் பொருள்விழைவால்
கோதுறுவார் மரபிறந்து கோள்விராஅய்ச் சிறிதச்சில்
பேதுறத்தாம் பொறித்தலும்அப் பெற்றிஉணர்ந் தாங்குரைத்த
தீதில்திரு அருட்செல்வ ராயப்பேர்ச் சேமத்தான். 48

மறுக்கத்தான் அமரர்எலாம் நொந்தழலும் வந்தழலும்
பொறுக்கத்தான் அருநஞ்சம் அமுதுண்டு பொன்மிடறு
கறுக்கத்தான் உளம்வைத்த கண்ணாளன் கழற்கன்பான்
இறுக்கத்தான் கற்றவன்ஓர் இரத்தினம்என் பானோடு. 49

வேறு

வில்லா ருஞ்சிறு பிள்ளை மதிப்பிஞ் சணிவேணிப்
பொல்லார் மன்றா டியசே வடிசேர் புலமிக்கான்
நல்லார் நம்பெரு மக்கட் கினியான் நவைஇல்லான்
மல்லார் திண்தோள் நம்பி அவன்துணை வலியாலே. 50

வேறு

சிவநேசச் சிவராஜ யோகியர்க்காம் திருச்சிறந்த
தவநேசன் வாசுதே வப்பெயர்கொள் தகுதியனே
பவநேச மற்றார்கள் பற்றுபசு பதிக்கினிய
நவநேசன் ஐயாசா மிப்பெயரோ னேஇருவர். 51

தங்களைமுன் னிட்டவரைத் தடுத்தன்றி அறம்நோக்கி
அங்குசில பொருள்ஈந்தும் அவர்தனியே கரந்துமீட்
டுங்கச்சில் இட்டுவெளி யாக்குறக்கண் டுள்ளுடைந்து
மங்கலஞ்செய் நாயகர்க்கு வழிமொழிவிண் ணப்பித்து. 52

முறையுளித்தாம் அச்சியற்ற இரத்தினப்பேர் முதுக்குறைவன்
இறைஅருளுக் கேற்றிரப்ப எந்தைஅருள் இசைவின்றிக்
குறைஇரந்தார் குறைக்கிரங்கும் கொள்கைகண்ட அக்குணவான்
மிறைஉள்ளார் மிகைஅறுக்க மேற்கொண்டங் குசாவுதலும். 53

பல்லவகோத் திரத்துவந்த சபாபதிமால் பயந்தருளும்
நல்லவன்எம் உயிர்த்துணையான் நாயனார் கழல்மறவாச்
செல்வமிகு காரணத்தா னும்செல்வ ராயன்என
வல்லபடி முன்னுவன்ற வண்மைப்பேர்ச் சேமநிதி. 54

வேறு

தன்அடைந்தார்த் தானாகத் தாங்குபெருந்
தயாளன்சற் குணங்கள் எல்லாம்
பொன்னுருஓன் றெடுத்ததெனும் புகழாளி
உயிரும்ஒரு பொருள்அன் றாக

என்னவர்க்கும் ஈகைபயிற் றேந்தல்உணர்
வினுக்குறையுள் யார்க்கும் தத்தம்
முன்னம்உணர்ந் துபகரிக்கும் முதலியப்பா
அண்ணல்அருண் முறைநன் மீளி. 55

வேறு

விற்புருவம் நெரித்தருளி வீறடங்கப் புரம்பொடித்த
பொற்புருவச் சிலையாளி புண்ணியநீற் றன்புடையான்
அற்புருவன் அருட்பிரகா சப்பெருமான் திருவருட்குச்
சொற்புதுவை வேலையன் தனித்துணையாத் துணைகொண்டு. 56

வேறு

வேண்டுவன உபகரிக்கக் கலிநாற்பத்
தொன்பதுநூற் றறுபான் மேலெட்
டாண்டெழுதா எழுத்தேற்றி நான்குமுறை
அரசறிய வெளியிட் டியார்க்கும்
பூண்டெழுபேர் இன்பமகிழ் வதுபெருகப்
பணிபுரியும் பெற்றி யானே
காண்தகுசீர்த் தேவநா யகன்அருளும்
இரத்தினப்பேர்க் காத்திட் டானே. 57

வேறு

மிக்கமறை ஏத்துமுக்கண் வித்தகனார் திருமயிலைமத்
தொக்கஇளங் கோக்குடியில் வருந்தூயன் குணநிதியான்
சிக்கிட்டி அருள்சோம சுந்தரன்செய் தாளாண்மை
தக்குலகு திருஅருட்பா இனிதுபெறத் தழைத்தன்றே. 58

வேறு

நேசம் எல்லாம் உடையார்க்காய் உள்ளம் உருகி நிறை அழிந்த
தேசன் எங்கள் சடகோபன் தெய்வத் தமிழோர் வடிவாகிப்
பாசங் கழன்று வடகலைப்பாற் கடற்கோர் பஃறி யாம்சீனி
வாச வரதப் பெயர்கொள்அறங் கரையும் நாவின் மறைக்கொழுந்து. 59

வேறு

வேதனார் மாலார் காணரும் முக்கண்
விகிர்தனார் விளம்பரு ஞான
போதனார் அளவாப் புனிதனார் நாயேன்
புழுத்தலைக் கினிதிருத் தியசெம்
பாதனார் அன்பர் உளம்பிரி யாத
பரமனார் அருட்பிர காச
நாதனார் கருணைக் குறையுளார் வீரா
சாமிப்பேர் நற்றவக் கொழுந்து. 60

தவம்அர சிருக்கும் அத்தாணி நெஞ்சர்
தகும்உயிர்க் கின்புசெய் தக்க
சிவம்உணர் பெரியர் அருட்பிரகாச
தேசனார் திருவடிக் கன்பர்
அவம்அறு தேவ நாயகன் அப்பா
சாமியே ஆதிஆ ரியர்கள்
நவம்உறு சென்னைக் கூடன்மற் றுள்ள
நற்றலந் தொறும்நங்கள் நாதன். 61

பொன்பழித் தலர்செந் தாமரை குழைத்த
பூங்கழற் கன்பராய் உள்ளார்
தன்பொரூஉஞ் சீர்த்திச் சமரச வேத
சன்மார்க்கத் தனிப்பெருஞ் சங்கத்
தென்பவம் அறுக்கும் எம்பெரு மக்கள்
இன்செவிக் களம்புகுந் தெளியேன்
துன்பறச் சென்னி அரசிருந் தன்றித்
தூயநல் அருள்வர லாறே. 62

வேறு

நடந்தசெயல் அருள்காட்ட நான்வகுத்த படிஅன்றி
மடம்படும்என் அறிவானே வகுத்ததன்றாம் ஆதலினால்
இடம்படுதம் உணர்உணர்வின் எம்பெருமக் கள்சவையும்
உடம்படும்புன் மொழிஎள்ளா துலகமெலாம் ஓங்குகவே. 63

திருச்சிற்றம்பலம்

திரு அருட்பா வரலாறு ஒருவாறு முற்றிற்று.

உ

திருச்சிற்றம்பலம்.

திருவருட்பிரகாசவள்ளலாரென்னும்

சிதம்பரம்

இராமலிங்கபிள்ளை

அவர்கள்

திருவாய்மலர்ந்தருளிய

திருவருட்பா.

முதற்புத்தகம்.

இஃது

சமரசவேதசன்மார்க்க சங்கத்தை யபிமானித்த

புதுவை - வேலுமுதலியார்

சிவாநந்தபுரம்-செல்வராயமுதலியார்

இறுக்கம்-இரத்தினமுதலியார்

வேண்டுகோளின்படி

இவ்வாசிரியர்மாணாக்கரும்

ஷை சமரசவேதசன்மார்க்கசங்க

வித்வான்களிலொருவருமாகிய

தொழுவூர்-வேலாயுதமுதலியாரால்

அச்சிற்பதிப்பிக்கப்பட்டது.

கலியுகாதி௵ ௪௯௬௮-ல்-நிகழும் - அக்ஷய௵-மகரரவி.

ASIATIC PRESS, 292, LINGEE CHETTY STREET, MADRAS.

February 1867.

Registered Copy-right.

154 ப. சரவணன்

உ
சிவமயம்

நாவலர் தொடர்ந்த வழக்கு விளக்கம்

பண்டிதமணி சி. கணபதிப் பிள்ளை அவர்கள்

எதிரிகள் இருவர்

ஒருவர் : தில்லைத்தலைமைத்தீக்ஷிதர் சபாநடேசர்.

மற்றையவர் : இராமலிங்கர்.

குற்றம் இரண்டு

ஒன்று : அச்சுறுத்தியமை.

மற்றது : நிந்தித்தமை.

i *தீக்ஷிதர் நாவலரை அடித்து முரித்து முத்தி கொடுக்க எத்தனித்தவர்.*

ii *இராமலிங்கர் 'நாவலர்' என்ற சொல்லுக்குப் பலவேறு பொருள் கூறி நிந்தித்தவர்.*

குரோத காரணம்

i *தீக்ஷிதர்கள் சிவதீக்ஷையின்றிப் பழைய நிலையிலிருந்து தவறிவிட்டார்கள். சிதம்பராலய பூசைக் கிரமம் பற்றிப் பதஞ்சலி முனிவர் செய்த பத்ததி ஒன்றுண்டு. அதையும் புறக்கணித்துவிட்டார்கள். இக்குறைகளை எடுத்துக்காட்டிச் சீர்திருத்தப் புகுந்தார் நாவலர். இச்செயல் ஆத்திரத்தைப் பெருக்கிவிட்டது.*

ii *இராமலிங்கர் பாடல்களைத் தேவார திருவாசக வரிசையில் வைத்து மதிக்க நாவலர் உடன்படவில்லை. இது இராமலிங்கர் வர்க்கத்தினர்பால் கொதிப்பை உண்டாக்கி விட்டது.*

ஒருமைப்பாடு

i   தீக்ஷிதரும் இராமலிங்கரும் கொள்கையில் பெரிதும் வேறுபாடுடையவர்; அப்படியிருந்தும் நாவலரை எதிர்ப்பதன்பொருட்டு ஒன்றுகூட வேண்டியவர் ஆயினர்.

இராமலிங்கர், சீட வர்க்கத்தினர்வழி நின்று தீக்ஷிதரைத் திருப்தி செய்ய, நாவலரை நிந்திக்க வேண்டியவராயினர். பாவம்!

ii   இராமலிங்கர் பேச்சுப் பேரம்பலப் பிரசங்கம் என்று பெயரிட்டுப் பிரசுரஞ் செய்யப்பட்டது.

வழக்கு

A, i   1869 நவம்பர் 18ஆந் தேதி மஞ்சக்குப்பக் கோர்ட்டில் வழக்கு ஆரம்பமானது. நீதிபதி வெள்ளையர். எதிர்ப் பக்கத்தார் பிரபல வக்கீல்கள் இருவரை ஏற்படுத்தியிருந்தார்கள். ஒருவர் வெள்ளையர்.

ii   நாவலர் ஒன்பதின்மர் சாட்சிகளுடன் வந்திருந்தார்; வக்கீல் ஏற்படுத்த வில்லை.

iii   தலைமைத் தீக்ஷிதரும் இராமலிங்கரும் குறிப்பிட்ட கூட்டத்திற் பங்கு பற்றவில்லையென்றும் அதேநேரத்தில் வேறுவேறு இடங்களில் வேறு வேறு கருமம் ஆற்றிக் கொண்டிருந்தவர் களென்றும் நான்கு தீக்ஷிதர்கள் ஏகமனதாகச் சாட்சிய மளித்தார்கள்.

இவ்வளவில் 22ஆந் தேதிக்குத் தவணையிடப்பட்டது.

B, i   நவம்பர் 22ஆந் தேதி பிரபல வக்கீல் சௌந்தரநாயகம் பிள்ளை நாவலருக்கு ஏற்பட்டார். இவர் யாழ்ப்பாணத்தவர்; கத்தோலிக்கர்.

ii   22, 23, 24, 25ஆந் தேதி ஆகிய நான்கு நாட்களிலும் நால்வர் தீக்ஷிதர் களையும் குறுக்கு விசாரணை செய்தார் சௌந்தரநாயகம் பிள்ளை.

C   அலிபி (alibi) என்கின்ற தந்திரோபாயம்:

i   பிரதான எதிரிகள் குறித்த நேரத்தில் குறித்த இடத்தில் இல்லை என்று சாதிப்பதாகிய அலிபி (alibi) என்கின்ற நோயின் தந்திரப்போக்கை விளக்கஞ்செய்து, அதன் பெலவீனம் பற்றிப் பெந்தாம் நெல்சன் என்கின்ற மேலைத் தேச நியாயவாதிகளின் வாதங்களும் எடுத்துக் காட்டப்பட்டன.

ii நாவலரின் ஒழுக்கம், நீதி, துணிவு ஆகியவற்றைத் திறம்படப் புலப்படுத்து வதாகிய பேர்சிவலின் நற்சான்றிதழும் படித்துக் காட்டப்பட்டது.

இவ்வளவில் 25ஆந் தேதி தமது வாதத்தைப் பூர்த்தி செய்துகொண்டார் செளந்தரநாயகம் பிள்ளை.

D, i பிள்ளையின் வாதத்தால் 'அலிபி' என்ற உபாய உத்தியில் ஆட்டம் உண்டானது.

ii வழக்கில் அபஜயம் உண்டாகுமென்ற அச்சத்தால் எதிர்ப் பக்கத்தார் சார்பில் வேறு பல சாட்சிகள் விடுதற்கு உத்தரவு கேட்கப்பட்டது. உத்தரவு கேட்டது நவம்பர் 25ஆந் தேதி.

iii அன்று தானே சாட்சிகளைக் கொண்டுவரும்படி உத்தரவிட்டார் நீதிபதி.

iv சாட்சிகள் போய்விட்டார்கள் என்றும் அதனால் ஒரு நாள் தவணை தரவேண்டும் என்றும் உத்தரவு கேட்கப்பட்டது.

அடுத்த நாள் 26ஆந் தேதி சாட்சிகள் வரும்பொருட்டு உத்தரவு கொடுக்கப்பட்டது.

v 26ஆந் தேதி சாட்சிகள் எவரும் வரவில்லை.

எதிர்ப்பக்க வக்கீல் சாட்சிகள் விட விரும்பவில்லை என்று கூறினார்.

vi இந்தப் பிரபல மாறாட்டத்தை நீதிபதி குறித்துக்கொண்டார்.

E, i அடுத்த மாதம் 20ஆந் தேதி தீர்ப்புக் கூறுவதற்குத் தவணை இடப்பட்டது.

ii நவம்பர் 26 தொடங்கி டிசம்பர் 20ந் தேதி வரை தீக்ஷிதரும் இராமலிங்கரும் பிணையில் விடப்பட்டார்கள். மூன்று வாரகாலம் பிணையிலிருந்தமை சிந்திக்கற்பாலது.

தீர்ப்பு

i தலைமைத் தீக்ஷிதருக்கு 50 ரூபா தண்டம் அல்லது ஒரு மாச மறியல்.

ii இராமலிங்கர் தாம் பகிரங்கமாகப் பேசியதைப் பேசவில்லை என்று அழித்துரை வழங்கி விடுதலை பெற்றுக்கொண்டார்.

நாவலர்

i இராமலிங்கர் நிலைபற்றி நாவலர் நாணுவாரா? இரங்குவாரா? அவர் கருத்து எவ்வாறிருக்கும் என்று ஊகிப்பார் ஊகிக்க.

ii அப்பால் இராமலிங்கர் பற்றி ஒரு வார்த்தைதானும் நாவலர் நாவில் வந்ததில்லை. பல வருடங்கள் பறந்தன.

iii 1876ஆம் ஆண்டில் தவிர்க்க முடியாத ஒரு சந்தர்ப்பத்தில், 'சுக்கில வருஷம் (1869) ஆனி உத்தர தரிசன தினத்திலே சிதம்பரத்துப் பேரம்பலத்திலே வெகுசனக் கூட்டத்திலே சுவாமி சந்நிதானத்திலே சைவப் பிரசாரகரை அவதூறாகப் பேசிய இராமலிங்கப் பிள்ளை, அடுத்த மார்கழித் திருவாதிரைத் தினத்திலே மஞ்சக்குப்பக் கோர்ட்டிலே வெகுசனக் கூட்டத்திலே நியாயாதிபதி யெதிரே தாம் சைவப் பிரசாரகரை அவதூறாக ஒரு சிறிதும் பேசவில்லை என்று மறுத்து எல்லாராலும் நகைக்கப்பட்டது அவ்வழக்குப் புத்தகம் பேசும்' என்று கூற வேண்டிய வராயினார் நாவலர்.

F, i வழக்குப்புத்தகம் என்ன பேசியது? பேசிக்கொண்டிருக்கிறது? என்பது பெரிய கேள்வி.

ii சம்பந்தப்பட்டவர்கள் மறைய வழக்குப் புத்தகமும் கோர்ட்டிலிருந்து மாயமாய் மறைந்துவிட்டது.

iii வழக்குப் புத்தக மறைவு சரித்திர மெழுதுபவர்களுக்குப் பெரிய வாய்ப்பாய்விட்டது.

தம் மனம் போனவாறு வழக்குப் பற்றி எழுதிக் குலைத்து விட்டார்கள்.

G, i வழக்கு நடந்து நூறு (100) வருடத்துக்கு மேலாய்விட்டது. வழக்குச் சம்பவம் மர்மமாகவே இருந்துவந்தது. வழக்குப் புத்தகம் என்ன பேசியதென்பது தெரியவில்லை.

ii கலாநிதி ச. தனஞ்சயராசசிங்கம் அவர்கள்: சென்னையிலும் கொழும்பிலும் அக்காலத்தில் நடந்த பிரபல பத்திரிகைகள் இரண்டின் மூலம் வழக்குப் புத்தகம் பேசியதை அட்சரந் தவறாமல் கண்டுபிடித்து, புத்தக வடிவில் வெளியிடுதற்கு ஒழுங்கு செய்துவைத்திருக்கின்றார்கள் கலாநிதி அவர்கள். புத்தகம் விரைவில் வெளிவருதற்குப் பிரார்த்திப்போமாக. குறித்த புத்தகத்தின் சாரமே மேலே சுருக்கமாகக் காட்டப்பட்டது. சற்றே பெருக்கம் (29-6-75) ஞாயிறு தினகரனிலும் (11-7-75) வெள்ளி தினகரனிலும் வெளி வந்தது.

சுருக்க பெருக்கங்கள் புத்தக வரவை எதிர்பார்த்தெழுந்தவை.

31.8.1961 குமுதத்தில் துமிலன் எழுதிய புகழ்பெற்ற விவாதங்கள்

அருட்பாவா? மருட்பாவா?

சமீபத்தில் இராமலிங்க சுவாமிகளைப் பற்றி ஒரு நண்பருடன் பேசிக் கொண்டிருந்தபோது, அவரது திருவருட்பா சம்பந்தமாகப் பலத்த விவாதங்கள், வழக்குகள் எல்லாம் நடந்தன என்று அவர் கூறக் கேட்டு ஆச்சரியப்பட்டேன். அப்படி விவாதங்களும், வழக்குகளும் நேரும்படியாக சுவாமிகளின் பாடல்களில் யாருக்குக் கருத்து வேறுபாடு நேர்ந்திருக்கக்கூடும். அது அத்தனை தூரம் வருவானேன் என்று அறிந்து கொள்ள முயன்றேன்.

இராமலிங்க சுவாமிகள் பிறந்த சமயம் பார்த்துத்தான் கேசப்சந்திரஸென், தயானந்த சரஸ்வதி, கார்ல்மார்க்ஸ் முதலிய சமூக, மத, பொருளாதார சீர்திருத்தவாதிகளும் தோன்றினார்கள். தமிழ்ச் செல்வர்களிலே ஆறுமுக நாவலரவர்கள், மீனாட்சி சுந்தரம் பிள்ளையவர்களும் கூடத்தான்.

சிறுவன் இராமலிங்கம் சிறுவனாகவே இல்லை. அவர் பாடல்கள் பாடும் பக்த சிகாமணிச் சிறுவனாக விளங்கினார். அவர் குடும்ப வாழ்க்கையிலீடுபட மறுத்தார். ஆனால், பெரியவர்களின் வற்புறுத்தலைத் தட்டமாட்டாமல் திருமணம் செய்து கொண்டார். முதல் நாளிரவு படுக்கையறைக்குள் போகும்போது, அவர் கையில் திருவாசகப் புத்தகத்தையும்கூட எடுத்துச் சென்றார். விடியும்வரை அதைப் படித்துப் பேரின்பம் அனுபவித்துப் பொழுதுபோக்கினாராம். பின்னும் சில இரவுகள் இவ்வாறே கழிந்தன. பிறகு அவரது குடும்ப வாழ்க்கைப் படலம் முடிந்தது.

ஆனால், ஆண்டவனோடு குடும்பம் நடத்தத் தொடங்கினார். பக்திக்கனி, அன்புக்கனி, கருணைக்கனி ஆகிய முக்கனிகளைப் பிழிந்தெடுத்த இன்னமுதப் பாடல்கள் வெளியாயின.

இப்பாடல்களை எல்லாம் சேர்த்து திருமுறைகளாக வகுத்து, திருவருட்பா என்ற பெயருடன், அவரது மாணாக்கர் தொழுவூர் வேலாயுத முதலியார் வெளியிட்டார். 'அவை திருவருட்பாவா?' என்று ஒரு சிம்மக்குரல் கேட்டது. 'அவற்றைத் திருமுறைகளாக வகுத்தது தெய்வ அபராதம் செய்வதாகும் என்று அந்தக் குரல் கர்ஜனை செய்தது.' இந்த ஆட்சேபத்தைக் கிளப்பியவர் யாழ்ப்பாணத்து நல்லூர் ஆறுமுக நாவலரவர்கள்.

நாவலர், தம்மை சைவத்துக்கும், தமிழுக்கும், கல்வி வளர்ச்சிக்கும் அர்ப்பணம் செய்து கொண்டுவிட்ட பெரியார், வாழ்க்கையில் அப்பழுக்குச் சொல்லக் கூடாத உத்தம சீலர். இலங்கையில் பெர்ஸிவல் துரையுடன் சேர்ந்து பைபிளை மொழிபெயர்த்தார். பிறகு, யாழ்ப்பாணத்திலிருந்து ஹிந்து மதமும் சைவமும் மறைந்துவிடாதிருக்க, கிறிஸ்தவப் பாதிரிகளுடன் இடைவிடாமற் கடும்போர் நிகழ்த்தி இருந்தார். பல பண்டைய தமிழ் நூல்களைச் சோதித்துப் பதித்திருக்கிறார். சிறுவர்களுக்கென்று முதன்முதலாகத் தமிழில் பாலபாடங்கள் எழுதியவர் அவர்தான். 'வசனநடை கைவந்த வல்லுநர்' என்று பாராட்டப் பெற்றவர்.

தேவாரம், திருவாசகம் முதலாகப் பெரியபுராணமிறுதியாக நின்ற பன்னிரண்டு திருமுறைகளே திருவருட்பா என்றும், திருமுறைகள் என்றும் வழங்கப் படுவதற்குரியன என்றார் அவர். ஆதலால், மற்றதையும் அப்படிக் கூறுவது மகாபாவமான, கண்டித்தக்க செய்கை என்று அபிப்பிராயப்பட்டார். முஸ்லீம்கள் நாயகம் (ஸல்) அவர்கள் ஆண்டவனது, இறுதியான திருத்தூதர் என்று நம்புவதுபோல், நாவலரும் ஏற்கனவே உள்ள பன்னிரு திருமுறைகளே இறுதியானவை என்று நம்பியவர்.

சுவாமிகள் பாடல்கள் சம்பந்தமாகக் கண்டனக் கூட்டங்கள், கண்டன மறுப்புக் கூட்டங்கள், கண்டன மறுப்புக்கு மறுப்புக் கூட்டங்கள் நடைபெற்றன. பலத்த தர்க்க வாதங்கள் நிகழ்ந்தன. இறுதியில் விஷயம் நீதிஸ்தலம்வரை சென்றுவிட்டது.

'பன்னிரு திருமுறைகள் சம்பந்தப்பட்ட சமயாசாரியார் நாயன்மார்கள், இவர்களைப் பற்றி மக்கள் மிக உயர்ந்த அபிப்பிராயம் கொண்டிருக்கிறார்கள். இராமலிங்க சுவாமிகளின் பாடல்களையும் திருமுறை என்று மதித்தால், அந்தச் சமயாசாரியர்கள் சுவாமிகளைப் போன்ற சாதாரண மனிதர் என்று கருத நேரிடும்; அதனால் அவர்கள் பெயருக்குக் குறை

ஏற்படும்; மத உணர்ச்சி பாதிக்கப்பட்டு, சில பக்தர்களின் மனம் புண்ணாகும். சுவாமிகளின் பாடல்கள் திருவருளால் பாடப்பட்டதல்ல. அவர் தம்மைத் தன்வயமாக்கிக் கொண்ட நிலைமையில் பாடப்பட்ட மருட்பாவாகும்.'

ஆட்சேபங்கள் கிட்டத்தட்ட இந்த முறையில் கிளப்பப் பட்டன. வழக்கு மஞ்சக் குப்பம் நீதிஸ்தலத்தில் நடைபெற்றது. சுவாமிகளே வந்து சாட்சியம் கூற வேண்டும் என்று வழக்கிட்டவர்கள் வற்புறுத்தினார்கள். வழக்கு விசாரணைக்கு எடுத்துக் கொள்ளப்பட்ட தினமன்று நீதிஸ்தலத்தில் இரண்டு கட்சிக்காரர்களும் திரளாகக் கூடியிருந்தனர். சுவாமிகள் வரப்போவதை எல்லோரும் ஆவலுடன் எதிர்பார்த்து இருந்தனர். திடீரென்று ஜனங்களிடையே ஒரு பரபரப்பு ஏற்பட்டது. இடுப்பில் முழங்காலுக்கு மேலே வெள்ளாடை தரித்து மேலேயும் அதே ஆடை போர்த்துக் கொண்டிருந்த உருவம் நீதிஸ்தலத்தை நோக்கி வந்தது. நடுத்தர உயரம், மெலிந்த சரீரம், நிமிர்ந்த தேகம், தெளிந்த மாநிறமேனி, நீண்ட மெல்லிய நாசி, பொறி பறக்கும் கண்கள், விசனக்குறி தோன்றிய முகம்.

இராமலிங்க சுவாமிகள் நீதிஸ்தலத்திற்குள் பிரவேசித்தார். அவரைக் கண்டதும் எல்லோரும் எழுந்து நின்றார்கள். ஆறுமுக நாவலரவர்களும் எழுந்து நின்றார்கள்! இதைக் கவனித்த நீதிபதி ஆச்சரியமடைந்தார். 'வழக்கு தொடுத்த நீங்களே எழுந்தீர்களே?' என்று கேட்டார். 'அவர் ஒரு பெரியவர் என்ற முறையில் எழுந்திருந்தேன்' என்று நாவலரவர்கள் பதிலளித்தாராம். அவருக்கே சுவாமிகளிடம் அவ்வளவு மதிப்பிருக்கும்போது, வழக்கு எதற்கு என்று நீதிபதி கருதி வழக்கைத் தள்ளிவிட்டாராம்.

இந்த வழக்குத் தோற்றுவிட்டதற்காகச் சுவாமிகளின் பாடல்களுக்கு எதிர்ப் பிரசாரம் குறையவில்லை. சிறிது சிறிதாகத் தனிப்பட்ட மனிதன் என்ற முறையில் அவர்கள் தாக்கி பேசினார்கள். இராமலிங்க சுவாமிகள் சித்தியடைந்து விட்டார்கள். ஆறுமுக நாவலரவர்கள் சிவனடி சேர்ந்தார்கள். பின்னர் இந்தக் கண்டன பிரசாரங்கள் அனேகமாக மறைந்து விட்டன.

பிறகு திடீரென்று அவை மறுபடியும் ஆரம்பமாயிற்று. சென்னையில் சில சிவ ஆலயங்களில் உற்சவத்தில் தேவாரம் முதலிய அருட்பாக்களைப் பாடுவதை நிறுத்திவிட்டு, சுவாமிகளின் பாடல்களை ஓதிவரலானார்கள். அந்தப் பாடல்கள் திருவாசகம் முதலியவற்றிற்குச் சமமானவை என்று பிரசாரமும் செய்தார்கள்.

இந்த முயற்சிகளை ஆட்சேபித்துக் கண்டனக் கூட்டங்கள் நடைபெற்றன. இருசாராரும் துண்டுப் பிரசுரங்களை ஆயிரக்

கணக்கில் அச்சடித்து வினியோகித்தார்கள். இறுதியாகப் போராட்டத்தை நடத்த யாழ்ப்பாணத்தைச் சேர்ந்த திரு. நா. கதிரைவேற்பிள்ளை முன்வந்தார்.

பிள்ளையவர்கள் நாவலரின் மாணவருக்கு மாணவர். சென்னை வெஸ்லி கல்லூரியில் தமிழப் பண்டிதராயிருந்தார். நமது திரு.வி.க.வை மாணவராகப் பெறும் பாக்கியம் பெற்றிருந்தார்.

ஒரு சமயம் பிள்ளை அவர்கள் வில்வபதி செட்டியார் என்பவரைத் தாக்கி நையப் புடைத்துவிட்டாராம். அருட்பா மருட்பா சம்பந்தமாகத் தானிருக்க வேண்டும். அது சம்பந்தமாகச் செட்டியார் கிரிமினல் வழக்குத் தொடுத்திருந்தார். அதில் மாணவராகிய திரு.வி.க. கோர்ட்டுக்கு இழுக்கப்பட்டார். அதன் பயனாக அவர் பரீட்சையில் கோட் அடித்தார். அவர் தேறியிருந்தால் வக்கீலாகவோ உபாத்தியாயராகவோ காலங்கழித்திருப்பார். தமிழன்னைக்கு அவருடைய சேவை கிடைக்காமல் போயிருந்திருக்கும்.

அப்போது 'இராமலிங்கம் பிள்ளை பாடலாபாச தர்ப்பணம்' என்று ஒரு பிரசுரம் வெளியாயிற்று. அதில் சுவாமிகளின் பாடல்களையும் அவரையும் கண்டனம் செய்தும் தூஷித்தும் எழுதியிருந்தார்கள். அதிலுள்ள சில அவதூறு மணிகள் வருமாறு:

"........ காற்றூளிக்கு மொவ்வாத இராமலிங்கம் பிள்ளையின் மருட்பாவா அருட்பாவாகும்? பளா! பளா! நன்று நன்று!"

"........ ஒரு மகிமையுமில்லாத வடலூர் கணக்கர் பாடலா அருட்பாவாகும்? போலிச் சைவர்களே புகன்மின்? புகன்மின்!"

"........ கணக்கர் பாட்டா அருள் காட்டும் பாட்டு? அச்சச்சோ கொடுமை கொடுமை!"

இந்த முறையில் பல பாராக்கள் இருந்தன. அவர்களுக்கும் சுவாமிகளின் சிஷ்யர்களுக்குமிடையே வாதப் பிரதிவாதங்கள் முற்றின. சில முஸ்லீம் சகோதரர்கள் சுவாமிகளின் பாடல்களை ஆதரித்துப் பேசினர். "இராமலிங்கம் பிள்ளை பாடலா? பாச தர்ப்பணம்" என்று அவர்களுள் ஒருவர் வியாக்கியானம் செய்தார்.

இந்தப் பிரசார சம்பந்தமாக சுவாமிகளின் சிஷ்யர்களுள் ஒருவர் சென்னை ஜார்ஜ் டவுன் கோர்ட்டில் 1904ஆம் ஆண்டில் ஒரு கிரிமினல் வழக்குத் தொடுத்தார். வழக்கில் டாக்டர் சுவாமிநாதய்யரவர்கள் சாட்சியம் கொடுத்தார்.

நான் போக முடியாமற் போய்விட்டது. ஏனென்றால் நான் அந்த வருஷம்தான் பிறந்திருந்தேன்.

அய்யரவர்கள் சுவாமிகள், நாவலர் இருவரைப் பற்றியும் புகழ்ந்து கூறினார். முடிவில் மாஜிஸ்டிரேட் வழக்கைத் தள்ளிவிட்டார். இது பெரிதாகக் கருதக்கூடிய விஷயமல்ல என்பது அவர் அபிப்பிராயம்.

இது அருட்பாவை எதிர்ப்பவர்களுக்கு ஒரு மாபெரும் வெற்றியாகக் கருதப்பட்டது. காஞ்சிபுரம் போன்ற ஊர்களில் யானை ஊர்வலம் விட்டு வெற்றியைக் கொண்டாடி இருக்கிறார்களாம். “உண்மைச் சைவர்கள் யாவர்க்கும் ஒரு பெரும் வெற்றி கொடுத்த ஸ்ரீமத் மாயாவாத துவம்ச கோளரி நா. கதிரைவேற் பிள்ளை அவர்கள் நீடுழி வாழ்க!” என்ற கோஷங்கள் எழுந்தன.

இதற்குப் பிறகு அந்த துவம்ச கோளரி தமது முப்பத்திரண்டாம் வயதில் நோய்வாய்ப்பட்டு காலமானார்கள். அத்துடன் இரண்டாவது அருட்பாப் போர் முடிந்தது.

உ

சிவமயம்

திருச்சிற்றம்பலம்

அநபாயச் சோழவரசர் பெருமான்றன்
அவைக்களத்தில்
சிவஞான நிட்டா மூர்த்தியாகிய

சிவாலய முனிவரர் தோன்றி

அருளிச்செய்த

அருட்பாச் சிறப்பு

நான்கடியான் மிக்குவந்த கலித்தாழிசை

அவஞான மவைசேர்ந்திங் கலையாமன் மெய்ம்மைச்
சிவஞான மதுகொண்டு தெள்ளியுயக் காழித்
தவஞானன் குன்றைமுனி முதலீறி னின்ற
திவமான முறைகேளாச் செவியென்ன செவியே
திருவருட்பாக் கேளாத செவியென்ன செவியே. (1)

சீதைகதை பஞ்சவர்க டீர்ந்தகதை சங்கக்
காதைமடு பேய்கூவன் மாறனெனக் கண்டா
ரோதுகதை போயொழிய வுன்பனிரு மந்த்ர
சாதமுறை சொல்லாத தாலென்ன தாலே
தனியருட்பா வுரையாத தாலென்ன தாலே. (2)

அஞ்சுகலை விட்டெவரு மாறுகலை யான
வஞ்சுகலை தொட்டபத மந்திர வடுக்கா
மிஞ்சுகலை நம்பிநி வகுத்தவருண் மேன்மைத்
தஞ்சமுறை கொள்ளாத நெஞ்சென்ன நெஞ்சே
தாரணியெண் முறைகொள்ளா நெஞ்சென்ன நெஞ்சே. (3)

உ

இராமலிங்கப் பிள்ளை அங்கதப்பாட்டு

இராமலிங்கப் பிள்ளையும் அவரது ஆஷாடபூதிச் சீடர் சிலரும் வடலூர் வெளியிலிருந்துகொண்டு செத்தவர்களை யெழுப்புவோ மென்று பற்பலவூர்களில் இருந்துவந்த விதவைகளிடத்துள்ள பொருள்களைக் கவர்ந்தும், நகைகளை வாங்கியும், கற்பழித்தும், கருப்பங்கொடுத்தும், அதனைக் கரைத்தற்கு மருந்து கொடுத்துச் சிலர் உயிர்போக்கியும் இருத்தல் கேட்டும், தம்மிடத்திற் படித்துவிட்டு ஓதாதுணர்ந்தேனென்று பொய் சொன்னதறிந்தும், ஒருவரைச் சூனியஞ்செய்து கொல்வேனென்று, ஒரு ஜமீன்தாரிடம் ஆயிரம் ரூபாச் சரவன் வாங்கிக்கொண்டு ஏமாற்றியதறிந்து துன்புற்றும், ரெட்டிபாளையத்தில் அவர்க்கு உபசரணை புரிந்த ரெட்டியா ரொருவரது தாரத்தைத் தழுவிய துணர்ந்து துக்கித்தும், மனைவியைப் பரதேசி யொருவன் இழுத்துக்கொண்டு திரிதலைக் கண்டு புத்திசொன்ன காலத்துங் கேளாத துணர்ந்து விசனித்தும் இருந்த இராமலிங்கப் பிள்ளையின் உபாத்தியாயரும் தமயனுமாகிய சபாபதிப் பிள்ளை யென்பார் உலக அபவாதத்திற்கு அஞ்சி ஆங்காங்குப் பாடியனுப்பிய அங்கதப் பாடல் களைக் காட்டுகின்றார். தமயனுங் குருவுமாகிய அவரே இராமலிங்கப் பிள்ளைக்கும் பாடல் களுக்கும் அப்பெயர்கள் பொருந்தா வென்கின்றார். அதற்குமேற் பிரமாணம் வேண்டுமோ? அவை வருமாறு:

அருள்பெற் றேனெனப் பொய்க ளறையுமே
   யகன்ற சித்துக்கள் பண்ணுவ னென்னுமே
மருளர் போலருட் பாவெனக் கூவுமே
   வாய்ந்தெ னைந்தொழி வென்று மருட்டுமே
குரவ னைந்தெனக் கூறிப் புரட்டுமே
   கோது ணீர்விளக் கேற்றின னென்னுமே
பெருமை பேசிப் பசுத்தவங் காட்டுமே
   பேரி ராமலிங்க பிள்ளை பாடலே. (1)

செத்த சீவரை வாழச்செய் வேனெனச்
   செப்பிப் பொய்ப்பணஞ் சேர்த்துக் கெடுக்குமே
பெத்தத் தன்மைகள் பேசிக் கழியுமே
   பேசி னானிறை யென்னப் புளுகுமே
கர்த்த ரென்றொ ரிராம னிலக்குமி
   கலையி னாளைக் கதறி யழைக்குமே
நித்த னென்று தனைப்பொய்ப் புகலுமே
   நீதி றம்பி நிகழ்த்திய பாடலே. (2)

மறவ ரென்றுதற் கொள்ளா ரிகழுமே
   மாதுக் கைம்மைகள் சுற்றப் பிறழுமே
முறைக ளாவகுப் பித்து முடங்குமே
   மூலைச் சோறு சிவனளித் தானெனக்
கறைகள் பேசிப் படித்தவர் நின்றிடக்
   கற்றி லேனருள் கண்டன னென்னுமே
மறையு மற்புதஞ் செய்யென வெள்குமே
   மருதூர்த் தம்பி வழுத்திய பாடலே. (3)

புலவர் யாவர்க்கு நஞ்சௌனக் காணுமே
   பொய்யர் யார்க்குங் கரும்பெனப் போகுமே
யுலகிற் சைவசித் தாந்தக் குறழுமே
   யோரில் வள்ளலென் றொப்பில பேசுமே
கலக மாகச் சமரச மென்னுமே
   காணு மொன்றினுக் கொன்று முரணுமே
மலமி னால்வரின் பத்தியைப் போக்குமே
   மருதூர்த் தம்பி வழுத்திய பாடலே. (4)

நம்பி னாரை நடுத்தெருச் சேர்க்குமே
   நானு ளேனெனச் சொல்லி விலகுமே
செம்பு தங்கஞ் செயுமெனச் செப்புமே
   தெளியி லங்கது பிம்பெனத் தோன்றுமே
வம்பு பேசி வழக்கிடச் சொல்லுமே
   வாய்மை யீதிது வன்கணிற் சொல்கிலே
னெம்பி யென்று முகத்துதி பேசிலேன்
   யாவுஞ் சத்திய மெற்குரித் தில்லையே. (5)

உ

சிவமயம்

அவுட் பீரங்கி

அருட்பிரகாச னடியிணை வாழ்க

அங்கதப் பாட்டென் றலறித் திரியும்
அங்கதப் பறையர்க் கவுட்குண் டடியே.
ஆழ மறியா தகப்படும் பதகராம்
ஈழக் கவிஞர்க் கிசைவா யாப்பே.
கதிரைவே லமையாக் கந்த னருளாற்
குதிரைவா லறிவர் கொள்ளுஞ் சவுக்கடி.
இராவணன் சேரியா மீழச் சைவர்க்
கிராசிவ ஞான முக்காலத் தினுமே.

கலிப்பாவலர்கட் காங் கலிவெண்பா

1. தேசிக னிராமலிங்கச் செல்வ னருளாரும்
மாசிலாச் சோதியினை வாயில்வந்த – தேசிப்

2. படிற்றொழுக்க மிட்டுப் பதித்தலையும் நுங்கள்
நடித்தலையுஞ் சுத்தசைவர் நாடார் – வெடித்தலையீர்

3. ஊர்பே ரில்லாத வொருவன் றனையிழுத்திங்
கார்போடச் சொல்லி யடித்தார்கள் – பேர்மாற்றி

4. அல்லாத செய்திகளை யாரோ வெழுதினதாய்
வல்லாண்மை கொண்டு வழக்குரைத்த – பொல்லாத

5. அங்கதம் பேசும் அறுதலையாம் பொய்யரே
அங்கதப்பாட் டெங்கே யனுப்பினீர் – அங்கிதமாய்

6. ஒற்றியூர்ச் சாலையினி லுற்றவோர் பெண்டன்னைப்
பற்றினதாற் குத்துதைகள் பட்டதையும் – சிற்றிற்

7. குயப்பேட்டை யோரயலான் கோமாட்டி தன்னாற்
பயம்பெறவே குத்துதைகள் பட்ட – பயலாகும்

8. பொட்டலா லேழுரூ பாய்தண்டம் போலீஸில்
இட்டதையிந் நாண்மறந்த வீணணையே – நட்டலுறுஞ்

9. சண்டிக் கழுதைகளே சாற்றினதைச் சாதித்தே
வண்டர்களாய் வந்தேன் வழக்குரைத்தீர்! – சண்டாளர்

10. ஆகினீர் கற்பனைய பூதமென வேயெடுத்துச்
சோகெனவே யாங்கொடிய சூனியர்காள் – யோகினி யாய்த்

11. தங்கள்பலம் பாராமற் றத்திக் குதிக்கிறீர்
உங்கள்பலம் மின்னதென்ன ஓர்ந்தறிந்தோம் – சங்கை யுடன்

12. கூட்டிக் கிளறிகீரிக் குட்டிகள்போற் சத்தமிட்டு
நாட்டி லலைவெறிகொ ணாய்களே – மேட்டிமையாய்ப்

13. பேசி யலையும் பெருந்தடியீர் பித்தமுண்டோ?
ஓசையடங்கும் பிணம்போ லோய்குவீர் – பூசையுடன்

14. எங்க ளிராமலிங்க தேசிகனை யேத்தாமல்
வெங்களத்தி லுற்றேன் வெதுப்புண்டீர்? – அங்காடிப்

15. பானையி லேவிழுந்து காற்பரப்பும் பல்லியைப்போல்
ஆனைதனைப் பூனை யழுத்தல்போல் – மானினங்கள்

16. வேங்கைதனைக் கூடி வெருவச்செய் விப்பதுபோல்
ஓங்கலுடன் வந்தே னுசாவினீர்? – ஆங்குகுந்தி

17. ஆப்பிழுத்துப் பேய்க்குரங் ககப்பட்டாற் போலிங்கு
காப்பிற்குட் பட்டேனோ கட்டுண்டீர்? – தோப்புக்குள்

18. ஓடிப் புரளு மொருகழுதை யைப்போல
வேடிக்கை பொய்க்கதைகள் விள்ளாதீர் – பேடிக்கை

19. ஆயுதம்போ லானீர்கள் யாரிங்கு புத்திசொல்வார்?
நாயுடைய வாலானீர் நாணிலீர் – பேய்போலிங்

20. காகிவளர் வீண்தடிய னாமிவனைச் சங்கத்திற்
சோகியென்னச் சேர்த்தார் – துணிந்து.

மாயாவாத தும்ஸகோளரி விகடனங்கம்
வாரிக்கிழிக்கு மெண்காற் சரபசங்கம்
அவுட் பீரங்கியை யெழுப்பு மெதிர்வேல்
இங்ஙனம், ☞ பார்வதிபுரம் – வடலூர் – சிவநேசம் பிள்ளை

உ
பறைமயம்
பறைப்பிரகாசன் பதமலரோங்க

பாசுபதாஸ்திரப் பிரயோக பிரசண்டமாருதக் கோடையிடி

முதற்குறை மங்கலவாழ்த்து

ஒருகவி ராஜென் றுளறிப் பறையன்
விருந்திற் புசிக்கு மீனனுக் கோருதை!
தானே வலையிற் றரிகொண் டிறக்கும்
பாணப் பதரின் வாய்க்கொரு மேக்கு!
சண்முகத் தவனைத் தானினை யாத
பண்முகத் திருகண் பொட்டனைப் புடைவேல்!
தஞ்சா வூரிற் றவளைக டின்னும்
பஞ்சையர்க் குளதோ பரசிவ ஞானம்?

போலிக் கவிகட்கோர் கேலிக் கலிவெண்பா

எனையார் கெலிப்பார்கள்? என்றிரையு மூடா!
நினையோர் பொருட்டாய் நினையேம் – பனையேறும்

பாம்பொத்த பாபிப் பயலே! குரக்கிறைவா!
நாம்பொத்த நின்னாலென் னாகுமடா? – வேம்பொத்த

பாதகனாம் ராமலிங்கன் பட்டியா னன்றோதான்
வாதுசொலுஞ் சண்டியே வாய்மூடாய்! – தீதுடனே

கத்தித் திரியுங் கடுக்காய்ப்பூ வைத்தியனாந்
தத்துவாய்ச் சண்முகநீ தானறியாய்; – சுத்தமிலாக்

காமாக்கள் ளச்சிதடா! கற்பனைமூ வர்த்தமிழு
மாமவ் வருட்பாவென் றாதரையில் – ஓமக்குண்

டத்தின்வெண் ணெய்ப்பதுமை யாருண்ட டா? நீயே
மெத்தத் தலைக்கீழாய் வீழாதே! – மொத்தத்தில்

நீயொருவன் றானோ நிபுணனென வெண்ணுகிறாய்?
போயொருவன் றன்னிற் புலம்பாதே! – சீ யடலே!

என்னத்தைப் பேசுவைநீ? என்னப்பண் பாடுவைநீ?
என்ன வியலறிந்து கொண்டையடா? – பின்னை

ஊர்பே ரறிந்தாயேல் ஒன்றுவிடா மறப்பிடுங்கிப்
போர்போரா கக்கட்டிப் போடுவையோ? – ஆர்பாட்டக்

காரத் தறிதலையே! காசினியி லேயிழிந்த
ஓரம்பா டிக்கயவா, ஓடாதே! – கோரமுடன்

பீழையார் ராமலிங்கப் பிள்ளையா னொற்றியறைத்
தாழுமொரு தாசியொடு தான்மருவிப் – பாழுடனோய்க்

கண்டுபெருந் துன்பக் காயலிடைப் பட்டதலால்
வண்டர்போன் மாதர்தமைச் சேர்ந்ததையும் – கண்டிடாநீ

துரைசாமி யென்னுஞ் சுரபாட கன்கின்
னதுபிரட்டி லைத்திருடி னாயே! – ஒரு நூறு

தண்டம் விதித்ததனைத் தானிறுக்க மாளாமல்
அண்டினைபல் லோரையுநீ யாதரிக்கப் – பண்டிதனைச்

செய்யா விடிலப்பே தமறிய லாமதன்பின்
பொய்யாதி ராய பரமதனில் – மெய்யாய்ப்

பிரவிடையா காதசிறு பெண்ணைப் பலவந்தந்
தரவதற்குள் றன்னைசிறைச் சாலைக் – கருகாக்கிக்

கொள்ளலையோ? பின்னுங் கொடுதோஷி! கற்பொழுக்க
முள்ளசமு சாரிகளை மொய்த்ததனால் – சள்ளையுடன்

காவற் கிடங்குற்றாய்! கண்டபடி வேசியரை
ஆவலுட னேசுவைக்கும் அம்பட்டா! – ஏ! வறிஞா!

முன்னோர் சிநேகிதனின் முற்றத் தலைக்குட்டைத்
தன்னைக் கவர்ந்ததற்காய்த் தானுழைத்தாய் – என்னம்

யெங்குமுளக் கைம்மையரை யேற்றணைந்து பின்ளைகொடுத்
தங்கவர்தஞ் சீரழித்த தால்ராம – லிங்கனவன்

குத்துதைகள் பட்டதுவுங் கோடானு கோடியண்டே
மத்தனவன் தேசிகனோ மாநிலத்தில்? – சத்யமிலான்

வாயில்வந்த பாடல் அருட்பாவென் றாகாதே
பேயுரையான் றன்பாவும் பேசரிய – தாயியம்புந்

திண்டாட்டக் காரனெனுந் தேசிகனி ராமலிங்கன்
தொண்டனுனக் கெங்கமையுந் தூய்மையடா ? – கண்டபடி

எங்கெங்கு மேயலைந்து எம்மதவெச் சாதியிடஞ்
சங்கியமி லாதுண்ணுஞ் சாதகனே! – அங்கபசி

யாற்றாதப் போதெவரு மார்ந்திலரென் றேகிறிஸ்தா
ராற்றிற் புலால்தின்னும் அந்தகனே! – சாற்றுதற்குக்

குள்ள அகமுடையான் ஈக்காட்டுக் கூட்டத்தான்
எள்ளவனாம் ரத்தினவேல் ஏவினதோ ? – துள்ளாதே!

போலி யவதானிப் பொதுமகளின் வீடதுவே
வாலிதெனக் குற்றவேல் வாய்ந்திருக்கும் – சோலியுடைப்

பூவையன்றா னேவினனோ ? பொக்கமுள நாகையதாந்
தாவையுடை வேதாசலச் சண்டனோ ? – யாவரவர் ?

அங்கவரு நீயு மடியுதைகள் பட்டவற்றை
இங்கெடுத்துச் சொல்லவென்றால் ஏலாவே! – பொங்குகிறாய்,

தாரகைகள் கூடிமுழுச் சந்திரனை வென்றிடுமோ ?
வாரணமப் பன்றிகளான் மங்கிடுமோ ? – பாரமுள

நன்மலைக ளெத்தனையு நாடிமக மேருவெனும்
பொன்மலையைத் தாழ்த்தும் புகழுடைத்தோ ? – கன்மனனே!

கொட்டிமலர் கட்சேர்ந்து கோகனகத் தாமரையை
வெட்டுஞ் சிறப்பேற்று மேலுறுமோ ? – துட்டசிறு

மானினத்தோய் நீயே வலிமிகுவாண் சிங்கம்யாம்;
பூனையடா நீ, யாமப் பொங்கடியே – சோனைபெருங்

காற்றடலே யாம், நீயக் காற்றிற் சிதைத்துசுழல்
பாற்றரியாத் தூசிலவம் பஞ்சனையாய்! – மாத்தும்போது

மட்பாண்டம் நீயானாய், மாறியத னைத்தகர்க்கப்
பெட்பாந் தடிகொண்ட பேர்யாமே – நட்பகைப்

போலிக் கவிவாணர் போதத் தமர்ந்தொரு
போலிக் கவிஞனெனப் போந்தவனைப் – போலவனே

நீயேடா பேடிக்கை நீடும் வயப்படைமற்
றாயாமல் யாரை யறைகின்றாய் ? – தோயாமல்

சங்கம்வாங் கிக்கழுதை தன்னைச்சேர்ப் பார்தாமோ
சங்கந் துலங்கவருஞ் சாதுக்கள் ? – இங்கதுபோல்

ஆகாத தன்மையினால் ஆங்கலாய்ப் போநாயே ?
வேகாத டாஉன்னால் மேற்கொள்ள! – நீகாத

தூரத் திருப்பையொரு தூமரமா யன்றிவரில்
சீரற்றுப் போவைநினை – சீ.

     எண்காற் சரபசங்க திமிரபங்கத்–
    திண்காற்பரவுந் துங்கமஹாருத்திரன்
   பறைச்சேரி டையனாமெட்லோட் பம்பாம்பீரங்கி.

          இங்ஙனம்
☞ திரிகோணமலை-ப. இலங்கணிப் பிள்ளை

உ

அருட்பிரகாச னடியிணை வாழ்க

திரிகோணமலை இலங்கணிப் பிள்ளைக்குச் சஞ்சீவிராயன் விடுத்த வெரிநகர் தகனம்

"பாசுபதாஸ்திர பிரயோகப் பிரசண்ட மாருதக் கோடையிடி" யென்றெழுதின ஈழக் கிறிஸ்துவக் கொள்கைப் போலிச்சைவ பறையன் நா. கதிரைவேல் பிள்ளைக்குச் சிட்டர்களைக் காத்துத் துட்டர்களை யழிக்குந் திரிபுரதகன அழற்கண்ணோக்கெரிக்கும்

உத்தரகிரியைப் பத்திரிகை

கலிப்பாவலர்க்காங் கலிவெண்பாவைக் கண்டவுடன், கோணைவழி புகாமற் சிவநேசம் பிள்ளை யெழுதி விடுத்த உண்மையான சங்கதிக்குப் பதில்வரையடா வென்று தீட்டியிருந்தும், ஈழநாட்டுத் தண்ணீர்ப்பாம்பு தவளை முதலியவைகளைத் தின்னும் ஈழப் பாணச்சாதிப் பயலே! சென்னைப் பறைச்சேரியி லுள்ளவர்கள் ஜாதிக்குப் புறம்பே ஒதிக்கிவைத்துச் சுகதுக்கங்களி லழைக்காத ஓர் வேசைமகனா யுள்ளவன் பேச்சைக் கேட்டாயே, அவன் உனக்குத் தகப்பனா? பாட்டனா? ஈழச் சேரி பாணா! உன் துட்டத் தனத்தை யடக்க டாக்கர் சத்திரத்தில் அருள்தங்கும் வடற்பெருவெளி அன்பர்கள் இவைகளை யெழுதிவிடுத்துக் கொண்டிருக்கிறார்கள். தெய்வ சாட்சியாம் ஒன்று மறியா நிர்த்தோஷிகளான தொண்டை நாட்டு முதலியார்களை "ஆங்காலம் வாயிற்புறத்தே கிடக்கும், அகந்தை மிஞ்சிச் சாங்காலம்

நாய்மனை மீதேறும்" என்னும் மூதுரைக் கிணங்க ஏண்டா எலே தூஷணை செய்து கெட்டாய்? அடா எலே கதிர்வேலா? ம—ா—ா – ஸ்ரீ பூவை கலியாணசுந்தரம் முதலியாரையும், ஈக்காட்டு இரத்தின முதலியாரையும், நாகை வேதாசலம் பிள்ளையையுஞ் சொல்லிக்கொடுத்தவர்களாகவும் சண்முகப் பிள்ளை யவர்களைப் பத்திரிகையை யெழுதினவராகவும் பாவித்து மேற்சொன்ன பறைச்சேரி வேசைமகன் பேச்சைக் கேட்டுத் தூஷித்துக் கெட்டாயே! உன் பற்களைச் செருப்பாலடித்து உதிர்த்துக், காலாலுங் கையாலும் உதையுங் குத்துகளுங் கொடுத்துச் சவமாக்கிப் பழஞ்செருப்பின் மாலையால் அலங்கரித்து உன் குடுமியில் எருக்கம்பூ மாலைசூட்டித் தோட்டி முத்துவீரனது சிறுநீரால் ஸ்நானஞ்செய்வித்து அவன் மலக் குழம்பினைப் பூசி மனமேற்றி உன்னைக் கையுங் காலையுங் கட்டியிறுக்கி, எம தருட்பிரகாச வள்ளலாரை நிந்தித்த பொக்கைவாயில் மேற்சொன்ன தோட்டியால் வாய்க்கரிசி யிட்டுக் கதிர்வேலா! உன்னைப் பாடையிற் றூக்கும்போது கழுகு, பேய், நாய், நரிகளெல்லாம் ஊள்! ஆள்! வாள்! என வாத்திய கோஷஞ் செய்ய, மயானத்திற்குத் தூக்கிச் சென்று சுடுகாட்டி லிட்டுச் சிவனடி யாராகுஞ் சுத்த சைவர்கள் உள்ளங்களை நோகச் செய்ததனா லெழுப்பும் அக்கினியாற் கொளுத்த நீ வெந்து சாம்பராகுங் காலத்தில் இந்தப் பறை வேசைமகன் உனக்குத் துணையாய் வருவானா? இனி உனக்கு மானிடரா லாகிலும் தேவர்களா லாகிலும் உய்வில்லையடா! பாணச்சேரி கதிரைவேற் பறையா! இன்னும் ஆறுமாதக் கெடுவுக்குள் நீ இந்த உலக வாழ்விழந்து நரகிற்புகக் காலம் நேர்ந்தது. ஆதலால் பெரியோர் துணைக் கொள்ளப் பிறழ்ந்து போகாதே. நீயோ! ஈழக் கிறிஸ்தவக் கொள்கைப் போலிப்பறைப்பயல். இவ்வூர் சுத்த சைவர்களின் பகைத் திறமேற் கொள்ளாதே. "ஊருடன் பகைக்கில் வேருடன் கெடும்" என்னு மூதாட்டியா ருரைக் கிணங்கி நடப்பாயாக! இன்றேல்! கெட்டாய், அழிந்தாய், கழிந்தாய், முக்காலுஞ் சத்தியம்! இஃதிங்கனமிருக்க,

அருட்பெருஞ்சோதி தெய்வமே அடியார் நால்வர்களையும் செந்தமிழ்ப் பாமாலையாற் றுதிக்கும் ஸ்ரீஇராமலிங்க சுவாமிகளை யும் அவர்வழி நால்வர் துதிகளையும் அருட்பாவினையும் பாராயணஞ்செய்யுஞ் சுத்த சைவர்களையுந் தூடணையால் நிரப்பி நிந்தனைசெய்யும் இந்நா. கதிரைவேல னுடல் இடுகாட்டிற் கரியாய் வேகத் திரிபுர தகன காலத்திற் றிறந்த நெற்றிக் கண்ணால் ஊழித் தீயை யூட்டியெரிப்பாய்.

நா. கதிரைவேல் உத்தரகிரியைப்பாடல்

இஃது சுப்பிரமணிய உபவாசி வித்துவா னியற்றியது

எழுசீர்க் கழிநெடில் கொள்ளி யாசிரியவிருத்தம்

ஓங்கலிலாக் கதிரைவேற் சவந்த னுக்கிங்
குயர்முத்து வீரன்மலச் சிறுநீர்வார்த்து
ஆங்கினிதாய்ப் பொட்டாட்டி யெருக்க மாலை
யழகாகச் சிரஞ்சூட்டி மூதேவிப்பெண்
பாங்கினிதாய் மாரடிக்க வித்வ சைவர்
பலருமே யார்ப்பரிக்கப் பாடையேற்றிக்
காங்குமேல் மூடிச்சுடு காட்டி விட்டுக்
கரியாக வேகவைக்கக் காலமாச்சே.

கதிரைவேற் காஷ்ட தசமகுட நேரிசை வெண்பா

போற்று மகான்கடமைப் போக்கிலே தூடணித்த
மாற்றக் கதிரைவேல் மாண்டானே – சாற்றுஞ்
சரிமுத்து வீரன் றணற்கொள்ளி வைக்கக்
கரியாக வெந்தானே காண்.

சொன்னதையே சொல்லுங் கதிரைவேற் றுட்டனுடல்
வன்னமுத்து வீரனால் வாரியிட்டுத் – துன்னும்
எரியனலை மூட்டி யிருப்புதண்ட மோதக்
கரியாக வெந்தானே காண்.

மோனமிலாச் சும்பன் முசுடன் கதிரைவேல்
ஆன சவமா யழிந்தானே – வானத்
தெரியார்ப் பரித்திங் கிடுகாட்டில் மூண்டு
கரியாக வெந்தானே காண்.

பேய்க்குணங் கொண்டலையும் பேதைக் கதிரைவேல்
வாய்க்கரிசி யிட்டு மயானத்தில் – நாய்கள்
நரியிழுத்துக் கூனிக் கழுகுகளூ நாடக்
கரியாக வெந்தானே காண்.

நல்லோர் மனனோகு நாளிற் கதிரைவேல்
பல்லோர்கா ணப்பிணத்தின் பண்பானான்–எல்லார்
எரிமயா னத்தி லிவனைக்கொ ளுத்தக்
கரியாக வெந்தானே காண்.

நோய்கொண்டான் பாபத்தின் நோக்குற்றான் சீர்கெட்டுப்
பாய்கொள் கதிரைவேற் பாதகன்றன் – வாயில்
அரிசியிட் டங்கன்னோ ரலற இடுகாட்டிற்
கரியாக வெந்தானே காண்.

கோணல் வழிசெல்வான் குரங்கன் கதிரைவேல்
நாணிலாத் துட்ட னலங்கெட்டோன் – வீணில்
மரியாதை யில்லாத மட்டை சுடுகாட்டிற்
கரியாக வெந்தானே காண்.

தோட்டி யெடுத்துக் கதிரைவேற் றுட்டனுடல்
நீட்டிவைத் துக்காலை நேரிறுக்கிக் – காட்டில்
அரியிட்டு வேகவைக்க ஆகாத சாம்பற்
கரியாக வெந்தானே காண்.

தொல்லுலகின் ஞானிகளைத் தூற்றுங் கதிரைவேல்
அல்லறபட் டிங்கே யறிவழிந்து – பொல்லா
எரிநரகிற் சார இடுகாட்டி லின்னே
கரியாக வெந்தானே காண்.

தோதகங்கள் செய்யுமா துட்டன் கதிரைவேல்
பாதகனாய் மாண்டான் பரிதபித்தே – ஏதப்
பொரியாகப் பொய்மெய் புகைந்தே யெரியக்
கரியாக வெந்தானே காண்.

கதிரைவேலர் படிற்றொழுக்கம்

பின்வரும் ஈழத்துப் பன்னாலை மேட்டுத்தெருவி லிருக்கும் ஜேம்ஸ் பிள்ளையின் கடிதமூலந் தெரிந்த விஷயங்கள் சென்னைநகர வாசிகள் முழுதும் ஏமாந்து கெட்டுவிடாமல் இந் நா – கதிரைவேலன் படிற்றொழுக்கங்களிற் சிலதெடுத்து முக்கியமாகக் காட்டுதல் அவசியம் எனது கடமையாதலால் அதிற் சுருக்கமாகச் சில வருமாறு:

"புலையரிலுந் தாழ்ந்த பாணச்சாதி யீழக்கிறிஸ்த்தவ னாகு மிவன் மல்லாகத்திலும் மாவெட்டிபுரத்திலும் அளவெட்டி முதலிய நாடுகளிலும் இவனது வியபசாரம் பொய்க்குறளைச் சொற்கள், திருட்டு முதலிய குற்றங்களுக் காகப் பலதரந் தண்டனை யடைந்ததன்றி டஜ னடிகள் பட்டும் அபராதங்கள் கொடுத்துங் கண்டோர் நகைத்துக் காறி உமிழ உடம்பெடுத்து வளர்ந்து திரிந்த விவன் வயிறுவளர்க்க வழியற்றவனாகி, சென்னை நகரத்தடைந்து, சந்துகள், வீதிகள்தோறுந் திரிந்து பிச்சையகப்படாவிட்டால் என்செய்வான்? பாவம்! சோம்பேறிகளுடன் கலந்து அவர்களால் எச்சிற்சோறுண்டு சிலகாலங் கழித்த ஈழநாட்டு கிறிஸ்தவக் கொள்கைப் போலிச்சைவ னாகும்" இந் நா – கதிரைவேல் பிள்ளை, ரிப்பன் பிரஸ் இரத்தின செட்டியாரிடம் அனாதரவாக வர இவனைக் கண்டு மனதிளகி நாளொன்றுக் கிரண்டனா கொடுத்துவரக் காலங்கழித்தனன்.

அடுத்த வருடம் "மீனின் குஞ்சுக்கு நீச்சுங் கொடும்பாம்பின் குட்டிக்கு நஞ்சுங் கொடுத்தவரால்" என்பதற்கிணங்க இவனது

குணங்கெட்ட தொழிலைப் பலவாற்றானுங் கண்ட செட்டியார் தன்னிடஞ் சேர்க்காமற் பயமுறுத்தி விரட்டித் துரத்தினர்.

அங்கிருந் தென்செய்வோமென் றேங்கி ஸ்ரீ சச்சிதாநந்த சுவாமிகள் மடத்திற் சேர்ந்தனன். அங்குள்ளார் பரிதபித்தவராகி இவனுக்கு நன்மதி புகட்டி நாளொன்றுக்குக் காற்படி யரிசியும் மற்ற சம்பார வகைகளையும் கொடுக்க வாங்கிப் பொங்கி நாய் போற் றின்று வயிறு வளர்த்தனன். சுமார் இவ்விதமாக மூன்றுவருடங் காலங் கழித்துப் படாதபாடுபட்டுப் பலரிடத்தும் யாசித்துக் கலியாணஞ் செய்துகொண்டு வருகிறேனெனச் சென்ற விவன் நாலைந்துமாதங் கழித்துப் பின்னர் கிடாரிக்கன்றுடன் பசுவையுங் கூட்டிவந்தனன்.

இதனைக் கண்டு வியப்புற்ற கல்விகேள்விகளிற் சிறந்த சென்னை நகரவாசிகள் ஈழத்தார்களிட மிதனுண்மையைத் தெரியக் கார்டெழுதி வினாவினர்கள். அவருள் ஈழத்துப் பன்னாலையில் மேட்டுத் தெருவி லிருக்கும் ஜேம்ஸ் பிள்ளையென்பவ ரெழுதிவிடுத்த நிருபம் பின்வருமாறு:

“ஐயா, இதற்கடுத்த சுன்னாகத்தில் ஜான் பிள்ளையென்பவர் மரிசூசையென்னும் பெண்ணை விவாகஞ்செய்து ஓர் பெண்மகவை யீன்று ஆறுமாதங் கழிந்த பின்னர் இறந்தனர். அம்மரிசூசை யென்னுங் கைம்பெண் அனாதரவாகி வருடகாலமிருந்து பின்னர்ப் படிப்படியாக மூவர் சம்ரட்சணையில் இருந்தனள். அவர்களுங் கைவிட்டுக் காலியாயிருந்த இப் பெண்ணை அந்நேரங்கண்ட இந் நா. கதிரைவேல் பிள்ளை யென்பவன் சமயம் வாய்த்ததென அடித்துக்கொண்டு சென்னைப்பட்டின மோடிவந்தனன். இப்பெண்ணிற்கு நேசராக முன்னிருந்த புருடர்கள் செம்மையாக வுதை குத்துகள்கொடுக்க முயன்றுந் தேடினர்கள். ஏதோ நல்ல காலந் தப்பித்துக்கொண்டனன்.

இனி வெளிவரும் புத்தகத்தில் இவனைச் சார்ந்த சரித்திர விநோதங்கள் விரிவாயெடுத்தெழுதப்படும். அதிற் பதினாறிலொரு பங்கு சென்ற பிப்ரவரி மாதம் வெளிவந்த “கலிப்பாவலர்கட்காங் கலிவெண்பாவில்” வெளியாயுமிருக் கிறது. இஃதிங்ஙனமிருக்க, இந்நகர வாசிகளாகுஞ் சைவர்க ளிவனை ஆலையங்களிற் வரவழைத்தும் இவன் குளறிவழியும் பிரசங்கங்களைக் கேட்டும் ஏமாந்தனர்கள். பாவம்! என்செய்வார்கள்? இந் நா – கதிரைவேல் பிள்ளையின் படிற்றொழுக்க முற்ற ஆஷாடபூதித்தனத்தை இப்பத்திரிகை வாயிலாக வல்லவர் கண்டுதெளிவார்கள். இஃதிருக்க,

வைதிக சுத்த சைவ சமயாசாரியராகிய ஆளுடைய பிள்ளையார் அருள்பெற்றோங்குஞ் சிவஞான சன்மார்க்க

தீக்ஷாபி தானானு சந்தான நெறிகொண்டு திருவருட்பிரகாச வள்ளலாரெனப் பேர்பெற்று முத்தமிழ் வல்ல ஞானாசிரியர், சுத்த சன்மார்க்க போதகாசிரியர், சமரசவேத சன்மார்க்க சங்கத் தாபனாசிரியர் என்னுங் காரணப்பெய ருடையவராய், வடற்பெருவெளியில் சுத்தசிவ நித்தியாநந்த சமரசானுபவாதீத நிலைகூடி யெழுந்தருளியிருந்த சிதம்பரம் – ஸ்ரீமத் இராமலிங்க சுவாமிகளையும், அவர் திருவாய் மலர்ந்தருளிய திருவருட்பாவினை யும் அவ்வளவு அருமையும் பத்திமார்க்கமுமுற்று விளங்க உலகெலாம் விளங்குஞ் சூரியனை இப்பாணச் சேரிப் பறையனது தூஷணை யென்னுஞ் சிறிய குடையால் இவனும் இவனைச் சார்ந்த மாபாதகர்களும் மறைக்கப் பார்க்கிறார்கள். இது கலிகால வைபவமேபோலும்.

இங்ஙனம்

☞ பார்வதிபுரம் – வடலூர் – **சோமசுந்தரம்பிள்ளை**

பின்னிணைப்பு – 10

உ

அருட்பிரகாச னடியிணை வாழ்க

திரிகோணமலை இலங்கணிப் பிள்ளைக் கெரிகோணமலை இராமபாணம்

ஏ!ஏ! திரிகோணமலை இலங்கணிப் பிள்ளையே!

“போலிமுத்து வீரனுக்குப் புறப்படுமே பின்னாலே” என்றெழுதி னாயே? பின்னாற் புறப்படுகிறது பன்றிகட்குதவும். இதோ! முன்னாற் புறப்பட்டிருக்கிறது, ஏற்றுக்கொள். புளி, மிளகாய், எண்ணெய், மூச லுண்டைகள் விற்றுக் காலங்கழிக்கும் முண்டைப்பிள்ளைகள் முன் உலண்டத்தனப் பிரசங்கஞ் செய்யும் இலங்கணிப் பிள்ளையே, உனக்குப் பேர்மாற்றி வைத்தவர்கள் புத்திசாலிகள்தான். அதன் பிரயோசனஞ் சீக்கிரத்தி லடைவாய். எமதாசிரியர் பெயரை ஏனிழுத்தாய்? அவர் உனக்கென்ன தீங்கிழைத்தார்? நீயேவந்து மாட்டிக்கொண்டாய்; இனி மீளப்போகிறதில்லை.

முத்தமிழப் புலவன் முதிர்முத்து வீரன்
எத்துகள் பேசு மிடும்பர் வாய்களை
நித்தங் கிழிக்கு மெதிர்வேல் நிபுணன்முன்
தத்தியோ டாதே தங்கிநீ நில்லடா.

என்னடா ஏலே! பின்னாற் புறப்பட அத்தனைத் தாமதமேன்? முன்னாற் புறப்பட லாகாதா? சீக்கிரம் ஓடிவாடா, ஓம்பட்டு சுவாஹா? நல்லதிருக்கட்டும்! முத்தமிழில் எத்தனைத் தமிழைக் கற்றாய்? அடலே, ஓடாதே, நில்! முத்தமிழுக்கு மெத்தனை இலக்கணங்கள்? அதில் எத்தனை இலக்கணங்கள் உனக்குத் தெரியும்? முன்னால் மதுரையிலும் பின்னாற் சென்னையிலும் ஆறந்தவேத சமரச சன்மார்க்க சங்கத் தலைவர்களைக் கண்டும் பலதரம் பதுங்கிப் பயந்து ஓடினாயே! அப்படி யோடி யொளியாதே.

சல்! நில்! இதற்கு விடையளித்த பின்னர் இசை நாடகத் தமிழ்ச் சூத்திரங்களிற் சில கடாவுவாம். அதற்கிசைவாயாக. மேலும் நீயெழுது மீழத் தமிழே நின் கல்வியின் தேர்ச்சி னியல்பைத் தெரிக்கிறது. "பொய்க்குப் பொய் கோளுக்குக் கோளறிவிலாதார்க் கிரட்டிப் பறிவுடையோர் செயுமாண்மைகளே" என்னு மூதுரைக்கிணங்கி, நீயெழுது மசிங்கிதத் தமிழையொட்டி எழுதினேன். ஏனெனில், வெற்றியடையும் பொருட்டே! சீ! ஏலே! ஓடாதே நில். நீ செந்தமிழ் நடையில் வந்தால் நானும் அப்படியே வருவேன், போக்கிரித் தமிழ்நடையில் வந்தால் நானுமப்படியே. உஷார். நின்னைத் தூண்டின அடைபட்டவன் முருங்கைக்கிளை, இலக்கணமின்றி மலக்குத் தமிழ்ப் பாடுபவன். அவனைத் துணைப்பற்றாதே. டம்! டம்!

"துங்கக் கரிமுகத்துத் தூமணியே நீயெனக்குச் சங்கத் தமிழ் மூன்றுந்தா" என்னு மூதாட்டியா ருரைக்கிணங்கி, முத்தமிழுக்குரிய விலக்கணங்க ளித்தனையென நீ அறியாவிட்டாலும், அஃது விரவி நடக்கும் நான்காஞ் சங்கப்புலவர் பெருமான்களி னடிவீழ்ந்து பணிந்தாகிலு மறிந்துரை. பிள்ளையார் குட்டிக்கொண்டேன். ஆதலாற் பள்ளிச் சிறுவர்கட்காங் கடாவினை ஈழநாட்டுப் பாணச் சிறுவ! நினக்குக் கடாவினேன். ஓம் பட்டு சுவாஹா, சீக்கிரம் ஓடிவாடா? ஏலே தாமதிக்காதே.

இத்தனை நாளும் சாதுக்களாயும் ஆன்றமைந்த வித்துவான் களுமான சுத்த சைவ சன்மார்க்கர்களைப் பதுங்கிப்பதுங்கி ஏய்த்துக்கொண்டிருந்தனை; அவர்களும் உன்னைச் சூகரமென வெண்ணிப் பதுங்கப்பதுங்க, வேட்டையாடத் தெரியாத சோம்பேறி நாய்களைப் போலக் குலைத்து நக்க ஓடினாய்; அங்ஙனஞ் செக்கென்றுஞ் சிவலிங்க மென்றுந் தெரியாத காரணமேயாம். இனி யப்படி யிருக்க முடியாது. உன் கல்வித்திறத்தை யறியவேணும். வெளியில் வந்துவிடு பதுங்காதே, அடே ஏலே, எச்சரிக்கை.

"தக்கநற்குலமும் ஞானிகளுறவும் சாரு நல் விவேகமுந் தவமும், ஒக்கவே யமைந்த முத்தமிழோரை ஓங்கியே பார்ப்பதல்லாமல், மிக்கவே குலைத்துத் துரத்தியேயோடும் மேன்மையை யறியுமோ? அதுபோல், நக்கு நாய்களுக்குச் சிவலிங்கஞ் செக்கி னலங்களைக் காண்ப துண்டாமோ?" என்னு மூதுரைக் கிணங்கினாயே. சரியான பெயருடன், பதுங்காது வா.

இங்ஙனம்

முத்தமிழ்ப்புலவன் பூ. முத்துவீரப்பிள்ளையின்

மாணாக்கரு ளொருவன்

ச.த. கங்காதரப்பாவலன்

உ

சிவமயம்

திருவருட் பிரகாச வள்ளலார் சீரடி வாழ்க

நா. கதிரைவேலன் கடைச்சிரார்த்தமும் மருட்பா புத்தகம் அரங்கேற்றின மூடசிகாமணிகளுக் கறிக்கையும்

திருஞானசம்பந்த சுவாமிகளைப் பசுகரணமுடையா ரென்னும் நிந்தனையாலும் திருவருட் பிரகாச வள்ளலாரை அபூதவுவமை கற்பனை யமைந்த நிந்தனைகளாலும் இன்னமுள்ள சிவனடியார் நிந்தனைகளினாலும் சுத்த சிவ சன்மார்க்கச் செல்வர்களின் மனங்கள் நோகவெழும் அனற்றிரள்கள் ஊழித் தீயைப்போல் மூண்டு, இப்பாணச் சேரிப் பறையன் கதிர்வேலனுக்குள்ள நல்லூழ் சத்துக்களைத் தகித்து விட்டதனால் இவன் இறந்துபோன பிணமாகவே யாயினான். இராவணாதியர்களைப் போல் இவனுக்கு அகால மரணம் நேரிடும்வரையிலும் நடைப்பிணம் போலத் திரிகிறானாதலால் சுத்தசிவ சன்மார்க்க சைவர்கள் இவனை நாடார்கள்.

ஆனதுகொண்டு துட்டப் பாணச்சேரிப் பறையன் நா. கதிரை வேலனுக்கு சவச்சடங்குகள், உத்தரகிரியைகள் முதலானவை களும் நடத்திவிட்டால் உலகங் கலகமில்லா திருக்குமென்பது துணிபு. நிகழுஞ் சோபகிருது ஞு பங்குனி மீ 8ம் உ ஆதிவாரம் சுமார் 3 மணிக்கு டாக்கர் சத்திரத்தில் இவனைப் போல வுருவுசெய்து தகனஞ் செய்து கடைசிராத்த மென்னும் உத்தரகிரியைகள் முத்து வீரனென்னும் மயானத் தோட்டியால் நடந்தேறின. சுத்த சைவர்க ளாங்கு வந்தானந்தித்தனர்கள்.

யாழ்ப்பாணம் ஆறுமுக நாவலன் மாணாக்கன் கீங்! கீங்! எனத் தொண்டையடைப் பிரசங்கி தணிகாசல முதலியின்

றூண்டுதலால் இத்தனை காரியங்களும் நடந்தேறியதாம். இஃது இராமலிங்க சுவாமிகள் தூஷணையால் இத் தணிகாசலத்தின் கண்ணொளிக்கு ஊனமும் பிள்ளையின் செய்கை பாதக தோஷங்களுமே சாக்ஷியாம். இஃதுமோர் கலிகால வைபவமே போலும். இதற்குப் பின்னிடையோம். எச்சரிக்கை.

ஈழக் கிறிஸ்துவக் கொள்கைப் போலிச்சைவன் அழுக்காறமைந்த ஆறுமுக நாவலன் வழியேவந்த அஞ்ஞானத்தால் தொண்டை யடைப் பிரசங்கி இந்த ஆபாசச் சபைக் கக்கிராசனாதிபதியாய், கழுதை காவெனக் கண்டு நின்றாடிய சபையில் இவனோர் கோட்டானாக வீற்றிருக்க வேண்டிய தவசியமே. பசுக்கூட்டங்களாகுங் கழுதை, நாய், பன்றி, குரங்கு இவைகளை யொத்த நித்தியானந்த முதலி, குமாரசாமி முதலி, சுப்பிரமணிய முதலி, ஆறுமுக முதலி யென்னும் போலிச்சைவப் பிசாசுகளுக் கிவ்விடத்தில் என்ன வேலையோ? பாவம்! அருட்பெருஞ்ஜோதி தனிப்பெருங்கருணை ஸ்ரீ நடராஜப் பெருமான் அழற்கண்ணோக் கெரியால் இவர்கள் மனைமக்களெல்லாம் நாசமாங் காலமே போலும். இதனுண்மை ஆறுமாதத்தில் வெளியாகும். அரசு அன்று கொல்லும், தெய்வம் நின்று கொல்லு மென்பதே துணிபாம். எச்சரிக்கையாயிருங்கள். அருட்பிரகாச வள்ளலாரது கைலிகித நூற்களில் உத்தரஞான சிதம்பரத்தைப் பற்றின காரணகாரிய விசேடங்கள் எவ்வளவோ தீட்டி யருளியிருக்கின்றனர். அவைகளைக் கூடின சீக்கிரத்தில் வெளிவரும் நூற்களிற் கண்டு தெளிவீர்களாக.

ஸ்ரீ சிதம்பர க்ஷேத்திரத்தைப் பூர்வபக்ஷஞ் செய்து நிந்தித்தவராக அவர் திருவாய் மலர்ந்தருளிய நூற்களில் ஒருவாக்கியமேனுங் கிடையாது. அவ்வாறு நிந்தித்தவராக உங்களுக்குச் சந்தேகமிருக்குமானால், “திருவளர் திருச்சிற்றம்பல மோங்குஞ் சிதம்பரமெனும் பெருங்கோயில்”, “வானநாடாரும் நாடரும் மன்றிலே வயங்கும் ஞானநாடகக் காக்ஷியே நாம் பெறவேண்டும்” என்னும் துதிகளாலும் நடராஜபதிமாலையைப் போலத் தோத்திரப்பாக்கள் எண்ணிறந்தவைக ளிருக்கின்றன. அவைகளைக் கொண்டு கண்டு தெளிவீர்களாக.

இவைகளின் உண்மைகளை யறியாத பசுக்களே, உங்கட்கத் தோத்திரப்பாக் களைப் படித்தறியும் நல்லூழமைந்த சுயபுத்தி இருந்தால் இப்பாணச்சேரிப் பறையன் நா. கதிரைவேல் மொட்டைத் தடிப்பயல் துர்ப்போதனைக் கிணங்கமாட்டீர்கள். ஓஹோ! பாவம்! என் செய்வீர்கள்? கல்வியறிவில்லாத பசுக் கூட்டங்களாகிய நுங்களைத் தெரிந்தெடுத்து, ஓர் சபையாக்கி, அதிற் றலைவனைப்போல விருந்து அதனப் பிரசங்கஞ்செய்து

குளறிவழிகிறான். இவனது பிரயத்தினம் மேற்சொன்ன நரிகளின் பிரயத்தினமேபோலும்.

கூடின சீக்கிரத்தில் வடற்பெருவெளி அன்பர்களாகிய எங்களால் இவன் குளறுபாடுற்ற ஆபாசத் தர்ப்பணங்களுக்குக் கண்டனைகள் வெளியாகும். கண்டு தெளிவீர்களாக.

இங்ஙனம்

☞ வடலூர் – **ஆறுமுகம் பிள்ளை**

உ

புதுச்சந்நிதியான் றுணை

வருடாப்த விண்ணப்பம்

கிறித்தவக் கைம்பெண்ணை மணந்து பெரியார் தூடணப் பயனாய்ச் செருப்படிபட்டுப் பல்லுதிர்ந்து, சென்ற வருடம் பங்குனி மீ 8 உ ஆதிவாரம் பகல் 3 மணிக்குத் திரிதிகைத் திதியி லிறந்து, அகால மரணத்தா னலகையாய் ஆங்காங்குள்ள அறிஞர் சிலர்க் கிடுக்கணாற்றியும் காஞ்சிபுர முதலிய விடங்களில் செருப்பாலும் மலத்தாலு மடியுண்டு மலையும் (என் வைப்பாட்டி மகன்) மேலைப்புலோலி – நா. கதிரைவேல் பிள்ளைக்கு நிகழும் 1905 ஸ்ரீ ஏப்ரல் மீ 7 உ வெள்ளிக்கிழமை காலை 10 மணி முதல் 12 மணிக்குள்ளாகப் புரசை வெள்ளாழத் தெரு 35வது நெ. கிருஹத்தில் அவ்வலகை யறிஞர் பாலடையாது அவனியி னின்றகல விதிபூர்வமான ஓமமுஞற்றி வருடாப்தம் நடத்தப்படுமாதலின் அவ்வமயத்து ஆண்டுற்று அவற்றை நிகழ்த்துவித்து என்னை யகமகிழ்வுறச்செய்ய விரும்புகின்றனன்.

இங்ஙனம்

க. நாகப்பப் பிள்ளை

புதுச்சந்நிதி கந்தசுவாமி கோயில் தருமகர்த்தர்

பின்னிணைப்பு – 12

வள்ளலாரின் கடிதம்

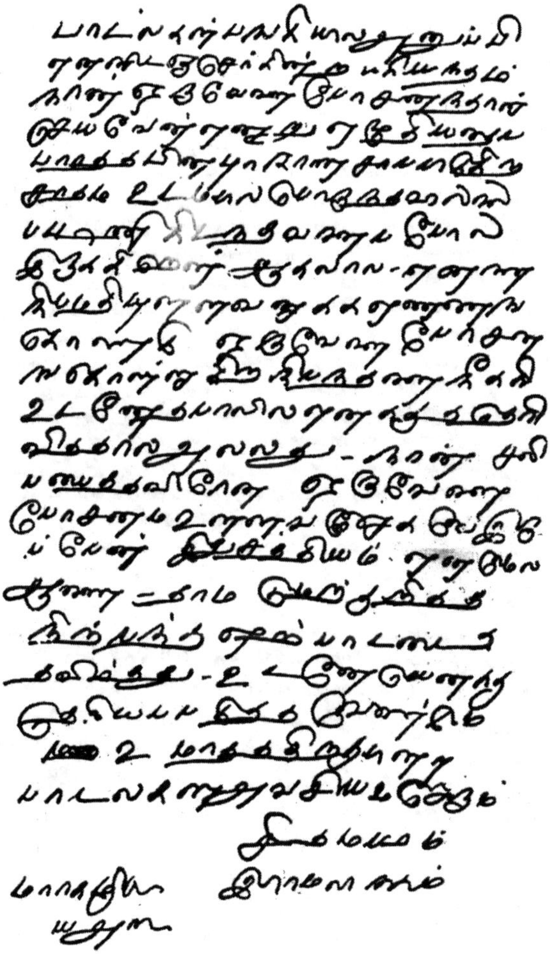

வள்ளலாரின் கையெழுத்து

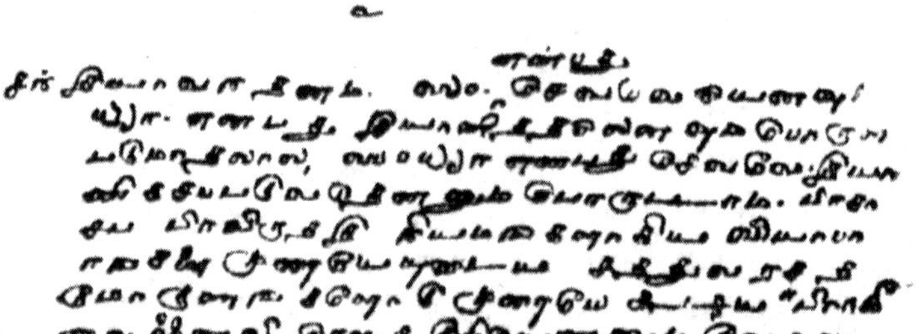

நாவலரின் கையெழுத்து

பின்னிணைப்பு – 13

அருட்பா மருட்பாக் கண்டன நூல்கள்[†]

அருட்பாக் குழுவினர் வெளியிட்டவை

1. திருவருட்பா தூஷண பரிகாரம்
2. விஞ்ஞாபனப் பத்திரிகை
3.* அகங்கார திமிரபானு
4.* ஆறுமுக நாவலர் பரிசோதனா தோஷப் பிரகாசிகை
5. பிரார்த்தனைப் பத்திரிகை
6.* நடந்தவண்ணம் அறிவித்தல்
7. போலியருட்பா மறுப்பின் கண்டனம் அல்லது குதர்க்காரணிய நாசமஹா பரசு
8. தீவாந்திர சைவ விநோதம்
9.* புரளிப் பிரசங்க விநோத சரிதம்
10.* பேரம்பலப் பிரசங்கம்
11. திருவருட்பா விவாதிகளுக்கொரு விளக்கம்
12.* புரளிப் பெட்டக சூறை
13. அவுட் பீரங்கி
14. திரிகோணமலை இலங்கணிப் பிள்ளைக்குச் சஞ்சீவிராயன் விடுத்த வெரிநகர் தகனம்
15. திரிகோணமலை இலங்கணிப் பிள்ளைக் கெரிகோணமலை இராமபாணம்

† பட்டியல் முழுமையானதன்று. உடுக்குறியிட்டவை கிடைக்கப்பெறாத நூல்கள்.

16. திருவருட்பா தூஷண நிக்கிரகம்

17. நா. கதிரைவேலன் கடைச்சிரார்த்தமும் மருட்பா புத்தகம் அரங்கேற்றின மூடசிகாமணிகளுக் கறிக்கையும்

18. வருடாப்த விண்ணப்பம்

19. இராமலிங்க அடிகளை தூஷிப்போரது பன்னிரு பொய்யகற்றல் அல்லது உண்மை தெரித்தல்

20. இராமலிங்கப் பிள்ளை பாடல் ஆபாச தர்ப்பண கண்டன நியாய வச்சிரகுடாரம்

21. திருவருட்பா விளக்கம்

22. ஈழநாட்டார் பகட்டுரை மறுப்பு

23. திருவருட்பிரகாச வள்ளலாரென்னும் ஸ்ரீமத் ராமலிங்க ஸ்வாமிகள் விஷயமாக ஈழநாட்டு நா. கதிரைவேல் பிள்ளை பற்றிக் கோர்ட்டில் நடந்த விவகாரமும் முக்குணவயத்தின் முறைமறந்தறைதல் என்னும் பத்திரிகையின்மேல் கண்டனமும்

24.* ஈழப்பாணச் சேரியார் அங்கதப்பாட்டு

25. திருவருட்பா வசன விளக்கம்

26. இராமலிங்க சுவாமிகள் திருவருட்பா மகிமை விளக்கத் தோத்திர சோடசப் பாமாலை

27. தில்லை வாழந்தணர் சந்நதிக்கு யாழ்ப்பாணத்தார் தன் வஞ்சகப் பிரகடன விஞ்ஞாபன சதகம்

28. யாழ்ப்பாணத்தான்றன் பிரசங்க அங்கதப்பாட்டு

29. இராமலிங்க சுவாமிகள் பதிகப் பாமாலை

30.* அழுக்காறுடையார் அவலந் தெரித்தல்

31.* சிவநிந்தையோர்க்குத் தெளிவு புகட்டல்

32. நாவலரும் சுவாமிகளும்

33. இராமலிங்கர் பெற்ற இறைவடிவமும் ஐந்தொழில் ஆற்றலும்

மருட்பாக் குழுவினர் வெளியிட்டவை

1. நல்லறிவுச் சுடர் கொளுத்தல்

2. போலியருட்பா மறுப்பு

3.* குதர்க்காரணிய நாசமகா பரசு கண்டனம்

4. திராவிடப் பிரகாசிகை

5.* மித்தியவாத நிரசனம்

6. பாவலர் சரித்திர தீபகம்

7. அருட்பாச் சிறப்பு

8. இராமலிங்கப் பிள்ளை படிற்றொழுக்கம்

9. இராமலிங்கப் பிள்ளை அங்கதப்பாட்டு

10. பாசுபதாஸ்திரப் பிரயோகப் பிரசண்ட மாருதக் கோடையிடி

11. இராமலிங்கப் பிள்ளை பாடல் ஆபாசதர்ப்பணம் அல்லது மருட்பா மறுப்பு

12. முக்குணவயத்தின் முறைமறந்தறைதல்

13.* இராமலிங்கப் பிள்ளை அஞ்ஞானப் பாக்கள்

14. பொய்யுரை விளக்கம்

15.* போலியருட்பா வழுத்திரட்டு

16.* போலிவாதிகளுக்குப் புத்தி புகட்டல்

17.* குதர்க்கிகளின் பொய்க்கோள் விலக்கு

18.* போலியருட்பாக் கண்டன மகா வித்வ கனசபை

19.* மருட்பா விவாத மத்தியக்ஷ பத்திரிகை

20.* சிவநிந்தை குருநிந்தை திருவருட்பாநிந்தை யினார்க்குச் செவியறிவுறுத்தல்

21.* திருவருணெறித் தமிழ்வேதப் பிரபாவம்

22.* போலியருட்பாக் கண்டனப் பிரசங்கம்

23.* பசுகரண விபரீதார்த்த நிக்கிரகமும் போலியருட்பாக் கண்டனப் பரிகார மறுப்பும்

24. தமிழ்ப் பேரகராதி

25.* மருட்பா மறுப்பு அரங்கேற்றம்

26.* மருட்பா மறுப்பு வழக்கு முடிவு

27.* திருவருட்பா ஜெயத்துவஜ ஸ்தாபனம்

28.* மருட்பா மறுப்பின் ஜெயபேரிகை

29. மருட்பா மறுப்பு விஜயமகாசரபம்
30. ஸ்ரீபரமாசாரிய சுவாமிகள் கட்டியம்
31. அருட்பா வெற்றிக்கையுறை வாழ்த்து
32. திருமுறை மகோற்சவ மகாவிபவம்
33. காஞ்சித் திருமுறை மகோற்சவ நாமாவளி
34.* பன்னிரு திருமுறை யன்புப் பரிசில்
35. நாவலர் கட்டுக்கதையும் மறுப்பும்
36. நாடும் நவீனரும்
37. மனமே! சிந்தனை செய்
38. சைவர்களே! உஷார்!
39. வள்ளலார் மறைவு சித்தியா மரணமா?

அருட்பா மருட்பாக் கண்டனத்தில் பங்குபெற்றோர்†

அருட்பாக் குழுவினர்

1. இராமலிங்க அடிகளார்
2. அட்டாவதானம் வீராசாமி செட்டியார்
3. இறுக்கம் இரத்தின முதலியார்
4. பூவை. கலியாணசுந்தர முதலியார்
5. திருமயிலை சண்முகம் பிள்ளை
6. நரசிங்கபுரம் வீராசாமி முதலியார்
7. கூடலூர் விசுவலிங்க முதலியார்
8. தொழுவூர் வேலாயுத முதலியார்
9. ஆனந்தநாத சண்முக சரணாலயர்
10. காஞ்சி ஜவுளி மாளிகை வரதராஜ முதலியார்
11. ப. முருகேச முதலியார்
12. மா. பழனி முதலியார்
13. வடலூர் சிவநேசம் பிள்ளை
14. வடலூர் சோமசுந்தரம் பிள்ளை
15. ச.த. கங்காதரப் பாவலன்
16. காஞ்சிபுரம் நிச்சல. இராமாநந்த ஸ்வாமிகள்

† பட்டியல் முழுமையானதன்று.

17. வடலூர் ஆறுமுகம் பிள்ளை
18. திருத்தணிகை நேசி
19. முத்தமிழ் ரத்நாகரம் ம.தி. பானுகவி
20. முத்தமிழ்க் கவியரசு டாக்டர் தஞ்சை சண்முகம் பிள்ளை
21. தங்கவேலுப் பிள்ளை
22. திருக்குடந்தை சிதம்பர ஐயர்
23. நாகப்பட்டினம் வேதாசலம் பிள்ளை (மறைமலையடிகள்)
24. செய்குதம்பி பாவலர்
25. தேவாரம் முத்துசாமி முதலியார்
26. பரமஹம்ச ஆத்மராம் சுவாமிகள்
27. அரன்வாயல் வெங்கடசுப்புப் பிள்ளை
28. ஜே.எம். நல்லசாமி பிள்ளை
29. ஈக்காடு ரத்தின முதலியார்
30. சூளை சோமசுந்தர நாயகர்
31. தண்டலம் பாலசுந்தர முதலியார்
32. புராணிகர் வடிவேல் பிள்ளை
33. கோ. வடிவேல் செட்டியார்
34. வேலுகிராமணி
35. துறவி கந்தசாமி

மருட்பாக் குழுவினர்

1. ஆறுமுக நாவலர்
2. திருவாவடுதுறை ஆதீனகர்த்தர் சுப்பிரமணிய தேசிக சுவாமி
3. வேதாரண்யம் ஆதீனகர்த்தர் உதயமூர்த்தி சுவாமி
4. திருவண்ணாமலை ஆதீனகர்த்தர் ஆறுமுகத் தம்பிரான் சுவாமி
5. தருமபுரம் ஆதீனகர்த்தர் சண்முகத் தம்பிரான்
6. சிவபாதநேசப் பிள்ளை

7. மாவண்டூர் தியாகேச முதலியார்
8. மகாவித்துவான் மதுரை இராமசாமிப் பிள்ளை
9. 'தத்துவ விவேசினி பத்திராதிபர்' முனிசுவாமி நாயகர்
10. சபாபதி நாவலர்
11. காசிவாசி செந்திநாதையர்
12. மேலைப்புலோலி நா. கதிரைவேல் பிள்ளை
13. தூத்துக்குடி இரா.ம. நயினார் செட்டியார்
14. திருமயிலை கொ. முருகேச முதலியார்
15. ஸ்ரீலஸ்ரீ உ. தியாகராச குருக்கள்
16. நெ. சிவக்கொழுந்து முதலியார்
17. பு. பாலசுந்தர நாயகர்
18. தி. நாராயணசுவாமி நாயகர்
19. திரிகோணமலை ப. இலங்கணிப் பிள்ளை
20. வேதாரணியம் உதயமூர்த்தி தேசிக சுவாமிகள்
21. பா.சி. முருகேச முதலியார்
22. காஞ்சி ஆலாலசுந்தரம் பிள்ளை
23. உ.வே. சாமிநாதையர்
24. திரு. வி. கலியாணசுந்தர முதலியார்
25. கல்குளம் குப்புசாமி முதலியார்
26. நாராயணசாமி நாயுடு
27. பாலூர் முருகேச முதலியார்
28. சபாபதி முதலியார்
29. சிதம்பர முதலியார்
30. 'ஜட்ஜ்' பலராமய்யா
31. சித்தாந்த பண்டித பூஷணம் ஆ. ஈசுரமூர்த்தி பிள்ளை

படங்கள்

திருஅருட்பிரகாச வள்ளலார் இராமலிங்க அடிகள்
(1823–1874)

தொழுவூர் வேலாயுத முதலியார்
(1832–1889)

ம.தி. பானுகவி
(1866/67–1926)

பூவை. கலியாணசுந்தர முதலியார்
(1854–1918)

சூளை சோமசுந்தர நாயக்கர்
(1846–1901)

ஜே.எம். நல்லசாமி
(1864–1920)

மறைமலையடிகள்
(1876–1950)

செய்குதம்பி பாவலர்
(1874–1950)

துறவி கந்தசாமி
(1923–1997)

ஆறுமுக நாவலர்
(1822–1879)

நா. கதிரைவேல் பிள்ளை
(1871–1907)

உ.வே. சாமிநாத ஐயர்
(1855–1942)